இந்த்ஜார் ஹு சைன், 1925 இல் பிரிட்டிஷ் இந்தியாவின் திபாய், புலந்த்ஷைர் என்ற கிராமத்தில் பிறந்தவர். இந்தியப் பிரிவினைக்குப் பிறகு 1947இல் பாகிஸ்தானுக்குப் புலம் பெயர்ந்தார். 1944–46 இல் மீரட் கல்லூரியில் உருது இலக்கியத்தில் முதுகலைப் பட்டம் பயின்றார். இவர் மனைவி அலிய பேகம் 2004 இல் காலமானார். இவர்களுக்குக் குழந்தைகள் கிடையாது.

இவர் சிறுகதைகள், புனைகதைகள் பல எழுதியுள்ளார். சாந்த் ககன் (1952), தின் ஔர் தாஸ்தான் (1959), பஸ்தி (1980), தஜ்கிரா (1987), ஆகே சம்ந்தர் ஹை (1995). இவருடைய பல சிறுகதைகள், புனைகதைகள் ஆங்கிலத்தில் மொழிபெயர்க்கப்பட்டுள்ளன.

2007 இல் பாகிஸ்தானின் சிறப்பு விருதான 'சிதாரா இ இம்தியாஜ்', 2013 இல் 'மேன் புக்கர்' பன்னாட்டு விருதுக்கு இவர் பெயர் பரிந்துரைக்கப்பட்டது. 2014 இல் *நியூஸ் வீக் ஆஃப் பாகிஸ்தான்* 'பாகிஸ்தானில் வாழும் முழுமை பெற்ற இலக்கியவாதி' என்று பாராட்டி விருது வழங்கியது.

2, பிப்ரவரி 2016 இல் நேஷனல் மருத்துவமனை, லகோர், பாகிஸ்தானில் நிமோனியா நோய்வாய்ப்பட்டு சிகிச்சையின் போது மரணமடைந்தார். *இந்தியன் எக்ஸ்ப்ரெஸ்* பத்திரிக்கை 'உலகம் நன்கு அறிந்த சிறந்த பாகிஸ்தான் எழுத்தாளர்' என்று பாராட்டி எழுதியது.

கே. நல்லதம்பி

பிறப்பு மைசூரில். படிப்பு B.A.வரை. ஒரு தனியார் கம்பெனியில் வியாபாரப் பிரிவின் அகில இந்திய மேலாளராக 35 வருடங்கள் வேலை பார்த்து, ஓய்வுபெற்றவர். நிழற்படக் கலையில் ஆர்வமிக்கவர். பல உலக மற்றும் தேசியக் கண்காட்சிகளில் இவரது நிழற்படங்கள் பார்வைக்கு வைக்கப்பட்டு, பல பரிசுகளும் பெற்றிருக்கின்றன. இந்தியா லலித கலா அகாடெமியில் இவரது 6 புகைப்படங்கள் நிரந்தர அருங்காட்சியகத்தில் இருக்கின்றன. கன்னடத்திலிருந்து தமிழுக்கும், தமிழிலிருந்து கன்னடத்திற்கும் கவிதைகள், சிறுகதைகள், கட்டுரைகளை மொழிபெயர்த்துள்ளார். அவை பல கன்னட மற்றும் தமிழ் இதழ்களில் வெளியாகியுள்ளன.

குவெம்பு பாஷா பாரதி வெளியீடுகளான பெரியார் விசாரகளு (2017), தெங்கனமஹிளா லேககரு (2016), நிச்சம் பொசது (2016) தொகுப்புகளில் பல தமிழ்க் கட்டுரைகளை கன்னடத்திற்கு மொழிபெயர்த்துள்ளார். குவெம்பு பாஷா பாரதிக்காக – சங்கக் கவிதைகள் சிலவற்றை கன்னட எழுத்தாளர் திருமதி லலிதா சித்தபசவய்யாவுடன் இணைந்து மொழிபெயர்த்திருக்கிறார்.

விருதுகள்:

1. திசை எட்டும் – மொழியாக்க விருது – ஒரு புளியமரத்தின் கதை (சுந்தர ராமசாமி) கன்னடத்திற்கு. (2018)
2. கனவு சுப்ரபாரதி மொழியாக்க விருது (2019)
3. ஸ்பேர்ரோ டிரஸ்ட் – மொழியாக்க விருது (2020)

கன்னட சாகித்திய அகாதமி உறுப்பினர் (2020–21)

தற்போது பெங்களூரில் வசிக்கிறார்.

மயில் புராணம்

பிரிவினைக் கதைகள்

இந்த்ஜார் ஹுசைன்

கன்னடத்தில்

கே.ஈ. இராதாகிருஷ்ணன்

தமிழில்

கே. நல்லதம்பி

எதிர் வெளியீடு

மயில் புராணம்
பிரிவினைக் கதைகள்
இந்த்ஜார் ஹுசைன்

தமிழில்: கே. நல்லதம்பி
முதல் பதிப்பு: பிப்ரவரி 2021

எதிர் வெளியீடு,
96, நியூ ஸ்கீம் ரோடு, பொள்ளாச்சி - 642 002.
தொலைபேசி: 04259 - 226012, 99425 11302.

விலை: ரூ. 270

Mayil Puraanam
A chronicle of the peacocks
Intzar Hussain

Translated by: K. Nallathambi
First Edition: February 2021

Published by
Ethir Veliyeedu, 96, New Scheme Road. Pollachi - 2.
email: ethirveliyedu@gmail.com
www.ethirveliyedu.in

ISBN: 978-93-90811-12-0

Cover Design: Santhosh Narayanan
Printed at Jothy Enterprises, Chennai.

கதைகள்

அர்ப்பணிப்பு

என் மொழிபெயர்ப்பை முதல் முதலாகப் பாராட்டி
மேலும் என்னை எழுத உற்சாகப்படுத்தி, ஊக்குவித்த
திரு தமிழவன் (கார்லோஸ்)
அவர்களுக்கு அன்பு கலந்த மரியாதையுடன்

மயில் புராணம்

ஏன் இந்தப் பிசாசு என்னைப் பின்தொடர்கிறது என்று அந்த ஆண்டவன் அல்லா ஒருவனுக்கு மட்டுமே தெரியும்! எனக்குப் பதற்றமாகவும், சோர்வாகவும் இருக்கிறது. உண்மையாக அங்கு சென்றது இந்த மயில்கள் நலமாக இருக்கின்றனவா என்று பார்ப்பதற்கு. எனக்கென்ன தெரியும் இந்தப் பிசாசு என்னைப் பிடித்துக்கொள்ளுமென்று?

இந்த சிறிய செய்தி எதிர்பாராமல் என் கண்ணில் பட்டது. இல்லாவிட்டால், இந்த உலகின் கொந்தளிப்பில் எனக்குத் தெரிந்தே இருக்காது. உண்மையாகவும் எனக்குத் தெரிந்தே இருக்காது. இந்தியா அணு ஆயுதம் தயாரித்திருக்கிறது என்ற செய்தியே எங்கும் பரவியிருந்ததால் இந்தச் செய்தித் துணுக்கு ஒரு மூலையில் கிடந்தது. என்னை வாட்டிய செய்தி இதுதான் – அது இந்தச் சின்னச் செய்தி... 'பயத்தால் மயில்கள் ஆகாயத்தில் சிதறிப் பறந்து கத்திக் கொண்டிருந்தன'.

நான் உடனே எதிர்வினையாக, அந்த பயந்த மயில்களைப் பற்றி அனுதாபத்துடன் ஒரு கட்டுரை எழுதினேன். அத்துடன் என் கடமை முடிந்தது என்றும் என் எல்லா பந்தங்களிடமிருந்து விடுதலையடைந்தேன் என்றும் நினைத்தேன். ஆனால் உண்மையாக நான் என் கடமையை முடித்தேனா? நான் உண்மையாக விடுதலையடைந்தேனா? ஒரு சிறிய மீன் முனிவர் மனுஜியை தடுமாற்றத்துக்கு உள்ளாக்கியதைப்போல

அந்த முக்கியமற்ற செய்தி, என்னை மானசீக சங்கடத்திற்குள் தள்ளியது. அது நிகழ்ந்தது மிக முன்பு, உலக தொடக்க காலத்தில் என்று சொல்லலாம், மனுஜி தன் சுண்டுவிரல் அளவு சிறிய மீன் தண்ணீருக்காக தவிப்பதைப் பார்த்தாராம். அவர் அந்த மீனைக் காப்பாற்றி, பிழைத்துப் போகட்டும் என்று தண்ணீர் இருக்கும் ஒரு சிறிய பாத்திரத்தில் போட்டுவிட்டார். 'இனி என் கடமை முடிந்தது' என்று நினைத்த முனிவர் தான் விடுதலையடைந்ததாக உணர்ந்தார். ஆனால் அந்த மீன் பெரிதாக வளர, மேலும் பெரிதாக வளர்ந்தது. அது எவ்வளவு பெரிதாக வளர்ந்தது என்றால், முனிவர் மனுஜி அந்த பாத்திரத்திலிருந்து அதை வெளியே எடுக்க வேண்டியதானது. பாத்திரத்திலிருந்து அதற்கு விடுதலை அளித்தார். ஒரு பெரிய தடாகத்தில் கொண்டுபோய் விட்டார். ஆனால் தடாகத்தையும் மீறி அது பெரிதாக வளர்ந்தது. அங்கே இருந்து அதை வெளியே எடுத்து முனிவர் மனுஜி ஒரு நதியில் விட்டார். ஆனால் மீன் அந்த நதியைவிடவும் பெரிதாக வளர வேண்டுமா! கடைசியாக அதை கடலில் கொண்டு போய் விட்டார். அது கடலையும் வியாபித்தது.

அப்படித்தான் அந்த நான்கு வாக்கியங்கள் அந்த மயிலுக்குப் போதுமென ஆசிரியர் நினைத்த அந்தச் செய்தி என் உணர்வு உலகை, கற்பனை பிரபஞ்சத்தை முழுமையாக ஆக்கிரமித்துக் கொண்டது. என்னை வாட்டி வதைத்தது.

ஆம், அந்தச் செய்திதான், நான் ஜெய்பூரில் பார்த்த மயில்களிடம் என் கவனத்தை மறுபடியும் ஈர்த்தது. ஷஃபான் அல்லா! என்ன அழகான பிங்க் நகரம் இது! நான் ஜெய்பூர் சென்றடைந்தபோது மதியத்தைத் தாண்டி இருந்தது. முதலில் நான் அவை இருப்பதையே கவனிக்கவில்லை. ஆனால், இறங்கும் மாலையில் நான் தங்கியிருந்த விருந்தினர் மாளிகையின் ஜன்னலைத் திறந்து பார்க்கிறேன்... புதுமணப்பெண் போலவே இந்த விருந்தினர் மாளிகையும் அழகாக இருந்தது என்று சொல்லலாம். வெளியில் கண்ட காட்சி என் மனதை முழுமையாகக் கவர்ந்துவிட்டது! எல்லாப் பக்கங்களிலும் பார்த்தேன். வளாகம், நீரூற்று மேடையின் தடுப்புச் சுவரைச் சுற்றி, கூரை, எல்லா இடங்களிலும் மயில்கள். மயில்கள் மற்றும் மயில்கள். பளபளக்கும் நீலத் தோகை மயில்கள்! என்ன மென்மையான கம்பீரம்! ராஜ களை! அமைதியான

அழகு! அழகு, காதலும் அமைதியும் நிறைந்த தொட்டிலில் நான் இருக்கிறேன் என்ற மகிழ்வான எண்ணம் என்னை ஆக்கிரமித்துக்கொண்டது என்று வேறு சொல்லவேண்டுமா?

மறுநாள் மாலை, அந்த அழகான நகரத்திலிருந்து புறப்படத் தயாரானேன். வெளியே பார்த்தேன். எல்லா மரங்கள் மீதும், மலைகள் மீதும், கற்பாறைகள் மீதும் மயில்கள் மயில்கள்! அவற்றின் அசைவில் அதே அமைதி, அதே கம்பீரம், அதே அழகு. மாலை நிழல் நீள, முழு வானமும் மயில்களால் நிறைந்துபோனது. என்னை வரவேற்கவும் வழியனுப்பவும் அவை கூடினவோ என்று எனக்குத் தோன்றியது.

அந்தப் பயணம் நினைவிற்கு வரும்போதெல்லாம் என் மனம் முழுவதும் அந்த மயில்களின் உருவங்களே நாட்டியமாடும்... எனக்குத் தெரியாது! உண்மையாகவும் நான் அத்தனை மயில்களைப் பார்த்தேனா? இராஜஸ்தானின் எல்லா மயில்களும் என்னை வரவேற்க வெளியே வந்தனவோ? இப்போது அவை எப்படி இருக்கின்றனவோ என்று என் மனம் அடிக்கடி எண்ணும்.

அந்த அழகான நகரத்தை நினைத்துக்கொள்ள முயற்சிக்கும் போதெல்லாம், இப்போது முழு நகரமும் எனக்கு வெறுமையாகத் தெரிகிறது. பதட்டமடைகிறேன். சங்கடப் படுகிறேன். எனக்கு மயில்கள் தென்படவில்லை. அவற்றின் பாட்டும் கேட்கவில்லை. எங்கே காணாமல்போய்விட்டன அந்த மயில்கள்? உலகின் எந்த மூலையில் அந்த மயில்கள் ஒளிந்து கொண்டிருக்கின்றன? திடீரென்று ஒரே ஒரு மயில் என் பார்வைக்குத் தென்பட்டது. அதுவும் வெகுதொலைவில் இருந்த ஒரு மலையின் மீது! தனிமை கொண்ட மயில்! காயம் அடைந்து துடிக்கும் தனி மயில்! வேக - வேகமாக நான் மயிலின் அருகே சென்றேன். ஆனால் நான் அந்த மலையை அடையும் முன்பே என்னைப் பார்த்த பயத்தால் அது அலறியது. ஆகாயத்தில் பறந்து பார்வையிலிருந்து மறைந்து காணாமல் போனது.

அட, எங்கே போனது அந்த மயில்? அதனுடன் எப்போதும் கூடவே இருந்த எண்ணற்ற அதன் கூட்டாளிகள் எல்லாம் எங்கே போனார்கள்? எதற்காக அது தனியாக இந்த மலை மீது அமர்ந்திருந்தது? அதை எதற்காக இந்தத் தனிமைத் துயரம் வாட்டியது? அதற்கு என்ன பயம்? துயரம், சந்தேகம்,

பயங்களின் தாக்குதலுக்கு உள்ளான அந்த மயிலின் காட்சி, எனக்கு நானே மறந்துபோன மற்றொரு தனிமைத் துயரத்துக் காட்சியைக் காட்டுகிறது. அதே, இந்த இருட்டு அறையில், தைலம் படர்ந்த கடல். அங்கே தண்ணீரின் மீது அமைதியாக மிதக்கிறது ஒரு அன்னப் பறவை. இந்த அவநம்பிக்கையால் ‘ச்சே! இது இப்படி நடக்க சாத்தியமா!’ என்று இந்தக் கலப்படத் தைலம் நிறைந்த தண்ணீரை அவநம்பிக்கையுடன் பார்க்கும் அன்னப் பறவை. பறக்க முயற்சிக்கும் இந்த வாத்துக்கோழி தன் சிறகில் ஒட்டிக்கொண்ட எண்ணெய் கனத்தால் பறக்க முடியவில்லை. அதன் உடம்பின் இரத்தக் குழாய்களில் எல்லாம் சல்லிசாக விஷம் ஓடுகிறது. இந்த வாத்துக்கோழிதானே அமெரிக்க ஐக்கிய மாநிலம், ஈராக் இடையே நடந்த போரின் கொடூர அடையாளம்! சதாம் உசைன் தன் மக்கள் மீதும், ஈராக்கி குவைத்காரர்கள் மீதும், அமெரிக்கர்கள் ஈராக்கியர்கள் மீதும் மற்றும் அவர்கள் இவர்கள் மீதும், இவர்கள் அவர்கள் மீதும் நடத்திய போரில் கொடூரமான பாரத்தை எல்லாம் தானே சுமந்துகொண்டதுபோல தெரிகிறது இந்த அன்னப் பறவை என்ற வாத்துக்கோழி.

இது விசித்திரமல்லவா – வெள்ளப் பாதிப்பு ஏற்படும்போதேல்லாம் பணக்காரர்களும், பலசாலிகளும் தாங்கள் செய்த பாவங்களுக்குப் பொறுப்பேற்பதில்லை. அதன் பாரத்தைச் சுமப்பதில்லை. பதிலாக தங்கள் காலத்தில் நடந்த பாவங்களின் பரிகாரப் பிராயச்சித்த பாரத்தை வலுவற்றவர்களும், ஏழைகளும் தாங்களாகவே முன்வந்து சுமந்துகொள்கிறார்கள். தாங்கள் அனுபவிக்கும் சமுதாய வலிகளின் எல்லாப் புனிதர்களின் அடையாளமாகத் தெரிகிறது இந்த அன்னப்பறவை என்ற வாத்துக்கோழி. இப்படித்தானே, எல்லா அறநூல்களும் புனிதமானவர்களை சித்தரித்திருக்கிறது? வலியை அனுபவிப்பதே புனிதக் கடமை என்று எல்லா அறநூல்களும் சொல்கிறதே! பரப்பியதே! இப்படிப்பட்ட வலியை அனுபவித்தால் மட்டும்தானா சொர்க்கம் கிடைக்கும்?

ஆனால் நான் அந்த அன்னப்பறவையைப் பார்த்தபொழுது, அது நம் காலத்துப் பிரதிநிதி, அல்லது அடையாளம் என்று எனக்குத் தோன்றவில்லை. அதனிடம் புனிதமானவனின் மிடுக்கு இருக்கிறது என்று புரிந்துகொள்ளும் தரிசனத்தின் உட்பார்வை என்னிடமில்லை. அதைப் பற்றி ஒரு கதை

எழுதும் எண்ணமும் என்னை வதைக்கவில்லை. நான் அதை முழுமையாக மறந்துபோனேன். அது பாவம் ஒரு சின்ன அன்னப்பறவை என்ற வாத்துக்கோழி. நான் அந்தக் கதையை எழுதவேண்டுமென்று எண்ணும் கம்பீரமான, அழகான மயிலைப்போல அல்ல அது. ஒருவேளை அது வெறும் அன்னப்பறவையாக இல்லாமல் ராஜஅம்ஸமாக இருந்தால்? ஆனால் இப்போது உலகில் எங்கேயும் ராஜா அன்னப்பறவைகள் இல்லவே இல்லை! ஒருகாலத்தில், என்றால் மிக பழைமையான காலத்தில், இந்த உலகின் அரசன் ராஜஅம்ஸமா அல்லது மயிலா என்று முடிவுசெய்ய முடியவில்லை. உங்களுக்குத் தெரியுமா, அந்தப் பழைய நாட்களில் அன்னப்பறவை சுத்தமான வெள்ளை முத்துக்களைப்போல தெள்ளத்தெளிந்த தண்ணீர் தடாகத்தில் மிதந்துகொண்டிருந்தன என்று. அன்னப்பறவையை விரும்பும் இளவரசர்களைக் கவர இளவரசிகள் அரண்மனை வளாகத்தில் முத்துக்களை சிதறுவார்களாம்! ஆனால், இந்தக் காலத்தில் இயல்பான முத்துக்களின் கவர்ச்சிக்கு அடிமையாகும் அன்னப்பறவை விரும்பிகள் எங்கே இருக்கிறார்கள் சொல்லுங்கள்? எல்லாம் செயற்கை முத்துக்கள் அல்லது சுத்திகரிக்கப்பட்ட முத்துக்கள். மானசசரோவரின் தெள்ளத்தெளிவான தண்ணீர் மீது கம்பீரமாக மிதந்துகொண்டிருந்த அன்னப்பறவைகள் எங்கே இருக்கின்றன? சரிதானே? இப்போது, மானசசரோவரம் எங்கே இருக்கிறது என்றே யாருக்கும் தெரியாதே. எல்லா தாடகங்களும் வெறுமையாக இருக்கின்றனவே. நதிகள் எல்லாம் அசுத்தம். குண்டு வெடிப்புக்களால் மேலெழுந்த தூசியும் புகையும் ஆகாயம் முழுவதும் பரவிக்கிடக்கிறது. சுத்தமான காற்று, தூய்மையான தண்ணீரைத் தேடிக்கொண்டு ராஜாஅம்ஸம் எங்கேயோ பறந்து போயிருக்கும். அவை வெறும் புராணங்கள், கதைகளின் உலகில் மட்டுமே வாழ்கின்றன. நம் காலத்து பாரத்தைச் சுமக்க ஏழை வாத்துக்கோழிகள்தான் மீதமிருக்கின்றன.

இப்போது மறுபடியும் புராணத்திற்கு வருவோம். சமீப காலம்வரை, தனது எல்லாப் பெருமைகளுடன் இந்த மயில்தான் கடந்த - நிகழ்காலங்களுக்கு இடையே இணைந்த கொக்கியாக இருந்தது. பருவகால மழை மாலைப்பொழுதைக் குளிர்விக்கும்போது மயில்கள் தங்கள் கானத்தால் காற்றை நிரப்பிக்கொண்டிருந்தன. எனக்கு இன்னும் நினைவிருக்கிறது

அப்படி ஒரு மாலை. ஒரு மயில் எங்கள் மாடிமுகப்பின் பின்சுவரின் மீது வந்து அமர்ந்திருந்தது. நான் அப்போது இன்னும் சிறுபையன். உடனே அந்த மயிலிடம் ஓடினேன். மெல்ல...மெல்ல... சத்தமில்லாமல் மெல்ல அடி எடுத்து வைத்தேன். இனி என்ன அதன் வாலைப் பிடித்து இழுக்கவேண்டும் அதற்குள் அந்த மயிலின் உடல் பயத்தால் நடுங்கியது. தன் சிறகுகளை வேகமாக அடித்துக்கொண்டு, கத்திக்கொண்டே பறந்துவிட்டது.

“நீ என்றும் மயிலுக்கு சிரமம் தரக்கூடாது பேரனே...... மயில் சொர்க்கப் பறவை” என்று என் பாட்டி என்னை மிரட்டினாள்.

“சொர்க்கப் பறவை?” நான் வியந்து கேட்டேன். “அங்கே அது என்ன செய்துகொண்டிருந்தது?”

முதலில் அங்கேதான் இருந்தது. இப்போது இங்கே இருக்கிறது. தான் செய்த தவறுக்கு பிராயச்சித்தம் அனுபவித்துக்கொண்டிருக்கிறது.”

“அப்படி ஒரு தண்டனையை அனுபவிக்க அது அப்படி என்ன குற்றம் செய்தது?”

“ஓ, அதுவா, பேரனே! அது உண்மையாகவும் குற்றமற்றது. வெகுளி. ஆனால் அந்த கெட்ட சாத்தான் பின்னிய வலையில் மாட்டிக்கொண்டது.”

“பாட்டி... சாத்தான் வலையில் அது எப்படி மாட்டிக்கொண்டது...”

“அந்த கெட்ட சாத்தான் ஒரு பழுத்த நிராதரவான கிழவனைப்போல வேடம் போட்டுக்கொண்டு சொர்க்கத்தின் வாசலுக்குப் போனான். ‘என்னை உள்ளே விடு’ என்று கவலாளியிடம் வேண்டினான். அழுதான். ஆனால் சொர்க்கத்துக் காவல்காரர்களுக்கு அதுகூடத் தெரியாதா என்ன? அவர்கள் காவல்காரர்களானல் என்ன. சொர்க்கமல்லவா? இந்தக் கிழவன் வேறு யாருமல்ல சாத்தான் என்று தெரியாமலா போகும்? என்ன இருந்தாலும் அவர்கள் சொர்க்கத்தில் வசிப்பவர்களாயிற்றே! அவர்கள் சொர்க்கத்துக் கதவைத் திறக்க மறுத்தார்கள். கதவுக்குக் குறுக்கே நின்றார்கள். ஆனால் இந்த மயில் சொர்க்கத்துப் பூங்காவைக் காக்க கட்டிய சுவர் மீது அமர்ந்திருந்தது. அந்தக்

கிழவனைப் பார்த்துக்கொண்டிருந்தது. அதற்கு கருணை உண்டானது! பாவம் அதற்கு என்ன தெரியும் அந்தக் கிழவன் சாத்தான் என்று! அந்த கிழவன் மீது அனுதாபம் ஏற்பட்டது! சரி, கீழே பறந்து வந்து, கிழவனிடம் 'பயப்பட வேண்டாம் தாத்தா, இந்தச் சுவரைத் தாண்ட நான் உனக்கு உதவி செய்கிறேன்' என்று சொல்லியது, மதிகெட்ட அந்த மயில்.

"பிறகு என்ன வேண்டும் ஒரு குருடனுக்கு? பார்வை உள்ள ஒருவனுக்குப் பார்வை கிடைத்தால் போதுமல்லவா? உடனே, மயில் பேச்சை முடிக்கும் முன்பே, சாத்தான் மயில் முதுகின் மீது தாவி அமர்ந்துகொண்டான். மயில் சொர்க்கத்துச் சுவர் மீது பறந்தது. அந்த கெட்ட சாத்தானை சொர்க்கத்து அழகான பூங்காவிற்குள் நுழைய உதவியது. அல்லாவுக்கு இது தெரியாமலா போகும்? ஒரு விநாடியில் தெரிந்துவிட்டது. எல்லாம் வல்லவனல்லவா அவன்? இயல்பாக அவருக்குக் கோபம் வந்தது. கடும் கோபம். அதன் பலந்தான் ஆதம் ஏவாள் செய்த முதல் பாவம். சாத்தான் அந்தக் கடவுளின் பிள்ளைகளைக் கெடுத்துவிட்டான். கடவுள் அவர் இருவரையும் சொர்க்கத்திலிருந்து வெளியேற்றினார். அவர்களுடன் இந்த மயிலையும் "உனக்கும் கேட்பாஸ், வெளியே நட" என்றார்."

இந்தக் கதையைக் கேட்டு எனக்கு மிகவும் துன்பம் ஏற்பட்டது. அதிலும் அப்பாவியான மயிலுக்கு ஏற்பட்ட நிலைமையைக் கேட்டு மிகவும் வருத்தமானது.

"ஒருகாலத்தில் இந்த மயில் சொர்க்கத்துச் சுவர் மீது அமர்ந்து மகிழ்ச்சியாக இருந்தது. இப்போது அது உட்கார்ந்துகொள்ள எங்கள் மாடிமுகப்பின் இடிந்த சுவர்தான் கதி." "கடவுள் இப்படி செய்தது சரியா" என்று பாட்டியிடம் என் கேள்வி. "ஆம், பேரனே... நாம் நம் மூல இடத்திலிருந்து பெயர்ந்துவிட்டால் நமக்கும் அதே கதிதான்" என்றாள் பாட்டி.

இப்போது அதற்கு வேறு வழி இல்லை. சோர்ந்துபோகும்போது எங்கேயாவது, ஏதாவது சிறிது நேரம் அமர்ந்துகொள்ள இடம் கிடைக்குமா என்று தவிக்கிறது. இடம் தேடுகிறது. ஏதோ ஒரு வளாகத்தைச் சுற்றி இருக்கும் குட்டிச் சுவர், ஏதோ ஒரு மரம் அல்லது குன்று கிடைத்தால் தன் கால்களை ஊன்றிக்கொள்ள போதும் என்று நினைக்கிறது.

நான் ஷ்ராவஸ்தி தெருவில் நடந்துபோய்க்கொண்டிருந்தேன். அங்கேயே அருகில் ஒரு மலை. அதில் இன்னும் பசும் செடி மரங்கள் இருந்தன. அங்கேயும் ஒரு மயில். அது ஏதோ ஆழ்ந்த கனமான சிந்தனையில் மூழ்கி இருந்தது போலத்தெரிந்தது. யாருக்கோ அது காத்திருப்பதுபோல இருந்தது. ஷ்ராவஸ்தியை நான் சென்றடைந்த போது இறங்கும் மதியப் பொழுது. மகான் புத்தர் வெகு காலம் வசித்துவந்தது இந்த ஷ்ராவஸ்தியில்தான். மழைக் காலத்தில் தன் கூட்டாளிகளுடன் புத்தனுக்கு இதுதான் ஓய்வு இடம். எல்லாம் போல அதுவும் இப்போது பாழடைந்த இடம். அங்கங்கே சிதறிய செங்கல் சில்லுகள், புத்தரின் பாதங்கள் இங்கே ஸ்பரிசித்ததற்கு அடையாளம். மலை மீது இருக்கும் அந்த மயில் ஒன்றுதான் அநேகமாக புத்தர் காலத்திலிருந்து இன்றுவரையிலான வரலாற்றை தன் கண்களில் நிரப்பிக்கொண்டது.

அந்த நிரந்தர வரலாற்றிற்கு அது ஒன்றுதான் சாட்சி. அதன் கண்கள் அந்தக் கடந்த காலத்து காட்சிகளை உருவகித்திருக்கும். இந்த மயில் இருப்பதால்தான் ஷ்ராவஸ்தி முழு அமைதியான இடமாக இருக்க முடிகிறது.

நான் ஷ்ராவஸ்தியில் அதிக நாட்கள் தங்கவில்லை. தில்லிக்குத் திரும்பிவிட்டேன். ஆனால், அன்று மாலை, நான் தில்லி திரும்பி வந்த மாலை, தில்லி ஒரு துயரமான தனிமையான நகரத்தைப்போலத் தெரிந்தது. நிஜாமுத்தின் அருகே இருந்த குடியிருப்புப் பகுதி அப்படித்தான் தெரிந்தது. சில நாட்களுக்கு முன்பு, வெகு சில நாட்களுக்கு முன்பு, அங்கே ஒரு தேசாந்தரிகளின் புலம்பெயர்ந்தவர்களின் கூட்டம் இருந்தது. அந்தக் கூட்டம் இப்போது அந்த இடத்தில் இல்லை. புலம்பெயர்பவர்கள் தானே? தேசாந்தரிகள் அல்லவா? இடம் பெயரவேண்டுமல்லவா? அந்த மாலை, சிறிய மழை பெய்த மாலை. துயரம், கவலை, நிசப்தம் என்றும் விடாது என்பதுபோலத் தெரிகிறது.

விரிசல் அடைந்த நடைபாதைக்கு நடுவில் எழுந்து நின்ற நிஜாமுத்தின் சமாதியும் சத்தமில்லாமல் அமைதியாக ஓய்ந்து படுத்திருந்தது.

அந்த சமாதியைச் சுற்றியிருந்த இடம் முழுவதும் உயரமாகப் புல் வளர்ந்து நிறைந்து கிடந்தது. நான் அந்தப் பாதையைக்

கடக்கிறேன். எங்கேயோ ஒரு பக்கத்திலிருந்து, சமாதியின் பின்னால் இருந்து ஒரு மயில் என்னை அழைக்க வேண்டுமா? எங்கே அந்த மயில் என்று சுற்றிலும் பார்க்கிறேன். அட, எங்கே எட்டிப்பார்த்தாலும் எனக்கு அது தெரியவே இல்லை. ஆனால், மறுபடியும் ஒருமுறை அது என்னை அழைக்கிறது. அதே குரல், அதே கூவல், அதிசயமான கூவல். கடந்த நூற்றாண்டு காலத்தை எதிரொலிக்கும் கூவல்.

கனவுகளும், கற்பனைகளும் அல்லவா நம்மை உயிர்ப்புடன் இருக்க வைப்பது? என் கற்பனைக்குப் பின்னால், வெகு பின்னால் ஒரு யுகத்திற்கு அழைத்துச் சென்றது. மறுபடியும் எனக்கு வியப்பு. எல்லா இடங்களிலும் மயில்களின் கார்வை எதிரொலி. அகவலோசை, அழைப்பு. "ஆண்டவனே, எங்கே இந்த மயில்கள்?" அகவலோசை கேட்கிறது. ஆனால் கண்ணுக்குத் தெரியவில்லையே. அவை எந்தப் பூங்காக்களில் இருக்கின்றன?" வியப்புடன் அகவலோசை எழுந்த திசையின் பக்கமாக நடந்தேன். நடந்தேன்... நடந்தேன். அப்படி நடந்து நடந்து அடைந்தது ஒரு நகரத்தை. மேகங்களைத் தொடும் சுவர்கள் அந்த நகரத்தைச் சுற்றி வளைத்திருந்தன. அந்தச் சுவர்களுக்கு வெளியே பழுத்துத் தொங்கும் பற்பல பழங்களின் தோட்டம் தெரிகிறது. அந்தத் தோட்டத்திலிருந்து இரண்டு மாறுபட்ட ராகங்களில் பாடும் பறவைகளின் பாட்டு கேட்கிறது. அதில் இரண்டு ராகத் தொனிகளும் ஒன்றிலிருந்து மற்றொறொன்று முழுமையாக மாறுபட்டது. ஒன்று குயிலின் குஹு... குஹூ...? கேள்வியின் கார்வை. மற்றொன்று மயிலின் அழைப்பு! எந்த இடம் இது? அட... ஆம், இது இந்திரப்பிரஸ்தம்! பாண்டவர் நகரம். நான் என் வீட்டிலிருந்து இத்தனை தொலைவு கடந்து வந்துவிட்டேனா? இல்லை... இல்லை... நான் என் வீட்டிற்குத் திரும்பியே ஆகவேண்டும்! எப்படி இருந்தாலும் இப்போது அது என் வீடு.

நான் எத்தனை நீள அகலங்களைச் சுற்றியிருக்கிறேன்! எத்தனை மயில்களைப் பார்த்திருக்கிறேன். வெவ்வேறு நிலங்களில், வெவ்வேறு வயது மயில்களை. ஆம், இப்போது எனக்கு நேரம் கூடிவருகிறது. மயில்களின் புராணத்தை எழுதும் நேரம் கூடி வந்திருக்கிறது. ஆனால், என் வீட்டிற்குத் திரும்பும் முன் நான் மற்றொரு முறை இராஜஸ்தானுக்குச் சென்றே

ஆகவேண்டும். பயந்து, சிதறிப் பறந்துபோன மயில்கள் திரும்பி வந்திருக்கின்றனவா என்று பார்க்கவேண்டும்.

ஆம்! மயில்கள், அதிக, அதிக எண்ணிக்கையில் மயில்கள் அங்கே திரும்பி வந்திருக்கின்றன. ஆனால் அதிசயம்! உண்மையாகவும் வினோதம்! என்ன என்றால் என்னைப் பார்த்தவுடன் பயந்து புதிராகக் கத்திக்கொண்டு, மலையிலிருந்தும், மரங்களிலிருந்தும் எழுந்து, வானில் பறந்து போனான.

முதலில் நான் இங்கே வந்தபோது அவை எத்தனை நட்பாக இருந்தன? அப்போது, அந்த நொடியில், நான் தனியான ஒருவன் அல்ல என்று எனக்குப் புரிந்துவிட்டது. ஏனோ, மற்றொருவன் என்னுடன் நடந்து வருகிறான். அருகில், வலதுபக்கம் பார்க்கிறேன் யார்? யாரும்... இல்லை.

ஆனால் மறுபடியும் இடது பக்கம் பார்க்கிறேன். நான் எதை யாரைப் பார்க்கிறேன்? என் கண்களின் பார்வையை அவனால் கேட்கவே முடியவில்லை... என்ன... யார்... இவன்? இவனா... இவன் அவன்தான்... அதே அஸ்வத்தாமன் அல்லவா? குருசேத்திரப் போரின் கொடும்பாவி தானே இந்த அஸ்வத்தாமன்? அவன் எதற்கு இன்னும் இங்கே இருக்கிறான்? அவன் எதற்கு என் கூடக்கூடவே நடந்து வருகிறான்?... எனக்குப் புரியவே இல்லை. அவன் எப்போது எந்த நேரத்தில் வந்து என்னோடு ஒட்டிக்கொண்டான்? எனக்குத் தெரியாது. ஒருவேளை இந்திரபிரஸ்தத்திலிருந்து நான் திரும்பி வரும்போது குருசேத்திரத்தின் வழியாக வந்தேனல்லவா, அங்கே சில நொடிகள் நின்றேனே... அப்போது மெல்ல என்னுடன் ஒன்றாக ஒட்டிக்கொண்டிருக்க வேண்டும். ஆம்... அது உறுதி. அந்தக் கொடும் விலங்கு என்னோடு அங்கேதான் ஒட்டிக் கொண்டிருக்கவேண்டும். ஆனால்... குருசேத்திரம்... நான் அங்கே போனபோது, அங்கே எந்த விலங்கும் உயிருடன் வாழ்ந்த அடையாளமே இல்லை! அந்தக் கொடியவன் எங்கே அடங்கி இருந்தான்? போர் முடிந்த பிறகும் அங்கங்கே, எங்கெங்கும் அந்த மனிதன் அலைந்துகொண்டே இருக்கிறானே?

அந்தப் போர்... ஆம், போர்... வீரத்தைக் காட்டும் போர்... எப்படிப்பட்ட மனிதனையும் தலைகீழாக மாற்றிவிடுகிறது. பாருங்கள், எடுத்துக் காட்டிற்கு இந்த அஸ்வத்தாமனையே

எடுத்துக்கொள்ளுங்கள். இவன் சத்குரு துரோணாச்சாரியரின் மகன், துரோணாச்சாரியார் எப்படிப்பட்ட பெரும் அறிஞர் என்று உங்களுக்குத் தெரியுமா? பாண்டவர், கௌரவர்களின் ஆட்சிக்குட்பட்ட எல்லாப் பெரும் தலைவர்களும் அவருக்குத் தலை வணங்கி பாதம் தொடுவார்கள். அஸ்வத்தாமனுக்குத் தன் தந்தையிடமிருந்து அவருடைய திறமை, தேர்ச்சி, ஞானம், குணநலன்கள், எல்லாம் பரிசாக அவனிடம் விரும்பிவந்தவை. ஆனால், அவர்களுடைய 'பிராமண விவேகம்' அவனை எள்ளளவும் தொடவில்லை. 'நீ என்னிடம் வரவேண்டாம்' என்று அவனே அதை மறுத்திருக்க வேண்டும். முழு குருசேத்திர போரின் கதைகளில் பயங்கரமாக சபிக்கப்பட்ட, இகழ்ச்சிக்கு உள்ளான அந்த அஸ்வத்தாமன் நாமதேயன்.

எல்லாப் பெரும் சூரர்களின் குருக்களான துரோணாச்சாரியரிடம், ஒரு பயங்கரமான பிரம்மாஸ்திரம் இருந்ததாம்! ஆனால், பார்க்க அது வெறும் காய்ந்துபோன தர்ப்பைப் புல்லைப்போலவே தோன்றுமாம். ஆனால், அதன் வலுவான ஆற்றல் எதையும் எரித்து விடக்கூடியது; நீள –அகல – உயர்வுகளை எல்லாம் ஒரு அரைநொடியில் அழித்துவிடக்கூடியது. துரோணாச்சாரியார் அந்த ஆயுதத்தின் பரம இரகசியத்தை தன் நெருங்கிய மாணவன் அர்ஜுனனுக்கு மட்டுமே உபதேசம் செய்திருந்தாராம். அந்த போர் எத்தனை வலி நிறைந்ததும், வினோதமானதும் என்றால், குருவும், அந்த குருவின் நெருங்கிய அன்புக்குரிய மாணவர்களும் ஒருவருக்கொருவர் எதிரான பிரிவிலிருந்து கொண்டு போர் செய்யவேண்டியதானது. ஆனால் உலகையே அழித்துவிடும் அந்த பிரம்மாஸ்த்திரத்தை எந்தத் தருணத்திலும் பயன்படுத்துவதில்லை என்று இருவருமே உறுதியெடுத்திருந்தார்கள். அப்படியே அதைக் கடைபிடிக்கவும் செய்தார்கள். ஆனால், புத்திரப் பாசம் பாருங்கள், தான் இறப்பதற்கு முன், தன் மகன் அஸ்வத்தாமனுக்கு துரோணாச்சாரியார் பிரம்மாஸ்திர இரகசியத்தை உபதேசம் செய்கிறார். ஆனால், 'எந்தக் காரணத்திற்கும், எந்தத் தருணத்திலும் அதைப் பயன்படுத்தக்கூடாது' என்று எச்சரித்திருந்தார். ஆனால் என்ன? துரோணாச்சாரியார் இறந்த பின் அஸ்வத்தாமனை கட்டுப்படுத்துபவர்கள் யாரும் இல்லை. அதனால், போரின் கடைசி நாட்களில், இந்த அஸ்வத்தாமன் எதையும் செய்யத் தயங்கவில்லை. பிரம்மாஸ்திரத்தை விடுதலை செய்து பிரயோகிக்க தயாராகிவிட்டான்.

எப்போதும் அப்படித்தானே! எல்லாப் போர்களையும் போல, அந்தக் கடைசி நாட்கள் பயங்கரமானவை. அவை மிகவும் அபாயகரமாகவும், நினைத்துப் பார்க்கக்கூட முடியாதவையும் அந்தத் தருணங்கள்தான். ‘பயப்பட வைக்க இருக்கட்டும்’ என்று சேகரித்துவைத்த ஆயுதங்களை மனிதர்கள் பயன்படுத்துவது? ஹிரோஷிமா போன்ற நகரம் முழுமையாக எரிந்துபோனாலும் பரவாயில்லை; அந்தப் போர், கொல்லும் விளையாட்டு அத்துடன் முடிந்துவிடும். வென்றவர்களுக்குப் பெரிய நிம்மதி. போரில் வென்றோமே என்று. தோற்றவர்கள் தங்கள் தோல்வியின் துயரம் சங்கடங்களில் தொலைந்து போவார்கள்.

இப்படி, அஸ்வத்தாமன் குருசேத்திரத்தில் பிரம்மாஸ்த்திரத்தைப் பயன்படுத்தி விட்டான்!

கிருஷ்ணனுக்கு இது தெரிந்துவிட்டது. அதுவும் உடனே. அவனுக்குத் தெரியாமல் இருக்குமா என்ன? ஸ்ரீ கிருஷ்ணனல்லவா? அர்ஜுனனை அழைத்து கட்டளையிட்டான், “ஓ ஸவ்யஸாசின்! துரோணச்சாரியாரின் மகன் மூர்க்கன், அறிவே இல்லாமல் பிரம்மாஸ்திரத்தை எடுத்துவிட்டான். இப்போது, அரைநொடியில், உலகில் எல்லாமும் முழுமையாக அழிந்துவிடும். உன் ஒருவனால் மட்டுமே இதைத் தடுக்கமுடியும். எல்லாம் எரிந்து சாம்பலாகும் முன் தயாராகுக.”

அஸ்வத்தாமன் விடுத்த அழிவு ஆயுதத்தைக் கட்டுப்படுத்தி, செயலிழக்கச் செய்ய அர்ஜுனன் தன் பிரம்மாஸ்திரத்தை எடுத்துவிட்டான். கதை இப்படிச் சொல்கிறது: அர்ஜுனன் தன் பிரம்மாஸ்திரத்தை எய்தவுடன், அதிலிருந்து வெளிவந்த ஜ்வாலை எந்த அளவுக்கு கடுமையாக இருந்ததென்றால், அது மூன்று உலகங்களின் எல்லா ஜ்வாலைகளையும் சாம்பலாக்கிவிட்டதாம். தூரத்துக் காட்டுப்பகுதியில் மௌனமாக தியானத்தில் இருந்த வியாஸ முனிவரையும் அதன் வெப்பம் தீண்டியது. பயம் அவரையும் சூழ்ந்துகொண்டது. உடனே தன் தியானத்திலிருந்து விலகி, குருசேத்திரத்திற்கு ஓடோடி வந்தார் அந்த அமைதியை நாடும் முனிவர். அஸ்வத்தாமன், அர்ஜுனன் நடுவே நின்றார். இரண்டு கைகளையும் மேலே தூக்கிக் கத்தினார். “ஓ, தீயவர்களே, என்ன அநீதி இது! முழு உலகமும் அழிந்துகொண்டிருக்கிறது. இருவரும் உங்கள் ஆயுதங்களை செயலிழக்கச் செய்து திரும்பப் பெறுங்கள்!”

அர்ஜுனன் உடனே அந்த முனிவர் மகான் காலில் விழுந்து வணங்கினான். தன் ஆயுதத்தைத் திரும்பப் பெற்றான். செயலிழக்கச் செய்தான்.

ஆனால், அஸ்வத்தாமனுக்கு இரக்கமில்லை. “முனிவரே...! மகானே...! நானும் அந்த ஆயுதத்தை எடுத்து விட்டுவிட்டேன். ஆனால் அதைத் திரும்பப்பெறும் ஆற்றல் எனக்கில்லை. எனக்கிருக்கும் ஆற்றல் ஒன்றுதான். நான் அதன் திசையை மாற்றமுடியும்.. அதைப் பாண்டவர் சேனை மீது விழுவதைத் தடுக்க முடியும். ஆனால் அது அவர்களுடைய பெண்கள் மீது பாய்ந்து, அவர்கள் கரு சிதைந்து, கர்ப்பத்தில் இருக்கும் சிசுக்களை அழித்துவிடும். பாண்டவர்களுக்கு வாரிசுகள் இருக்காது. அவர்கள் தலைமுறை முடிந்துவிடும்.” அப்படியே நடந்தது.

கிருஷ்ணன் கோபத்தில் சொன்னான், “ஓ...ஹோ... துரோணச்சாரியாரின் மகனே! நீ பயங்கரமான மன்னிக்க முடியாத பாவத்தைச் செய்தாய். பிள்ளைகளைக் கொன்று கடும் பாவம் புரிந்தாய். நீ மூன்றாயிரம் ஆண்டுகள் காலம், காடு – மேடுகளில் தன்னந்தனியாக அலைந்து திரியவேண்டுமென்று நான் உன்னைச் சபிக்கிறேன். போரால் உன் தேகத்தில் மீது ஏற்பட்ட காயங்கள் குணமாகமல் போகட்டும். அதிலிருந்து குருதியும், சீழும் எப்போதும் ஒழுகிக்கொண்டே இருக்கட்டும். உன் அழுகிய உடல் நாற்றத்திற்கு அசிங்கப்பட்டு, மக்கள் உன்னை வெறுக்கட்டும், உன்னிடமிருந்து அவர்கள் விலகி ஓடட்டும்.”

நானும் கூட அந்த அஸ்வத்தாமனிடமிருந்து எவ்வளவு தூரம் ஓடிப்போக முடியுமோ அவ்வளவு தூரம் ஓட முயற்சித்தேன். ஆனால் என் நிழலைப்போல அவன் என்னுடன் ஒட்டிக்கொண்டுவிட்டான். ஓ...கடவுளே... அல்லாவே... நான் எங்கே சென்று மறைந்துகொள்ளட்டும்? நான் எப்படி அவனிடமிருந்து விடுபடட்டும்? உடனே எனக்கு நினைவு வந்தது. இங்கே எங்கோ அருகில் மீராபாய் சமாதி இருக்கிறது. நான் அங்கே அடைக்கலம் புகலாம் என்று நினைத்தேன். அது மட்டுமல்ல, இந்த சமாதியின் அருகிலேயே க்வாஜா மொயினுத்தின் சிஷ்டி தர்க்கா இருக்கிறது. எனக்கு அந்த இரண்டில் ஒன்று அடைக்கலம் அளிக்கலாம். அந்த

சமாதிகளுக்கு உள்ளே யார் அவனை நுழைய விடுவார்கள்? அவனும் பயந்து ஓடிப்போவான். என் மனதில் வேறொரு சிந்தனை வந்து நிறைந்துகொண்டது. ஆனால் எனக்கு அந்தத் தீயவனிடமிருந்து எப்படி விடுவித்துக்கொள்வது என்று தெரியவே இல்லை. நான் எந்த வழியில் சென்றாலும், பாதையை மாற்றினாலும், அவன் என்னை பிரிக்க முடியாத என் நிழலைப்போல பின்பற்றிக்கொண்டே இருந்தான்.

ஒருபக்கம் பயத்தால் தத்தளித்துக்கொண்டிருக்கும் மயில்கள் அலறிக்கொண்டிருந்தன. மற்றொரு பக்கம் பாண்டவர்களின் பெண்கள் அழுதுகொண்டிருந்தனர். ஒவ்வொரு வீட்டிலும் துயரம், வேதனை. ஒவ்வொரு குடும்பத்திலும் குழந்தைகள் இறந்து கிடந்தார்கள். அர்ஜுனனின் வீட்டையும் கேடு சூழ்ந்தது. சுபத்திராதேவி விக்கி விக்கி அழுதுகொண்டிருந்தாள். அவள் வயிற்றிலிருந்து வெளிவந்த ஜீவன், அவள் மகன் அபிமன்யுவை கௌரவர்கள் குருசேத்திரத்தில் வெட்டிக் கொன்றிருந்தார்கள். அவன் இறந்தபோது அவள் எவ்வளவு அழுதிருப்பாளோ! அப்போது கர்ப்பிணியாக இருந்த அபிமன்யுவின் மனைவி உத்திரை மயங்கி விழுந்திருந்தாள். வேறு எந்தப் பாண்டவர்கள் குடும்பத்திலும் போரை வென்ற மகிழ்ச்சிக் கொண்டாட்டம் இருக்கவில்லை. எல்லாப் பெண்களின் கருவறைகளையும் அஸ்வத்தாமனின் பிரம்மாஸ்திரம் சுட்டு எரித்து விட்டது. சுபத்திரைக்குத் தன் அண்ணன் கிருஷ்ணன் தனக்குக் கொடுத்த வாக்கு நினைவுக்கு வந்தது. ஶ்ரீ கிருஷ்ணன் வாக்குக் கொடுத்திருந்தான் "என் தங்கையே, உன் மருமகளின் கருவறை வெறுமையாக நான் விடமாட்டேன்!" அதுபோலவே ஶ்ரீ கிருஷ்ணன், வாழவைக்கும் கடவுள் திருமாலின் அவதாரமாகவும் இருப்பதால் உயிரற்றுப் பிறந்த அந்த சிசுவின் உடலில் உயிரை நிரப்பினான். "உத்தரையின் மகன் அஸ்தினாபுரத்து சிம்மாசனத்தில் அமர்ந்து, அரசை ஆண்டு, பாண்டவர்களுக்குப் பெருமை சேர்ப்பான்" என்று ஆசீர்வதித்தான்.

உத்தரையின் மகன் பரீட்சித், அஸ்தினாபுரத்து அரியணை ஏறினான். ஒருநாள் அவனை ஆசீர்வதிக்க வியாஸ முனிவர் அஸ்தினாபுரத்திற்கு வந்தார். அவருக்கு மரியாதை செலுத்திய பின், பரீட்சித், அவரிடம் ஒரு வினோதமான கேள்வியைக் கேட்டான். அந்தக் கேள்வியை கேட்கும் முன், பன்னீரால் அவர் பாதங்களைக் கழுவி, அவர் முன்னால் பக்தியுடன் கைகூப்பி,

தலைகுனிந்து வணங்கினான். பிறகு கேள்வி கேட்டான் "ஓ... அறிஞர் மகானே! நீங்கள் அனுமதி அளித்தால் உங்களிடம் ஒரு கேள்வி கேட்கலாமா?"

"கேள், மகனே... தாராளமாக கேள்."

"முனிவரே, நம் வம்சத்தின் எல்லா மூத்தவர்களும் குருசேத்திரத்தில் ஒன்றாக இருந்தார்கள். பாண்டவர்களோடும், கௌரவர்களோடும் பல நல்ல அறிஞர்களும் ஞானிகளும் இருந்தார்கள். போர் நடந்தால், எல்லோரும், அதற்கு அதிகமான சங்கடமான விலையைக் கொடுக்கவேண்டிவரும் என்று அவர்களுக்கு ஏன் புரியவில்லை? போர் எல்லாவற்றையும் அழிக்கும் என்று ஏன் தெரியவில்லை? எல்லாம் குலைந்துபோகும் என்று எதற்காகப் புரிந்து கொள்ளவில்லை?"

வியாஸ மகான் நீண்ட பெருமூச்சுவிட்டார். பிறகு பதிலளித்தார்.

'குழந்தாய்... போர் தொடங்கும்போது, பெரிய அறிவாளிகளும் தங்கள் விவேகத்தை இழந்துவிடுவார்கள். அது மட்டுமல்ல, விதி எதை நிச்சயிக்கிறதோ, அது நடந்தே தீரும்."

இதைச் சொல்லிவிட்டு வியாஸ மகா முனிவர், காட்டிற்குத் திரும்பிவிட்டார்.

அந்தக் காலகட்டத்தில் முனிவர்கள் ஆயிரமாயிரம் ஆண்டுகள் வாழ்ந்து வந்தார்கள். ஆனால் அபிமன்யுவின் மகன் முனிவர் இல்லையே! ஒரு பகை, போர்ப் பாம்பு அவனைக் கொத்திவிட்டது. அவனும் இறந்தான். ஆனால், முனிவர் வியாஸ மகானை அவன் அன்று கேட்ட கேள்வி அவன் இறந்து பற்பல ஆண்டுகளுக்குப் பிறகும் உயிருடனேயே இருந்தது. அது மரணிக்கவே இல்லை. இராஜாஸ்தானில் நான் தனியாக அலைந்து கொண்டிருந்தபோது என்னை இந்தக் கேள்வி அடிக்கடி துளைத்தது. உண்மை சொல்லவேண்டுமென்றால், அஸ்வத்தாமன் என்னோடு ஒட்டிக்கொண்டு பின் தொடர்ந்த உடனேயே என்னை இந்தக் கேள்வி அவ்வப்போது எதிர்கொண்டது. இந்தக் கேள்வியும் அஸ்வத்தாமனும், அந்த இரண்டும், என்னுடைய நிழலுக்கு நடுவே வருகின்றன என்று எனக்குத் தோன்றியது.

முதலில் அஸ்வத்தாமனைப் பார்த்தபோது எனக்கு நானே சொல்லிக்கொண்டேன். "ஓ... இந்த சபிக்கப்பட்ட மனிதனின் மூவாயிரம் ஆண்டுகளின் வாழ்க்கை இன்னும் முழுமை பெறவில்லை." ஆனால், பரீட்சித் கேட்ட கேள்வியை நான் நினைத்துக் கொண்டபோது எனக்கே இன்னும் அதிக வியப்பு வதைத்தது. அந்தக் கேள்வி இன்னும்... இன்னும்... உயிருடன் இருக்கிறதா? உண்மை சொல்லவேண்டும் என்றால், நிகழ்காலத்தில் இந்தக் கேள்வி மிகவும் தேவை என்று எனக்குத் தோன்றியது. விதியால் நிச்சயிக்கப்பட்டது ஆனாலும், அது முடிவடைய வேண்டுமல்லவா? வியாஸ மகா முனிவர் பரீட்சிதனின் அந்தக் கேள்விக்குப் பதில் அளிக்கவில்லை. அநேகமாக பதிலளிக்க விரும்பவில்லை. அதனால், நம்மிடமிருந்து பதிலை வற்புறுத்தும் அந்தக் கேள்வி, இப்போதும் ஊசலாடிக்கொண்டிருக்கிறது. அஸ்வத்தாமனின் நிழலே கேட்டது, ஆனால் அந்தப் பரீட்சித்தின் கேள்வியும் கூடவே வந்து என்னை வாட்டி வதைக்கத் தொடங்கியது. எதற்காக இந்தக் கேள்வி என்னை வாட்டுகிறது?

இல்லை, நான் அந்த அஸ்வத்தாமனிடமிருந்து விடுவித்துக்கொள்ளவேண்டும். நான் அவனை வஞ்சித்து அவனிடமிருந்து தப்பித்துக்கொள்ள முயற்சித்தேன். என் பாதையை திடீரென்று மாற்றினேன். ஆம் அவன் கழன்று விட்டான். அவனைக் கண்டிப்பாக துரத்திவிட்டேன். ஆனால்... ஆனால்... சிறிது நேரம் நடந்த பின் பார்க்கிறேன், அவன் திரும்பவும் என்னுடன் நடந்து வந்து கொண்டிருந்தான்.

ஆனால் அவன் எப்போதும் என்னை பின்தொடர முடியாது நான் முடிவில் என் நாட்டுக்குத் திரும்பவேண்டும். அவன் இந்நாட்டுத் தீய பேய். அதிகம் என்றால் அவன் என்னை எல்லைவரை பின்தொடரலாம். எல்லையைத் தாண்டி முன்னால் வர அவனை யார் விடுவார்கள்? சிப்பாய்கள் தடுக்கலாம் அல்லவா? எப்படியோ தந்திரத்தால் அவனை வஞ்சித்து, அவன் பிடியிலிருந்து தப்பித்துக்கொண்டு வீடு போய்ச்சேரவேண்டும். என் வீட்டில் மட்டுமே நான் பாதுகாப்பாக வாழமுடியும்.

முடிவில், அவன் கூர்மையான கண்களிடமிருந்து தப்பித்துவிட்டேன். அவனை ஏமாற்றி விட்டேன். அவன் அறியும் முன்பே எல்லையைக் கடந்துவிட்டேன். என் நாட்டை

அடைந்துவிட்டேன் என்று நீண்ட பெருமூச்சுவிட்டேன். 'ஆண்டவா, உன் கருணை பெரியது! உனக்கு அளவிளடங்கா நன்றிகள்.' முடிவாக இந்தப் பேயின் நிழலிலிருந்து விடுதலை அடைந்து விட்டேன். எனக்கு வேதாளம், பஞ்சதந்திரக் கதைகள் நினைவிற்கு வந்தன. ஆனால், அவை வெறும் கற்பனைக் கதைகள். தீய பிசாசுகள், வேதாளங்கள் உயிருள்ள மனிதர்களிடம் ஒட்டிக்கொண்டு துன்புறுத்துவது கதைகளில் மட்டுமே. எப்படியோ, நான் இப்போது சுதந்திரமானவன். முடிவில் நிம்மதி அடைந்தேன்.

வெவ்வேறு யுகங்களில், வெவ்வேறு நாடுகளின் மயில்களை நினைத்துக் கொண்டேன். அவற்றின் பாட்டுக்கள் மற்றொருமுறை காதில் ஒலிக்கக் கேட்டேன். இப்போது நான் நிம்மதியாக என் வீட்டில் அமர்ந்து, மயில் புராணம் எழுதலாம். என் மகிழ்ச்சி பொங்கி வழிந்தது. என் கற்பனை ஓவியப்படத்தில் நான் பார்த்த எல்லா மயில்களும் நிறைந்துகொண்டன.

என் மூளையில் அவற்றின் இனிமையான பாட்டுக்களின் கானம். இப்படித்தான் கனவு இருந்தது. அப்போது தோன்றியது ஒரு தெய்வீக மயில். உலகம் முழுவதும் தன் வண்ண வண்ண சிறகுகளை விரித்துப் பரவி, அது பாடி நடனமாடுகிறது. நான் இப்போது அதன் குளிர்ச்சியான நிழலில் நடந்துகொண்டிருக்கிறேன். ஆஹா! என்ன அதிர்ஷ்டம்!

இப்படிப்பட்ட கனவுடன் என் வீட்டுக்கு அருகே வந்தேன்... வந்தபோது என் முதுகுக்குப் பின்னால்... ஏதோ காலடிச் சத்தம் கேட்டது. உடனே திரும்பிப் பார்த்தேன். பார்த்தவுடன் அசையமுடியவில்லை. அஸ்வத்தாமன் என் வீடுவரை என்னைப் பின்தொடர்ந்து வந்திருக்கிறான். ஓ ... அந்தத் தீய பிசாசு இங்கேயும் என்னைக் காண வந்துவிட்டான். இங்கேயும் இருக்கிறான் அஸ்வத்தாமன்! நான் எப்படி அவன் பிடியிலிருந்து விடுவித்துக்கொள்வது? தடுமாற்றம், துயரம், வேதனையுடன் கத்தினேன், "ஓ... என்னைப் படைத்தவனே! ஓ ...என் இரட்சகனே...! எப்போது அந்த தீயசக்தி மூவாயிரம் ஆண்டுகளாக அனுபவிக்கவேண்டிய தன் சாபத்திலிருந்து முத்தி அடையும்? இங்கே... அஸ்வத்தாமன், அங்கேயும்... அஸ்வத்தாமன், நிரபராதி மயில்களைக் கொன்றவன்,

காயப்படுத்தியவன் அந்த அஸ்வத்தாமன். மயில்களுக்கு அவனிடமிருந்து விடுதலை இல்லையா? அவனுக்கும் இந்த மயில்களிடமிருந்து விடுதலை கிடையாதா?"

எப்போது இந்த மூவாயிரம் ஆண்டுகள் முடிவடையும்? எப்போது நான் என் 'மயில் புராணம்' – எழுத முடியும்?

- 1999

கோண்டர்கள் காடு

“அவன் வீட்டுக்கு வந்து விட்டானா?”

“இல்லை.”

“அப்படியென்றால் மணியடித்தது யார்?”

“தெருவின் அந்தப் பக்கத்து வீட்டு வேலைக்காரன். அவருக்கு தினப்பத்திரிகை வேணுமாம்.”

அவள் தனக்கு எதுவும் கேட்காதது போல முணுமுணுத்தாள். “அவன் எங்கே இருக்கிறானோ?” ஏக்கத்துடன், சுற்றிலும் பார்த்து, உள்ளே சென்றாள்.

“பேட்டா மோபின்; பாபாஜான் சொன்னார், “நாஜித்மியா காத்துக் கொண்டிருக்கிறான். அவனுக்கு ஒரு கோப்பை தேநீராவது போட்டுக்கொடு.”

மோபின் இனி என்ன எழுந்திரிக்க வேண்டும், அப்போது நாஜித் அவனைத் தடுத்தான். “இப்போதே வேண்டாம், தேநீர் காத்திருக்கும். மோயின் திரும்பி வரட்டும்.”

“அவன் வீட்டுக்கு வந்தால் போதும்”, பாபாஜான் வருத்தத்துடன் சொன்னார். “நீயே பார் அவன் அம்மா எவ்வளவு ஆதங்கத்துடன் இருக்கிறாள் என்று.”

திடீர் என்று எதையோ நினைத்துக்கொண்டவள் போல, அம்மா அறைப் பக்கம் கண்ணைப் பாயவிட்டுக்

கேட்டார், “சாஜித் பாய், உங்களிடம் அவன் என்னவென்று சொல்லியிருந்தான்?”

“ஜீ, உண்மை சொல்லவேண்டுமென்றால், நான்தான் அவனிடம் முணுமுணுத்தேன். மாலை நேரம் மிகவும் சலிப்பாக இருக்கிறது. நாம் எங்கேயும் போகமுடியாது. தினமும் மாலை கர்ஃபியூ போடுகிறார்கள்”. “இப்போதெல்லாம் நான் தினமும் வீட்டில்தான் இருக்கிறேன். வேலை முடிந்ததும் வீட்டுக்கு வா. ரஷீதையும் அழைப்போம். நீங்கள் இருவரும் இரவை இங்கேயே கழிக்கலாம். வேண்டிய அளவுக்கு அரட்டை அடிக்கலாம். அப்படியே ஒரு சினிமாவும் பார்க்கலாம்” அவன் பதில் சொன்னான்.

“ஆம், வெகு நாளாக வீட்டிலேயே இருக்கும் அவனுக்கும் வேலை என்று எதுவுமே இல்லையே. பாவம், எங்கே போவான்? ஆனால் இன்று காலை, அவனுக்கொரு ஃபோன் அழைப்பு வந்தது. உடனே புறப்பட்டுவிட்டான். நான் அவனிடம் சொன்னேன், பேட்டா – போகவேண்டாம். காலம் கெட்டுக் கிடக்கிறது. அவன் பதில் சொல்லவில்லை. ‘எனக்குக் கொஞ்சம் அவசர வேலை இருக்கிறது. கவலைப்படவேண்டாம். எச்சரிக்கையாகவே இருப்பேன். ஒரு மணி நேரத்திற்குள் திரும்பிவிடுவேன்...’ இன்னும் வருவதிலேயே இருக்கிறான்! மாலையானாலும் அவன் வரும் அறிகுறியே இல்லை.”

அம்மா பேசுவதை நிறுத்தி, சில நொடி மௌனமாக நின்று பிறகு உள்ளே போனார். நாஜித் வந்த பிறகு அவர் இதுபோல உள்ளே போய் மறுபடியும் நான்காவது முறை அறைக்கு வருவது. நாஜித் இங்கே பல நாட்களாக வந்ததில்லை. பாபாஜான், தற்கால விஷயங்களைப் பற்றி அவர் செய்யும் வியாக்கியானங்களை இன்னும் ஆரம்பிக்கவில்லை.

ஃபோன் மறுபடியும் ரீங்காரித்தது. உடனே மோபின் அதை எடுத்தான்: “ஹலோ... ஜீ... ஜீ ... அவன் இன்னும் வரவில்லை.”

அம்மா அறைக்குள் வேகவேகமாக அடியெடுத்து வைத்துக்கொண்டு வந்தார். “மோயினைப் பற்றி கேட்கிறானோ? அவனிடமே கேள் அவன் எங்கே இருக்கிறான் என்று.”

"அவனை என்ன கேட்பது? அவன் யார் என்று கூட எனக்குத் தெரியாது..."

"அவன் யார் என்று எனக்குத் தெரியாது! என்ன பொறுப்பற்றவன் நீ. காலையில் யாரோ மோயினுக்குப் ஃபோன் செய்கிறார்கள். அவன் உடனே புறப்பட்டுப் போகிறான். பிறகு மதியம் ஃபோன் வந்தது. இப்போது மற்றொன்று. யாரோ அவனைப் பற்றி விசாரிக்கிறார்கள். உடனே ஃபோனை வைத்து விடுகிறார்கள்... யார் அவன்? வியப்பாக இருக்கிறது. யாராவது போலீஸ்காரனோ... அல்லது..." பேசிக்கொண்டிருந்த வாக்கியத்தைப் பாதியிலேயே நிறுத்தி, அறையிலிருந்து வெளியே நடந்தார் அம்மா.

அவர் அறையிலிருந்து வெளியே போனவுடன் பாபாஜான் தயக்கமின்றி பேசத் தொடங்கினார்.

"நம் வீட்டை விட்டு வெளியே கால் வைக்கவாவது முடிகிறதே. இன்று ஊர் அமைதியாக இருந்ததா இல்லை... ஏதாவது...?"

"என் காதுக்கு எதுவும் விழவில்லை... நாளைய தினசரியில் தெரியவரும்."

"ஆம், நாளைய நாளிதழலில் தெரியும்."

"ஒரு காலம் இருந்தது. நகரில் ஏதாவது நடந்தால் உடனே, எல்லா இடங்களுக்கும் ஒரே நொடியில் செய்தி பரவி விடும். இப்போது எப்படிப்பட்ட காலம் வந்து விட்டது என்றால், ஒரு நகரின் ஒரு பகுதியில் பேராபத்து நடந்தாலும் மற்றொரு பகுதிக்கு தெரிவதே இல்லை – அருகிலேயே இருந்தாலும். கடந்த வெள்ளிக் கிழமை நாங்கள் ஒரு திருமண விருந்தில் இருந்தோம். திருமண மண்டபத்திலிருந்து சில அடி தூரத்தில் துப்பாக்கிச் சூடு நடந்திருக்கிறது. உடனே போலீஸ்காரர்கள் வந்தார்கள். ஊரடங்கை அமுல் படுத்தினார்கள். ஆனால் அங்கே, அங்கேயே இருந்த எங்களுக்குத் தெரியவே இல்லை. நாங்கள் உணவருந்திக்கொண்டே இருந்தோம்."

"ஆனால் சயீத் சாகேப் இந்தச் செய்திகள் மிக விரைவில் சிறகுகளைக் கட்டிக்கொண்டு பறந்துவிடுமல்லவா?"

“ஆம், ஆம். அது உண்மைதான்... தம்பி... பார் இப்போது காலம் வெகுவாக கெட்டுபோய் விட்டது. அதனால், நான் பிள்ளைகளுக்கு அடிக்கடி எச்சரிக்கிறேன். – அனாவசியாமாக வெளியே சுற்றவேண்டாம். ஆனால் மோயின் ஒரே இடத்தில் உட்காரமாட்டான். நான் அவனைப் பலமுறை எச்சரித்திருக்கிறேன். பேட்டா, காலம் மாறிவிட்டது. பகல், இரவு என்று பாராமல், நீ ஊரில் கண்டபடி சுற்றமுடியாது. உன் வேலை முடிந்ததும் உடனே, வீட்டுக்கு வந்துவிடவேண்டும். ஆனால், அவன் என் பேச்சைக் கேட்பதே இல்லை. இப்போது நீயே பார்க்கிறாய் அல்லவா. அவன் அம்மாவுக்கு எவ்வளவு பயமாக இருக்கிறது தெரியுமா!”

ஃபோன் மற்றொரு முறை ரீங்காரித்தது. பாபாஜான் தன் பேச்சை நிறுத்தினார். “மோபின் பேட்டா, பார், அது யார் என்று... ஒருவேளை...அவனா...”

மோபின் ஃபோன் பக்கம் ஓடினான். “ஹலோ... சரி, சரி... அவனை அழைக்கிறேன்” கூவினான்... “நதிமா... உனக்கு ஃபோன்.”

நதிமா ஃபோனைக் கையில் எடுத்துக்கொண்டான். சிறிது நேரம் பேசினான். பிறகு கூடத்திற்குத் திரும்பினான்.

“ ஸ்கோர் எவ்வளவு?” மோபின் கேட்டான்.

“*163*”

“அவ்வளவுதானா? மிகவும் குறைவு.”

“அவங்க பௌலர்கள் நம்மளை பிடியில வைச்சிருங்காங்க. வெகு நேரமாக நம்ம ஆளுங்க யாரும் பௌண்ட்ரி அடிக்கலை.”

“நாம தோக்கமாட்டோமுன்னு நினைக்கிறேன்.”

“பாக்கலாம், என்ன நடக்குதுன்னு?” இப்படிச் சொல்லி அவன் அந்த இடத்திலிருந்து வெளியேறினான்.

அம்மா மௌனமாக நின்றுகொண்டே இருந்தார். சாஜிதின் பேச்சுக்கள் அவருக்கு முக்கியமாக இருக்கவில்லை. அது அவருக்குப் புரியவுமில்லை. அங்கேயே நின்றுகொண்டிருப்பது

அவருக்கு சங்கடமாக இருந்தது. மெல்ல அவர் அங்கேயிருந்து உள்ளே சென்றார்.

வெகு நேரம் எல்லோரும் மௌனமாக அமர்ந்திருந்தார்கள்.

மோஜின் முணுமுணுத்தான். "பாயிஜானுக்குத் தெரிந்தே இருக்கும். அம்மா வெகு விரைவில் பயந்து போவார் என்று... அவர் பீதி அடைவது மட்டுமல்ல, நம்மையும் அச்சத்தில் தள்ளிவிடுவார். அப்படி இருக்க... பாயிஜான்..."

"பேட்டா அவள் ஆதங்கம் புரியும். என்ன ஆனாலும் அவள் உங்களைப் பெற்ற தாய். இந்த நாட்களில் வீட்டை விட்டு வெளியே போக எல்லோருக்கும் பயம்."

"சயீத் சாகேப்." நாஜித் சொன்னான், "வெளி உலகைப்பற்றி மட்டும் என்ன சொல்வது? இப்போது வீட்டிற்குள் கூட... யாரும் பாதுகாப்பாக இல்லை."

"நீ உண்மையைத்தான் சொல்கிறாயா தம்பி... காலம் கெட்டுப்போயிருக்கும் போது எல்லோரும் தங்கள் எச்சரிக்கையில் இருக்கவேண்டும்." பாபாஜான் சொன்னார். சிறிது நேரத்திற்குப் பிறகு பேச்சைத் தொடர்ந்தார். "நான் ஒரு செய்தியை உங்களுக்குச் சொல்கிறேன். ஒரு காலம் இருந்தது. நான் யாருக்கும், எதற்கும் பயந்தவனே அல்ல,

நான் வன இலாகாவில் வேலை செய்துகொண்டிருந்தேன். அப்போது இன்னும் சிறியவன். மெட்ரிக்யுலேஷன் ஆனதும் எனக்கு வேலை கிடைத்து விட்டது. என் தாய்மாமன் வன இலாகாவில் பெரிய பதவியில் இருந்தார். அவர் தான் வன இலாகாவில் எனக்கு வேலை வாங்கிக்கொடுத்தார். எனக்கு மத்திய பிராந்தத்தில் வேலை. அங்கே காடுகள்... ஆ... ஆ... ஆண்டவா, எங்களைக் காப்பாற்றியது... நடுப்பகல் மைல் கணக்கில் காட்டுக்குள் நடந்தாலும் சூரியக் கிரணங்கள் விழாது. அடுத்த மனிதனின் நிழலும் பார்க்கக் கிடைக்காது. என் சேவகன் மற்றும் நான் இருவர் மட்டுமே. என்னிடம் ஒரு ரைஃபெல், இடுப்பு வாரைச் சுற்றி தோட்டாக்கள். என் கூட்டாளி சேவகன் கையில் அரிக்கன், மற்றொரு கையில் ஒரு லத்தி பிடித்திருப்பான். நாங்கள் கோண்டருடன் தொடர்பிலிருக்க வேண்டியிருந்தது. அவர்கள் ஒரு பயங்கர வனவாசி இனம்.

மிக... மிக... என்றால் மிகவும் ஆபத்தானவர்கள். அப்படிப் பார்க்கப் போனால் என் உதவியாளனும் ஒரு கோண்டாதான். மகா கெட்டிக்காரன், அவனை மிகவும் நம்பலாம்.

அவர்கள் இரவில் மரக் கட்டைகளைத் திருடிவிடுவார்கள். வனக் காவலாளிகளுக்கு அவர்களைக் கண்டால் பயம். தங்கள் உயிரைப் பணயம் வைக்க அவர்கள் தயாராக இல்லை. ஆனால், ஒரு முறை... ஒரே முறை... ஒரு கோண்டா என் வலைக்குள் விழுந்தால் அவனைத் தப்பித்துச் செல்ல நான் விடவே மாட்டேன். நான் விடுமுறையில் வீட்டிற்கு வந்தபோது, எங்கள் அம்மா கேட்பார், 'எதற்கு உன் தாய்மாமன் உன்னை அந்த இடத்தில் மாட்டவைத்தான்? அந்தப் பகுதி முழுவதும் இந்துக்களே இருக்கிறார்கள்... அவர்கள் மட்டுமல்ல, கோண்டர்களும், பில்வர்களும், காட்டு விலங்குகளும். உனக்கு பயமாக இல்லையா?' நான் அம்மாவிடம் சொன்னேன்... 'இல்லை...இல்லை... உண்மையாகவும் இல்லை' அந்தக் காலத்தில் எனக்கு எதைப் பற்றியும் பயமாக இருந்ததில்லை. அந்த இடம் முழுவதும் நான் ஒருவன்தான் முஸ்லிம் ஆக இருந்தேன்... ஆம். நான் ஒரேஒரு முஸ்லிம்தான் அங்கே இருந்தது. ஒருவன் என்றால் ஒருவன்தான், என்னை நம்பு. இப்போது இங்கே, நமக்கு, நம் முஸ்லிம்களின் பயம்" இப்படிச் சொல்லி மௌனமானார் சயீத். ஒரு பெருமூச்சுவிட்டுச் சொன்னார், "காலம் எப்படி மாறிவிட்டது? ஒரு முஸ்லிம் மற்றொரு முஸ்லிமைப் பார்த்து பயப்பட வேண்டியிருக்கிறது! இப்போது அங்கே மத்தியப் பிராந்தத்தில், இந்துக்களுக்கும் அப்படித்தான் அவர் மக்களிடமே பயம் ஏற்பட்டிருக்கிறது."

"சயீத் சாகேப், நாஜித் சொன்னான். "மத்தியப் பிராந்தம், தெற்கில் இருக்கிறதல்லவா?"

"அனேகமாக.... ஆனால் தம்பி... நமக்கு அது தெற்கோ, வடக்கோ ஆனால் நமக்கு யார் பயமும் கிடையாது. ஒரு பெருங்காட்டில் நாம் எல்லா திசைகளின் கற்பனையையே இழந்துவிடுகிறோம். நாம் எங்கே இருக்கிறோம், எந்தப் பக்கமாகப் போய்க்கொண்டிருக்கிறோம் என்பதைப் பற்றிக் கவலைப்பட்டதே இல்லை. எல்லா இடத்திலும் பெரும் காடுதான்... புலிகள், சிறுத்தைகள், ஓநாய்கள்... மனிதர்கள்... கோண்டர்கள் அல்லது வில்வர்கள். அவர்கள் இந்தக் காட்டு

விலங்குகளையும் விட கொடூரமானவர்கள். நான் என மடத்துணிச்சலான அந்த நாட்களை நினைத்துக் கொண்டால், எனக்கு இப்போதும் வியப்பாக இருக்கிறது. அந்த நான் இந்த நான்தானா என்று. துளியும் அச்சமில்லாமல் என்னால் எப்படி அப்படி அலைய முடிந்தது என்று?

மேலே இருக்கும் அல்லாவின் மீதும் என் கையிலிருக்கும் ரைஃபெல் மீதும் நம்பிக்கை வைத்து அப்படிபட்ட காட்டில் எல்லாம் அலைந்து திரிந்தேன் தம்பி... ஆம், என் ரைஃபெல் மிகவும் உதவியாக இருந்தது. என் கையில் ரைஃபெல் இருப்பது கோண்டர்களுக்குத் தெரியும்... கலகத்தின் போதும்கூட, நம் முழுப் பிரதேசத்தை காப்பாற்றியது என் கையில் இருந்த ரைஃபெல்தான். ஆனால், கேள், எங்களை யாரும் தாக்கவில்லை. மக்களுக்கு, அந்தப் பகுதியில், ஒரு வீட்டில் ரைஃபெல் இருப்பது தெரிந்திருந்ததே..." பாபாஜான் மூச்சை இழுத்துக்கொள்வதற்காக பேச்சை நிறுத்தினார்.

"ஆனால் என் ரைஃபெலை அங்கேயே விட்டு வரவேண்டியதானது பெரிய வருத்தமானது. அதனால்தான் இப்போது நமக்கு இவ்வளவு பயம்."

"அப்பா..." மோபின் சொன்னான், "இப்போது உங்கள் ரைஃபெல் கூட எப்படி உங்களைக் காப்பாற்றும் சொல்லுங்கள்? இப்போது எல்லா இடங்களிலும் கிடைக்கும் ஆயுதங்களை உங்கள் ரைஃபெலால் என்ன செய்துவிட முடியும்?"

"நாஜித் இந்தப் பேச்சைக் கேட்டாயா? நான் என் ரைஃபெல் பற்றிப் பேசும் போதெல்லாம் என் பிள்ளைகள் என்னைப் பரிகசிக்கிறார்கள். இப்போது சாதாரண மக்களும் கலஷ்னிக்கோவ் பயன்படுத்துகிறார்கள்" என்று அவர்கள் என்னிடம் சொல்லிச் சிரிக்கிறார்கள். இருக்கலாம், அவர்கள் சொல்வது உண்மையாக இருக்கலாம். ஆனால், ஆனாலும்.... தம்பி... ஒரு ரைஃபெல் என்றால் ரைஃபெல்தான்..."

நதிமா, அறையை ஒரு முறை எட்டிப் பார்த்தான். "என்ன – இன்னும் பாயிஜான் வரவில்லையா."

"இல்லை" மோஜின் சுருக்கமான பதில்.

"எங்கே இருக்கிறான் அவன். அம்மா வருத்தமாக இருக்கிறார்."

"அவன் எங்கே இருக்கிறான் என்று அல்லா ஒருவனுக்குத்தான் தெரியும். அம்மா எவ்வளவு பயந்துபோய் இருக்கிறார் என்ற கவலைகூட அவனுக்கு இல்லையே!"

"மோபின், ஒரு கணம் பேச்சை நிறுத்தி, கேட்டான், "என்ன ஸ்கோர்?"

"இப்போது ரன் ரேட் பரவாயில்லை. நமக்கு பிஃப்டி – பிஃப்டி வாய்ப்பு இருக்கிறது. தேநீர் ஓய்வுக்குப் பிறகு என்ன திருப்பம் ஏற்படுமோ பார்க்கலாம்." இப்படிச் சொல்லி அவன் தன் அறைக்கு மறுபடியும் ஓடினான்.

அப்பா சிறிது மகிழ்ச்சியாக மூச்சுவிட்டார். அவர் பேசும்போது மற்றவர் குறுக்கே பேசுவது அவருக்கு பிடிக்காது.

"ஏ – நாஜித் – தம்பி... இந்தப் பசங்களுக்கு கிரிக்கெட் பித்து அதிகமாயிடுச்சு. எங்கள் காலத்தில் பட்டம் விடுவதிலும் எங்களுக்கு இப்படிப் பைத்தியம் இருக்கவில்லை."

"ஆம், உண்மை, இந்த நாட்களில் எல்லோருக்கும் கிரிக்கெட் பைத்தியம் அதிகமாகிப்போனது." நாஜித் சுருக்கமாக பதிலளித்தான்.

"தம்பி... இவை எல்லாம் நாம் விளையாடும் தெரு விளையாட்டுக்கள். ஒரு காலத்தில் ஆணுக்கு வீரத்தின் அடையாளம் என்றால் வாள். இப்போது மக்கள் அதை ஏளனம் செய்து மூலையில் போட்டுவிட்டார்கள். ஆனால், உனக்கு உண்மை சொல்லவேண்டும் என்றால் தம்பி... நாஜித், இந்த நவீன காலத்திலும் வாளுக்கு நிகரானது மற்றொன்றில்லை. நவீன ஆயுதங்கள் எல்லாம் வெறும் யந்திரங்கள். பொத்தானை அழுத்து அவ்வளவுதான். யந்திரம் தோட்டாப் பாய்ச்சும். இந்தப் பொத்தானை அழுத்துவதில் பெரிய வீரம் என்ன இருக்கிறது? யார் வேண்டுமானாலும் அதை அழுத்தலாம். அது ஆணுக்கான வீர விளையாட்டு அல்ல... ஆனால்... வாள்..."

அந்த வாக்கியத்தைச் சொல்லிக்கொண்டிருக்கும் போதே வாசலில் மணியோசை கேட்டது. "மோபின், போ, போய் யார் வந்திருக்கிறார்கள் என்று பார். ஒருவேளை..."

மோபின் கதவைத் திறந்தான்.

அம்மா உள்ளே இருந்து விரைந்துவந்து கேட்டார்.

“மணி ஒலித்ததே”

“ஆம்”, அப்பாஜான் அமைதியாக பதிலளித்தார். “வாசலில் யாரோ நின்றிருக்கிறார்கள்.”

“வேற யாரு... அது வேற யாருமல்ல... எனக்கு அவன் காலடியோசையே தெரியும்” அம்மிஜான் வாசல் பக்கமாகப்போக முற்பட்டார், மோபின் திரும்பினான்.

யார் ... அது?” அம்மா, அப்பா ஒன்றாகக் கேட்டார்கள்.

“மாடி வீட்டுக்காரர்.”

“மாடி வீட்டுக்காரர்?” அப்பா அதிர்ச்சியடைந்தார்.

“ஆம், 63 ஆம் எண்காரர்.”

“அவருக்கு என்ன வேண்டுமாம்?”

“பாயிஜான் வந்துவிட்டாரா என்று கேட்க வந்தார்.”

“எதற்காக?”

“அதை அவர் என்னிடம் சொல்லவில்லை.”

“நீ கேட்டிருக்கலாமே, அவனுக்கு என்ன வேண்டுமென்று.”

“எனக்கு அவரைத் தெரியாது. அவர் என்ன செய்கிறார் என்றும் தெரியாது.”

“அவர் ஒரு வக்கீல்.”

“வக்கீல்?” அப்பா சந்தேகக் குரலில் கேட்டார்.

“அட, மோயின் பற்றி இதுவரை அவன் விசாரித்ததே இல்லை. மோயினும் அவருக்குத் தெரியும் என்று என்னால் நம்ப முடியவில்லை.”

“தம்பி, சாஜித்... அவர் யார் என்று உனக்குத் தெரியுமா?”

“உண்மை சொல்லவேண்டும் என்றால், நான் இந்த பிளாட்காரர்களுடன் சேர்வதே இல்லை. சாஜித் விவரம் அளிப்பதைப்போல பதில் சொன்னான்.

“தம்பி... நாமாவது சேர்கிறோம் என்று நினைத்தாயா? உன் ஒருவனைத் தவிர, இங்கே நம் பிளாட்டைச் சுற்றி யார் இருக்கிறார்கள். என்ன செய்கிறார்கள் என்பது நமக்குத் தெரியாது.”

“ஆனால், இந்த வக்கீல் நல்லவர் போலத் தெரிகிறார். சும்மா அவர் மீது சந்தேகப் படக்கூடாது.”

“நீ சும்மா இரு. ஒரு சின்னத் திருடனைக்கூட நல்லவன் என்றுதான் நினைத்துக் கொள்கிறாய்.”

“எப்படிப்பட்ட வியப்பான காலத்தில் இருக்கிறோம் நாம்?” அப்பாஜான் சொன்னார். “மனிதர்கள் மனிதர்களுக்குப் பயப்படுகிறார்கள். அக்கம் பக்கத்துக்காரர்கள் ஒருவரையொருவர் நம்புவதில்லை. எப்படி நம்புவது சொல்லுங்கள்?

நம் நகரத்தில் எல்லா விதமான மக்களும் வந்து சேர்ந்து கொண்டிருக்கிறார்கள். நம் பிளாட்டையே எடுத்துக்கொள்ளுங்கள், எல்லாத் துறையச் சேர்ந்தவர்களும் இங்கே வசிக்கிறார்கள். எல்லோரும் ஒருவருக்கொருவர் அறிமுகமில்லாதவர்கள். அவர்கள் எல்லாம் என்ன செய்கிறார்கள் என்று யாருக்காவது தெரியுமா? அதனால் யார் ஒருவரும் மற்றவர் துயரங்களில் பங்குபெற முடியாது. ஒரு காலத்தில் அக்கம் பக்கத்துக்காரர்கள் மற்றவர்களின் வலியைப் பகிர்ந்துகொண்டு, ஒருவருக்கொருவர் ஆறுதல் சொல்லிக் கொண்டார்கள். ஆனால், இப்போது... நாம் யாருடனும் நம் கவலையைச் சொல்லி அழுவதில்லை. இன்று... காலை... எங்கள் மகன் வீட்டை விட்டுப்போனவன், இதுவரை திரும்பவில்லை என்று யாரிடம் சொல்லிக்கொள்வது... அவன் ஏதோ ஒரு சிக்கலில்...”

தன்னுடைய கவலையில் இருந்த அம்மா, உடனே எழுந்து உள்ளே போனார்.

“அப்பா”

"என்ன"

"எனக்கு உண்மையாகவும் பயமாக இருக்கிறது. இப்போது ஊரடங்கு அமலுக்கு வரும் நேரம் ஆனால் பாயிஜான்..."

"ஆம், பேட்டா, எனக்கும் என்ன செய்வதென்று தோன்றவில்லை" அப்பாஜன் ஆதங்கத்துடன் பதிலளித்தார்.

"ஒருவேளை நாம் வேறு யாரையாவது கேட்டிருக்க வேண்டும்" சாஜித் சொன்னான். "இதுவரை ஏன் வரவில்லை என்பது எனக்குப் புரியவே இல்லை. இத்தனை மணிக்கு வா என்று என்னை அழைத்தவனே அவன்தான். அதுமட்டுமல்ல ரஷீதையும் வரச்சொல்லியிருந்தான். ஒருவேளை ரஷீத் தாமதித்திருக்கலாம். அவர்கள் இருவரும் ஒன்றாக சேர்ந்து வருவார்கள்" சமாதானமான குரலில் பேசினான்.

"அந்தப் பையனைப் பற்றி நாங்கள் எல்லாம் மிகவும் கவலையுற்றிருக்கிறோம்" அப்பாஜான் சொன்னார். அப்பாஜான் கலவரமடைந்தார். "காலையில் எந்தக் கெட்ட முகத்தைப் பார்த்து நான் எழுந்தேனோ. நாள் முழுவதும் ஏதோ ஒரு செய்தி அல்லது மற்றொன்றைப் பற்றிக் கவலைப்படுவதாகவே இருக்கிறது. முதலில், பஷரத் பாயிடமிருந்து வந்த கடிதம் என்னைக் கலங்கவைத்தது. நாஜித் தம்பி... இந்த பஷரத் பாய் இங்கே புலம்பெயர ஒத்துக்கொள்ளவில்லை. அவன் இப்போதும் அங்கேதான் இருக்கிறான். அவன் குர்ஜாவைப் பற்றி எழுதி இருக்கிறான். அங்கே யாரும் நன்றாக இல்லை. ஆனால், இங்கே பாகிஸ்தானில் நன்றாக இருக்கிறோம் என்று அவன் நினைக்கிறான், என்ன சொல்வது அவனுக்கு?"

"ஆம், இது நரகமாகிவிட்டது" சாஜித் தலையசைத்தான்.

"தம்பி... ஆரம்பத்தில் நான் மிக சீக்கிரமாக கோபப்படுவேன். இந்துக்கள் மீது, சீக்கியர்கள் மீது, யூதர்கள் மீது. இப்படி எல்லோர் மீதும் இந்த யூதர்கள் முஸ்லிம்களை மிகவும் வேதனைப் படுத்தி இருக்கிறார்கள். எனக்கு அப்போது மிகவும் கோபம் வரும். இப்போது கோபித்துக் கொள்வதில்லை. எனக்கு இப்போது வயதும் ஆகிவிட்டது. அதுவும் அல்லாமல் நான் பல சம்பவங்களுக்குச் சாட்சியாக இருந்திருக்கிறேன்.

அதைப் பற்றி என்னால் சொல்லக்கூட முடிவதில்லை... ஆம், உண்மை. மிகவும் கோபப்படுவேன். இப்போது எதன் மீதும் கிடையாது... எனக்கு இப்போது ஏதாவது கோபம் வந்தால்... அது என் மீதுதான்...”

“ஆம், உண்மை அங்கள், காலம் மிகவும் கெட்டுப் போனது”

“இல்லை, தம்பி சாஜித், காரணம் அதல்ல. உண்மை என்னவென்றால், நம் இதயத்தில் இன்று கருணையே இல்லை. என் தந்தை, அவரையே எடுத்துக்காட்டாக எடுத்துக்கொள், அவர் ஆத்மா நிறைவடையட்டும்... இக்பால் எழுதிய கவிதை ‘ஷிக்வா’ (புகார்) அல்லது ஜவாப் – ஏ – ஷிக்வா (புகாருக்கான பதில்) வாசிக்கும்போது அவர் அழுதுவிட்டார். அவர் இதயம் அதுபோல மென்மையானது. அப்படிப்பட்டவர்களின் காலத்திற்குப் பிறகு நாம் எல்லோருடைய இதயத்திலும் தயை, கருணை எல்லாம் போய்விட்டது. உண்மையான முஸ்லிம் தனமும் போய்விட்டது.”

நதிமா மிகவும் ஆதங்கத்துடன் அறைக்குள் நுழைந்தான். “மோபின் பாய், அம்மா வாசலில் வெகு நேரமாக நின்றிருக்கிறாள். தயவு செய்து போய் அவளை கவனித்துக்கொள். மேட்ச் கடைசிக் கட்டத்தில் இருக்கிறது. நான் விரைவில் வருகிறேன். பாயிஜான் நமக்கெல்லாம் மிகவும் கவலையைக் கொடுத்துவிட்டான்.”

இப்படிச் சொல்லி அவன் அறையிலிருந்து ஓடிவிட்டான்.

மோபின் வாசல் பக்கம் விரைந்தான். அப்பாஜான் குரல் அடங்கிவிட்டது போல இருந்தது. மோபின் அம்மாவை எப்படியோ ஒத்துக்கொள்ளவைத்து, ஆறுதல் சொல்லி, அறைக்குள்ளே அழைத்து வந்து, சோபாவில் அமர்த்தினான்.

“தயவு செய்து, அம்மா, இப்படி பயப்படவேண்டாம். ஏதாவது அவசரமான வேலை அவனைத் தாமதமடையச் செய்திருக்கும். அவன் விரைவில் வந்துவிடுவான்.”

“இல்லை – இல்லை – அவன் திரும்பி வரமாட்டான்.” அம்மா, எல்லா நம்பிக்கைகளையும் இழந்துவிட்டது போலத் தெரிந்தாள். அழ ஆரம்பித்துவிட்டாள். “இந்த வேளையில் அவன் எப்படித்

திரும்ப முடியும்? ஊரடங்கு இப்போது அமலில் இருக்கிறதே? எப்படி வருவான்?"

"இன்னும் அமலுக்கு வரவில்லை" மோபின் பதிலளித்தான்.

"இல்லை - அவன் திரும்பி வரமாட்டான்" அம்மா அழுதுகொண்டே சொன்னாள்.

அப்பா – வெகு நேரம் மௌனமாக அமர்ந்திருந்தார். மறுபடியும் மோபினிடம் சொன்னார். "பேட்டா, அவளை உள்ளே அழைத்துப்போ"

மோபின் அம்மாவை ஆறுதல்படுத்த முயன்றான். கண்ணீரைத் துடைத்துக்கொண்டு அம்மா அழுவதை நிறுத்தினாள்.

"வா – உள்ளே போகலாம்" மோபின் சொன்னான்.

எழுந்து நின்ற அம்மா மௌனமாக அறைக்கு வெளியே நடந்தார். மோபின் அவரைப் பின்தொடர்ந்தான்.

"பாகிஸ்தான் வென்று விட்டது! பாகிஸ்தான் வென்று விட்டது!" நதிமா உரக்கக் கத்திக்கொண்டு அறைக்குள் ஓடி வந்தான்.

"ஆமாவா, உண்மையாகவும்' நாஜித் கூட உற்சாகத்துடன் கேட்டான். "நாம் ஏதாவது தோற்றிருந்தால், சங்கடமாகப் போயிருக்கும்."

"கடைசி நொடிவரை முடிவு என்னவாகும் என்று யாராலும் சொல்லமுடியவில்லை. ஆனால் கடைசிப் பந்து தீர்வு சொன்னது. அதை பௌண்டரிக்கு விளாசாமல் இருந்தால், நாம் தோற்றுப் போயிருப்போம்."

"நல்லதானது; எப்படியோ, நம் மதிப்பைக் காப்பாற்றிக்கொண்டோம்." நாஜித்துக்கு வெற்றி நிறைவு தந்தது. ஆனால், அவன் நதிமனைப்போல உணர்ச்சி வசப்படவில்லை.

"இப்போது உன் ஆதங்கங்கள் குறைந்ததால், உன் அம்மா எப்படி இருக்கிறார் என்று போய்ப் பார்."

"அப்படி என்றால் பாயிஜான் இன்னும் வரவில்லையா... இதற்கு ஒரு அளவிருக்கிறது... எங்கே இருப்பான் அவன்?" தானாகப் பேசிக்கொண்டு உள்ளே சென்றான்.

"நேரம் என்னவானது?" அப்பாஜான், சாஜிதைக் கேட்டார்.

"இப்போது ஊரடங்கு அமலில் இருக்க வேண்டும்" சாஜித் தன் கைக்கடியாரத்தைப் பார்த்துக்கொண்டே கேட்டான்.

சில வினாடிக்களுக்குப் பிறகு, அப்பாஜான் தன் மூச்சோடு முணங்கினார். "ஏதோ நடந்திருக்க வேண்டும்" அவர் குரல் மெல்லத் தணிந்தது.

"எனக்குப் புரியவே இல்லை."

"உனக்கும் எதுவும் புரிவதில்லை."

சற்று நேரத்திற்குப் பின் சாஜித் சொன்னான்.

"அநேகமாக நான் இப்போது வீட்டுக்குப் போகவேண்டும்."

"நீ இவ்வளவு நேரம் காத்திருந்தாய்... இப்போது..."

அப்பாஜான் தன் பேச்சை இன்னும் முடிக்கவில்லை.

சாஜித் புறப்பட எழ இருந்தான் அப்போது வாசலில் மணி மற்றொரு முறை ஒலித்தது.

கலவரத்துடன் சாஜித் சொன்னான்.

"ஒருவேளை, அவன்தான் வந்திருப்பான்."

"அவன்... அவன் எப்படி இந்த நேரத்தில் வர முடியும்? கர்ஃப்யூ இருக்கிறதே?"

மோபின், நதிமா இருவரும் வாசலுக்கு ஓடினார்கள். ஆனால் இவர்கள் இருவரும் ஆதங்கம், பயத்தால் உட்கார்ந்த இடத்திலேயே உட்கார்ந்திருந்தார்கள். அவர் இருவரும் திரும்பும்போது, மோயின், ஆம் மோயின்தான் அவர்களுடன் இருந்தான். அப்பா அவனை ஆட்சேபக் கண்களுடன் முறைத்துப் பார்த்தார்.

"அட, சாஜித், நீ இன்னும் இங்கேயே இருக்கிறாயா? என்ன நடந்தது என்றால்... அது... அது..."

அப்பா அவன் பேச்சை அங்கேயே தடுத்தார். "அதை எங்களுக்குப் பிறகு சொல். முதலில் உள்ளே போய் அம்மாவிடம் பேசு."

"சரி, சரி, சாஜித், காத்திரு, விரைவில் வந்து விடுகிறேன்" அவன் முகத்தில் ஆதங்கம் இருந்தது.

"அல்லா, கருணையுள்ளவர்", மோயின் உள்ளே போனதும் – ஒரு இடைவெளிக்குப் பிறகு சாஜித் சொன்னான் நாங்களும் அதையேதான் நினைத்தோம்..." அவன் தன் பேச்சை முழுமையாக முடிக்கவில்லை.

அப்பாஜான் ஆழ்ந்த சிந்தனையில் மூழ்கியிருந்தார். மறுபடியும் பேச்சைத் தொடர நாஜித் முயன்றான். "இந்த நாட்களில் வாழ்க்கையைப் பற்றி எதுவும் சொல்லமுடிவதில்லை. கலவரக்காரர்களிடம் அவர்களுக்கே ஆன தர்க்கம் இருக்கிறது. ஒரு மனிதன் பேட்டையில் போய்க்கொண்டிருக்கிறான். திடீரென்று எங்கேயோ இருந்து அவன் மீது ஒரு தோட்டா வந்து பாய்கிறது. அங்கேயே அவன் அறிவதற்கு முன்பே, கீழே விழுகிறான். இறந்துபோகிறான். இது நம்மில் யாராவது ஒருவருக்கு நடந்துவிடலாம். காலை நாம் நடந்து போகும்போதும் நம் மீது தோட்டா எங்கேயோ இருந்து வந்து பாயலாம். மொத்தத்தில் எது வேண்டுமானாலும் நடக்கலாம்."

"ஆம், ஆம்", அப்பாஜான் பெருமூச்சுவிட்டார். "இதுபோன்ற விஷயங்கள் நம் வாயிலிருந்து வரக்கூடாது... ஆனால்... ஆனால், நீயாக விஷயத்தை துவக்கியதால் நான் உனக்கொரு வார்த்தை சொல்லியே ஆகவேண்டும். பாகிஸ்தான்... நம் பாகிஸ்தான்... தோற்றுவிட்டது.

நதிமா ஒரு தட்டில் ஜிலேபி எடுத்து வந்தான்.

"ஜிலேபி எடுத்துக்கொள் – சாஜித் பாய்."

"ஜிலேபி! ஓ.. சரி, சரி ... நன்றாக இருக்கிறது. சரி, என்ன விசேஷம்?"

"பாகிஸ்தானின் வெற்றிக் கொண்டாட்டம்!" மறுபடியும் ஜிலேபித் தட்டை அப்பாஜான் முன்னாடி நீட்டினான்.

“நீங்களும் சிறிது எடுத்துக்கொள்ளுங்கள்.”

“வேண்டாம், வேண்டாம். நான் இனிப்பு சாப்பிடுவதை விட்டுவிட்டேன்.”

தான் வந்த வேகத்திலேயே நதிமா திரும்பிவிட்டான்.

அப்பாஜான் மனம் அதே விஷயத்தில் ஆழ்ந்திருந்தது. தனக்குள் முணு முணுத்துக்கொண்டார்.

“என்ன வேடிக்கை! பாகிஸ்தான் ஒரே ஒரு போர்கூட செய்யவில்லை! ஆனால் தோற்றுப்போனது... தனக்குத் தானே தோற்றுப்போனது. தனக்குத் தானே போர் புரிந்து தோற்று விட்டது.”

மோயின் திரும்பினான். அவன் முகத்தில் இன்னும் பயத்தின் நிழல் அப்படியே இருந்தது. அவன் மௌனமாக இருந்தான். தேநீர் வந்தது.

“கொஞ்சம் தேநீர் அருந்து, சாஜித்... நீ வெகு நேரமாக காத்திருக்கின்றாயா?”

அப்பாஜான் எழுந்து நின்றார். “சரி நீங்கள் பேச்சைத் தொடருங்கள். நான் இப்போது போகவேண்டும்.”

சய்யீத் சாகேப், தேநீர் வந்திருக்கிறதே. எங்களுடன் கொஞ்சம் பருகக்கூடாதா?”

“இல்லையப்பா, இப்போது தொழுகை நேரமல்லவா?”

“அய்யா... சாஜித் மன்னித்துவிடு.”

“ஆனால், அய்யா, நீ வீட்டில் எல்லோரையும் பயமுறுத்தி விட்டாய். அப்படி என்ன நடந்தது?”

“எல்லாம் சொல்கிறேன், முதலில் தேநீர் அருந்து.”

“உன் மனம் குழப்படைந்திருக்கிறது. ஏதாவது நடந்ததா?”

“முதலில், தேநீர் பருகு. அது ஆறிவிடும்.”

வியப்புடன், சாஜித் மோயின் முகத்தை சிலவினாடி உற்றுப்பார்த்தான். பிறகு தேநீர் குடிக்கத் தொடங்கினான்.

அவனுக்கு பேசும் ஆர்வம் இருக்கவில்லை. ஏன் என்றால், அந்த நிகழ்வு அவனை அலைக்கழித்திருந்தது. மோயின் கூட சோர்வடைந்திருந்தான்.

“அநேகமாக உனக்கு இன்று மிகவும் சலிப்பாக இருக்கலாம். அப்பாஜான் உன்னை மிகவும் குடைந்து எடுத்திருப்பார்.”

“கண்டிப்பாக இல்லை. அவருடைய அனுபவப் பேச்சுகள் மிகவும் ஆர்வமாக இருந்தன. பிறகு... ஆனால்...?” பேச்சை அத்துடன் நிறுத்தி, எதையோ நினைவுகூர்ந்தவன் போல, “உன்னுடன் ரஷீத் வருவது என்றல்லவா இருந்தது? அவன் வரவே இல்லையா?”

சிறிது முன்னும் பின்னும் பார்த்து மோயின் பதிலளித்தான். “இல்லை” பிறகு உத்வேகத் தொனியில் சொன்னான்,

“அவனால் இப்போது வரமுடியாது.”

“ஆம், அவன் இப்போது எப்படி வரமுடியும்? அவனுக்கு வரும் எண்ணம் இருந்திருந்தால் வந்திருப்பான். அவன் உனக்குக் கிடைக்கவே இல்லையா?”

“ஆம். கிடைத்தான். நாங்கள் ஒன்றாகத்தான் இருந்தோம்.”

“பிறகு?”

இன்று கிரிக்கெட் வென்ற மகிழ்ச்சியில் இருந்த நதிமா, அறைக்குள் வந்தான். “சாஜித் பாய், நாங்கள் இன்று டிவியில் ஒரு சினிமாப் பார்க்கலாம். பாகிஸ்தான் வெற்றியைக் கொண்டாடலாம். என்ன சொல்கிறாய் பாய். எங்கள் அண்ணனும் சினிமாப் பார்க்க வேண்டுமென்றிருக்கிறான்.”

“சினிமா?” மோயின் வியப்புடன் சாஜிதைப் பார்த்துக்கொண்டே, ‘சாஜித்?”

“இல்லப்பா, இன்று இரவு வேண்டாம். உனக்கு சோர்வாக இருக்கிறது. என் மனதும் சரியில்லை. அதுமட்டுமல்ல, ரஷீத் இல்லாதது எனக்கு சலிப்படையச் செய்கிறது.”

“ரஷீத்” – மோயின் முணுமுணுத்தான். “இது மிகவும் அதிசயம். ஒரு... மனிதன் இப்போது கூட இருப்பது... மற்றொரு நொடியில் போய்விடுவது.”

முழுமையாகக் குழப்பமடைந்திருந்த சாஜித் மோயினைப் பார்த்தால், அவன் ஏதோ சிந்தனையில் தொலைந்துபோயிருக்கிறான்.

“அதிசயம்...!”

“என்ன ஆனதென்று நீ எனக்கு இன்னும் சொல்லவில்லையே.”

அதே சமயம் மோபின் உள்ளே வந்தான்; “சாஜித் பாய், நீ எப்போது வீடு திரும்புவாய் என்று உங்கள் வீட்டிலிருந்து ஃபோன் வந்திருந்தது.”

மோயின் கேட்டான், “நீ அவர்களிடம் சொல்லவில்லையா?”

“நான் சொன்னேன். ஆனால் என் அம்மா மிகவும் பயப்படுவார்.”

“நீ வருவது தாமதமாகும் என்று சொல்லியிருக்கிறேன்” நதிமா பதிலளித்தான்.

“வெற்றியைக் கொண்டாட நாங்கள் சினிமாப் பார்க்கிறோம் என்று சொல்லி இருக்கிறேன்.”

“ஓ ...இல்லை, இல்லை இன்று வேண்டாம்.” சாஜித் அவசரமாக எழுந்து நின்றான். “வேறு எப்போதாவது... மற்றொரு நாள்.”

மோயின் அவனை தடுத்து நிறுத்த முயலவில்லை. “சரி இன்னொரு நாள்...”

சாஜித் தன் பிளாட்டுக்குப் போக லிஃப்ட் ஏறினான். வெகு தொலைவிலிருந்து நடந்து வந்து ஆயாசமானவன் போல தன் அறையை அடைந்தவுடன், நாற்காலியில் அமர்ந்தான். அப்போது அவன் அம்மா அறைக்குள் வந்தார்.

“நீ திரும்பி வந்தது நல்லதானது. எனக்கு அச்சமாக இருந்தது. நான் உன்னை அழைத்தபோது, நீங்கள் மகிழ்ச்சியாகக் கொண்டாடிக் கொண்டிருக்கிறீர்கள் என்று நதிமா சொன்னான். “பேட்டா, எதற்காகக் கொண்டாட்டம்?” என்று அவனைக்

கேட்டதும், “வெற்றி விழா கொண்டாடினோம் என்றான்”. மறுபடியும் கேட்க, “வெற்றி? யார் வெற்றி? பாகிஸ்தான் வெற்றி! பாகிஸ்தானுடையது” என்று பதிலளித்தான். “பேட்டா, யார் தோற்றது?” திடீர் என்று ஃபோன் நின்றுவிட்டது... சரி, இப்போது நீ ஓய்வெடுத்துக்கொள். நான் உனக்கு தொந்தரவு செய்யவில்லை. தேநீர் ஏதாவது கொண்டு வரவா?”

“வேண்டாம், வேண்டாம். நான் அப்போதே அருந்திவிட்டேன்.”

அப்போது வெளியே விசில்களின் சத்தம் கேட்கத் தொடங்கியது.

“அதிசயம்! எல்லாம் அதிசயம்! எதற்காக இந்த மக்கள் இந்த நேரத்தில் விசில் அடிக்கிறார்கள்?” சாஜித் அம்மா ஆதங்கத்துடன் அறையிலிருந்து வெளியே வந்தார்.

சாஜித் எழுந்து அறைக்குள்ளேயே அங்கிங்கும் நடக்கத் தொடங்கினான். அவனுக்கு என்ன செய்வதேன்றே தெரியவில்லை. சில புத்தகங்களை எடுத்து, பக்கங்களைத் திறந்தான். மேசை மீது வைத்திருந்த புத்தகங்களை ஒழுங்குப்படுத்தி அடுக்கி வைத்தான். சில காகிதங்களைக் கிழித்து குப்பைத் கூடையில் போட்டான். இதற்குப் பிறகு என்ன செய்வதென்று தோன்றவில்லை.

மறுபடியும் விசில்களின் ஒலி... இப்போது நின்று பார்த்தான். மூன்றாவது மாடியில் அவன் பால்கனியில் இருந்து நின்று பார்த்ததால், பரந்த நகரம் முழுவதுமாகத் தெரிந்தது. விளக்கு ஒளியில், அது அழகாகத் தெரிந்தது. ஆனால், அந்த இரவு என்றும்போல இருக்கவில்லை. ஏதோ மாறுதல் தெரிந்தது. சொற்ப விளக்குகள். அதுவும் உயிரற்று மந்தமாக எரிந்துகொண்டிருந்த அவை அங்கங்கே தெரிந்தன. அவன் கீழே நீண்டிருந்த தெருவைக் குனிந்து பார்த்தான். எப்போதும் மக்கள் நிறைந்து கலகலப்பாக இருக்கும் தெரு இப்போது உயிரில்லாமல் கிடந்தது.

அதைவிட, போலீஸ்காரர்களால் நிறைந்த பல ஜீப்புகள் தெருவின் நிசப்தத்தைக் கிழித்து, கர்ஜித்துக்கொண்டு போயின. பிறகு மறுபடியும் நிசப்தம்...

“நாம் வெற்றியைக் கொண்டாடுவோம்...” அவன் மனதில், நதிமானின் வார்த்தை எதிரொலித்தது. மறுபடியும் தன்

அறைக்குத் திரும்பினான். பால்கனியின் கதவைச் சாத்தினான். தெருப்பக்கமாகத் திறந்திருந்த சன்னலையும் மூடினான். வேறு எந்த வேலையும் செய்யத் தோன்றாமல், தன் நாற்காலியில் முடங்கி உட்கார்ந்தான். கண்ணை மூடிக்கொண்டான்.

அவன் மனதில் பல பரஸ்பர சம்பந்தமில்லாத, அர்த்தமற்ற சிந்தனைகள் வந்தன.

"நாம் எங்கே இருக்கிறோம்? நாம் எங்கே போய்க்கொண்டிருக்கிறோம்? அடர்த்தியான காடுகளில் நம் திசைகளைத் தவறவிடுகிறோம். பார்த்த இடமெல்லாம் காடு. அது நம் எல்லாப் பக்கங்களிலும். முன்னால், பின்னால், சுற்றிலும்... பயங்கர கோண்டாக்கள். அவர்கள் கையில் கூர்மையான ஆயுதங்கள்... இருட்டு இரவுகள்... அவன்... ரஷீதா... இன்னும் வரவில்லை... ஏன்?"

சாஜித் அதிர்ச்சியால் எழுந்து நின்றான். உடனே மோயினை அழைத்துப் பேசவேண்டும் என்று தோன்றியது. குறைந்தது தான் மோயினிடம் இதையாவது கேட்டிருக்க வேண்டும். "என்ன... என்ன...?" ஆனால் அவனை மற்றொரு சிந்தனை சூழ்ந்துகொண்டது... தான் எதற்காகக் கேட்கவேண்டும்...? சாவகாசமாக தன் நாற்காலியில் அமர்ந்தான். கண்களை மூடிக்கொண்டான். அவன் மற்றொரு முறை கோண்டர்களின் ஆரணியத்தில் இருக்கிறான்...

- 1990

வளைவுப்படிகள்

ஒன்று

ஓரிரு நிமிட காலம் பஷீர்பாய் ஆழ்ந்த மௌனத்தில் உட்கார்ந்திருப்பதைப் பார்த்து அக்தருக்கு பயமாக இருந்தது. ஆனால், அவன் சிறிதும் அசையாமல் பெருமூச்சுவிட்டபோது, அக்தரின் மனச்சுமை சிறிது குறைந்தது. ஆனால் பஷீர்பாய் என்ன சொல்வாரோ என்ற பயம் இருந்தே இருந்தது.

"உனக்கு சரியான நேரம் நினைவிருக்கிறதா?"

"நேரம்?" அக்தர் ஒரு நொடி சிந்தித்தான்.

"இல்லை, எனக்கு சரியான நேரம் நினைவில்லை."

"நாம் எப்போதும் நேரத்தைக் குறித்துக் கொள்ளவேண்டும்" இன்னும் ஆழ்ந்த யோசனையிலேயே இருந்த பஷீர்பாய் சொன்னார். "சரியான நேரம் தெரியாவிட்டால், என்னால் எதையும் சொல்ல முடியாது. அது இரவின் முதல் பகுதியில் நடந்திருந்தால், பயப்பட வேண்டிய அவசியமில்லை; அதை ஏதோ பிசாசின் குறும்பு விளையாட்டு – பூதசேஷ்டை என்று அத்துடன் விட்டுவிடலாம். ஆனால் அது இரவின் கடைசிப் பகுதியில் நடந்திருந்தால் தானங்கள் செய்யவேண்டும்."

அக்தரின் நெஞ்சம் அதிகமாகத் துடித்தது. ஆனால், ரஜி மௌனமாகவே அமர்ந்திருந்தான். வியப்பாகவும்

ஆச்சரியமாகவும் கண்களை விரித்துப் பார்த்துக் கொண்டிருந்தான்.

“நான் எப்போதும் எச்சரிக்கையுடன் நேரத்தைக் குறித்து வைத்துக்கொள்வேன்” பஷீர் பாய் சோதிப்பதைப்போல பேசினான். “அது மட்டுமல்ல, நான் எப்படிப்பட்ட மனிதன் என்றால், அவை நிகழும் முன்பே, இப்படித்தான் நடக்கும் என்று காணமுடியும். சில சமயம் விடியக்காலையில் அதிர்ச்சியடைவேன்... நான் எதையோ கண்ணால் பார்த்ததுபோல... நான் இங்கே வந்த புதிதில், மாதக் கணக்கில், எந்த ஆசையும் இல்லாமல், வேலை தேடினேன். நான் மிகவும் கவலையாக இருந்தேன். என்ன செய்வது என்றே தெரியவில்லை. அப்போது, ஒரு இரவு, என் கனவில் என் முப்பாட்டன் தெரிந்தார். அவர் பள்ளியிலிருந்து வெளியே வந்துகொண்டிருந்தார். அவர் கையில் ஒரு கூடை நிறைய இனிப்புகள். அவர் கூடையிலிருந்து ஒரு இனிப்பை எனக்கு கொடுத்ததும் எனக்கு முழிப்பு வந்துவிட்டது. அப்போது என் காதுக்குள் விழுந்தது அஜான் (காலைத் தொழுகை). கட்டிலை விட்டு கீழே இறங்கினேன். காலைக் கடன்களை முடித்துத் தொழுகை செய்ய எழுந்து நின்றேன். அப்போது, என்ன நடந்தது தெரியுமா... நீங்கள் நம்பமாட்டீர்கள். கேட்டால் உங்களுக்கு ஆச்சரியமாகமல் இருக்கவே முடியாது. மூன்றே நாட்களில், கேவலம் மூன்றே நாட்களில் – ஆம் அய்யா... எனக்கு வேலை கிடைத்துவிட்டது.

ரஜி, அக்தர், பஷீர் பாய் சொன்னதை கவனமாகக் கேட்டார்கள். கண்ணை மூடிக்கொண்டு, அவர்களுக்கு முதுகைக் காட்டிக்கொண்டு படுத்திருந்த சையத், தூங்க முயற்சித்தான்.

“பஷீர்பாய்”, அக்தர் கேட்டான், “எதற்காக கணக்கிலடங்கா பிணங்களே என் கனவில் தெரிகின்றன?”

“கனவில் பிணங்கள் தெரிவது சுப சகுனம். அதன் பொருள் நீ வெகு காலம் வாழ்வாய் என்று.”

“ஆனால், இது”, அக்தர் முன்னும் பின்னும் பார்த்தான்.

“ஆம், இந்த முறை அது வித்தியாசமாக இருக்கிறது” பஷீர்பாய் எந்த அதிர்ச்சியும் அடையவேண்டியதில்லை

என்று ஆர்வமில்லாத குரலில் பேசினான். “பிணம் உன்னுடன் போஜனம் செய்வதுபோல கனவு வருவது சுபமல்ல. அது பஞ்சம் வரும் என்பதற்கான அறிகுறி.”

சிறிது நேரம் மௌனமாக இருந்து, எரிச்சலடைந்தவனைப் போல, பேச்சைத் தொடர்ந்தான். “ஆனால், உனக்கு சரியான நேரமே தெரியாது அய்யா. சரியான நேரம் தெரியாவிட்டால், எனக்கு கனவுகளின் பொருளைச் சொல்ல வராது.”

சையதுக்கு எரிச்சலாக இருந்தது. அந்தப் பக்கம் திரும்பி, படுக்கையின் மீது எழுந்து உட்கார்ந்தான்.

அய்யா… நீ அதிசயமான மனிதன். எனக்கு உறுதியாகத் தெரியும். அக்தர் பாய் தூங்குவதே இல்லை. தனக்கு நடு இரவுவரை கண்ட கனவுகளைப் பற்றி சொல்ல எழுவான். பிறகு மறுபடியும் படுத்து கனவுகளைத்தான் காண்பான். சொல்லுப்பா அக்தர்பாய், உனக்குத் தூங்க எப்போதாவது நேரம் கிடைக்கிறதா?”

அக்தர் பதிலளித்தான். “இப்போது என்ன ஆனது உனக்கு? எல்லாவற்றையும் கிண்டல் செய்கிறாயே?”

“அய்யா, உனக்கு ஏதோ சிரமமாக இருக்கிறது – உனக்கு எல்லா இரவும் கனவு வந்துகொண்டே இருக்கின்றன… சொல்லுப்பா, உனக்கு எதற்காக தூக்கம் வருவதில்லை?”

“கனவு வருவது மனித இயல்பு. எல்லோருக்கும் கனவு வந்தேவரும். சிலருக்கு அதிகமாக இன்னும் சிலருக்கு குறைவாக – அவ்வளவுதான்?”

“அப்படி என்றால், எனக்கு? கனவுகள் வராதது என் இயல்பா? எனக்குக் கனவுகளே வருவதில்லை – அய்யா.”

“எப்போதும் வருவதே இல்லையா?”

அக்தர் வியப்பாகக் கேட்டான்.

“இல்லை இங்கே வந்த நாளிலிருந்து வருவதில்லை.”

“நீ ஒரு அதிசயமான ஆள்! உன்னிடம் ஏதோ குறை இருக்கிறது…! அவன் பேச்சைக் கேட்டீர்களா பஷீர் பாய்?”

சையத் பதிலளித்தான். “இதுபோன்ற குறுகிய மச்சின் மீது படுப்பவர்கள் யாருக்கும் கனவு வருவது சாத்தியமா, நீங்களே சொல்லுங்கள். விசித்திரமான மேல்தளம் இது! நான்கு கட்டில்களைப் போட்டுவிட்டால் டெராசில் ஒரு அங்குலம்கூட இடம் மீதமிருக்காது. இரவு எனக்கு விழிப்பு வந்து விட்டால், கட்டிலை விட்டு கீழே இறங்க மாட்டேன். ஏனென்றால் நான் கீழே இருக்கும் சந்தில் விழுந்து விடுவேன் என்ற பயம்! ஆனால் எங்கள் பழைய வீட்டு மேல்தளம்...” திடீர் என்று பேச்சை நிறுத்தினான். பிறகு மெல்லிய குரலில் சேர்த்தான்,

“இப்போது எதற்கு இழந்ததைப் பற்றி அழவேண்டும்? இப்போது அந்த வீட்டில்... சுட்ட செங்கல்கள் கூட மீதமிருக்காது என்று நினைக்கிறேன்.”

இப்படிச் சொன்ன சையத் எழுந்தான். டெரசில் ஒரு மண்பானையில் இருந்த தண்ணீரை அருந்தினான். பிறகு கேட்டான்,

“தண்ணீர் சூடாக இருக்கிறது. பானையில் எப்போது தண்ணீர் நிறைத்து வைத்தாய்?”

“இன்று மாலை” பஷீர்பாய் பதில் சொன்னார். “இந்தப் பானை பழசாகி விட்டது. நாளை புதிதாக ஒன்று வாங்கவேண்டும்.”

“இந்த அரிக்கேன் திரியை கொஞ்சம் இறக்கிவிடமுடியுமா?” சையத் கேட்டான்.

“அதன் ஒளி கண்ணைக் கூசுகிறது.”

“ஆம், அதை அந்த மூலையில் வை... இனி என்ன சிறிது நேரத்தில் நிலா வந்துவிடும்” பஷீர்பாய் பதிலளித்தார்.

திரியை கீழே இறக்கிக்கொண்டே, சையத் அரிக்கேனை சிறிது ஆட்டினான். “ஓ... இதில் எண்ணெய் குறைவாக இருக்கிறது. முழு இரவும் எரிவது சந்தேகம்.” தனக்குத் தானே சொல்லிக்கொண்டான். அரிக்கேனை எடுத்துக்கொண்டான், மேல்தளத்தின் பக்கத்துச் சுவரின் ஒரு மூலையில் வைத்தான். அரிக்கேனின் மங்கிய ஒளி மூலைக்குச் சரிந்தது. மச்சு முழுவதும் இருள் சூழ்ந்தது.

ரஜி, அக்தர் கட்டில்களின் மீது விரிப்பை விரித்திருந்தார்கள். ஆனால், நிலாவின் ஒளி சையதின் கட்டில் மீது பிரதிபலித்துக்கொண்டிருந்தது பருத்திப் போர்வையை மடித்து தலையணையாக வைத்துக்கொண்ட பஷீர்பாய் தன் கட்டிலின் மீது படுத்துக்கொண்டார். மாலைப் பொழுது தன் மேல்தளத்தைக் கழுவ தன் சனல் நார் கட்டில் மீது தண்ணீர் தெறித்திருந்ததால் இப்போது அவன் வெற்று முதுகில் பட்ட குளிர்ச்சி இதமாக இருந்தது. ஈரமான சனல் நார் மணம் அங்கே சுத்திப் பரவியது.

“பஷீர்பாய்” அதுவரை மௌனமாகவே இருந்த ரஜி வாய் திறந்தான். “பஷீர்பாய், ஒருவனுக்கு ஒரு பெரிய ஆலம்* கனவில் வந்தால், அது எதைக் குறிக்கும்?”

ரஜியின் கேள்விகளை அக்தர் கவனமாக கேட்டுக்கொண்டிருந்தான். சையத் அவர் எல்லோருக்கும் முதுகைக் காட்டிக்கொண்டு படுத்தான். தன் கண்களை மூடிக்கொண்டான். மறுபடியும் தூங்க முயற்சித்தான்.

“பஷீர்பாய், நீ அன்று சீக்கிரமாக விடியலிலேயே எழுந்து, தொழுகத் தாயரானாய் அல்லவா. அப்போது என்னைக் கேட்டாய். எதற்காக நீ இன்று இவ்வளவு சீக்கிரம் எழுந்து விட்டாய்? என்று –உனக்கு நினைவிருக்கிறதா? தெரியுமா... அந்த இரவு எனக்குத் தூக்கம் பிடிக்கவில்லை. ஏன் என்று எனக்குத் தெரியாது. எதற்காகவோ தூக்கம் வரவில்லை. படுக்கையில் அப்படியும் இப்படியும் புரண்டுகொண்டே இருந்தேன். என் மனம் விசித்திரமான சிந்தனைகளால் நிரைந்து கலங்கி இருந்தது. காலையில் என்றால், விடியற்காலையில் சிறிது கண்ணயர்ந்தேன். அப்போது எனக்கு ஒரு கனவு வந்தது...”

ரஜி திக்கினான், பயத்தில் குளிர்ந்து நடுங்கினான். “நான் நம் இமாம்பர்** பார்த்தேன். பிறகு... மறுபடியும் நம் இமாம்பர். பிறகு அதிலிருந்து ஒரு பெரிய ஆலம் தானாக மேலே எழுவதைக் கண்டேன்... பெரிய ஆலம்...

★ மொகரம் பண்டிகையின் போது எடுத்துச் செல்லும் கொடிக்கம்பம்.

★★ அறச் சொற்பொழிவு நடக்கும் கட்டடம்.

நம்மிடம் இருப்பதுபோல... அதில் பச்சைக்கொடி, கொடி பறந்துகொண்டிருந்தது. வெள்ளைப் பாஞ்ஜா★ அசைந்துகொண்டிருந்தது. பாஞ்ஜா வெள்ளை வெளேரென்று ஒளிரியது. எப்படி ஒளிரியது என்றால், என் கண் கூசி மூடுமளவிற்கு. உடனே எனக்கு விழிப்பு வந்தது.”

தன் கட்டிலில் படுத்திருந்த பஷீர்பாய் உடனே எழுந்து நின்றுவிட்டார். அக்தர் தன் மீது எப்படி கட்டுப்பாட்டை இழந்துவிட்டார் என்றால், ஒரு அங்குலமும் அசையவில்லை. ரஜியின் உடம்பு நடுங்கியது.

சையத் கூட அவர்கள் பக்கம் திரும்பிப் பார்த்தான். தன் கண்களை அகலமாகத் திறந்தான். அநேகமாக நிலா ஒளிக்கீற்றுகள் அந்தக் கண்கள் வழியாக தன் மூளைக்குள் அடங்கியிருக்கும் இருட்டு குகைகளுக்குள் நுழைவதுபோல.

ரஜி சொல்லிக்கொண்டிருந்தான்... “கண் எதிரில் மங்கிய ஒளியில், தூபங்களின் பரிமளத்தில் அமிர்தமான ஆஜாகான்★★ மூண்டு வந்தது. தங்கம், வெள்ளிகளின் மிளிரலில், மினுங்கிய ஆலம், பாஞ்ஜாக்களை, தங்கம், வெள்ளி வேலைப்பாடுகள் செய்த சித்திரங்களுடன், பச்சை சிகப்பு பட்டு துணிகளின் கொடிகள். ஸ்படிக மணிகளால் அலங்கரிக்கப்பட்ட வெள்ளை ஒளியை எங்கெங்கும் பரப்பி தொங்கும் சரவிளக்குகள்... சரவிளக்குகளின் ஸ்படிக மணிகளை எங்கே பார்த்தேன் என்பது நினைவிற்கு வரவில்லை. அது கண்ணாடி மணிகள். ஆனால் அதை அருகிலிருந்து பார்க்கும்போது அதற்குள் ஒரு வானவில் தோன்றியிருந்தது.

“மிகவும் விசித்திரமான கனவு” அக்தர் திக்கினான்.

“அது கனவல்ல” பஷீர்பாய் மெல்லச் சொன்னார்.

அக்தர், ரஜி இருவரும் அவர் பக்கமாகத் திரும்பி அவனையே கூர்ந்து பார்த்தார்கள்.

“நீ உறங்கிவிட்டாயா... அல்லது?” பஷீர்பாய் கேட்டார்.

★ கை சின்னம் இருக்கும் கொடி. மொகரம் சமயத்தில் எடுத்துச் செல்வது.

★★ பிரார்த்தனைக் கூடம்.

“இல்லை, நான் தூங்கவில்லை. கொஞ்சம் புரண்டு படுத்தேன்.”

பஷீர்பாய், சிறிது நேரம் யோசித்து, கம்பீரமாக மெல்லிய குரலில் சொன்னார். “அது வெறும் கனவல்ல. அது தெய்வ தரிசனம்.”

ரஜி மௌனமாக அவரையே பார்த்தான். முதலில் வியப்பாக, பிறகு அவன் கண்களில் வெகுவாக மகிழ்ச்சி நிறைந்திருந்தது. ஆனால், அவனுடைய அந்த ஆனந்தம் உடனே அவனை ஆதங்கத்திற்குத் தள்ளியது.

“அந்த ஆண்டு” – அவன் குசுகுசுத்தான். “எங்கள் இமாம்பரத்திலிருந்து பெரிய ஆலம் ஊர்வலமாகக் கொண்டு சென்றதில்லை.”

“எதற்காக எடுத்துச் செல்லவில்லை?”

பஷீர்பாய் , அக்தர் கலக்கமடைந்தார்கள்.

“எங்கள் குடும்பத்தின் எல்லா உறுப்பினர்களும் இங்கே புலம்பெயர்ந்திருந்தார்கள். எங்கள் அம்மா மட்டும் அங்கேயே தங்கிவிட்டார். தான் உயிரோடு இருக்கும்வரை இமாம்பரத்தை விட்டு வரமாட்டேன் என்று சத்தியம் செய்துவிட்டார். ஒவ்வொரு வருடமும் அவர் மகிழ்வுடன் மொகரமுக்கு ஏற்பாடு செய்வார். மிகவும் மதிப்போடு, சிறப்பாக பெரிய ஆலத்தை ஊர்வலமாக எடுத்துச் செல்வார்கள்.

“பிறகு?”

“அவர்களுக்கு வயதானது. உடம்பு பலவீனமானது. நாங்கள் இங்கே வந்தோம். நான்... நான்... அந்த நேரத்திற்குச் சரியாக அவர்களுடைய படுக்கைக்கு அருகேயும் போகமுடியவில்லை.”

அவன் குரல் தழுதழுத்தது. கண்களில் நீர் நிறைந்தது.

பஷீர்பாய், அக்தர் இருவரும் தங்கள் தலைகளைத் தாழ்த்திக் குனிந்தார்கள்.

சையதும் எழுந்து உட்கார்ந்தான்.

பஷீர்பாய் நீண்ட பெருமூச்சுவிட்டார்.

நீண்ட மௌனம் சூழ்ந்தது.

நாங்கள் அந்த வீட்டில் வெகு நாட்களாக ஒன்றாக வசித்துவந்தோம். ஆனாலும், நீ எங்களிடம் எதையும் சொல்லவில்லை" – அக்தர் வருத்தபட்டான்.

"சொல்ல எதுவும் இருக்கவில்லை."

பஷீர் பாய், அக்தர் இருவரும் மறுபடி மௌனத்திடம் சரணடைந்தார்கள். அவர்களுக்கு என்ன சொல்ல வேண்டுமென்றே தெரியவில்லை. தங்களைச் சூனியம் சூழ்ந்துகொண்டதுபோல அவர்களுக்குத் தோன்றியது.

இரண்டு

இருட்டு இரவு. திடீரென்று ஒரு பிரகாசமான மின்னல் அடித்ததைப்போல, பழைய நினைவுகள் சையதை அதிர்ச்சிக்குள்ளாக்கியது... மொகரமின் பத்து நாட்கள், பேகலமின் சில நாட்களை விட்டால், ஆஜா கானா ஆண்டு முழுவதும் மூடி இருக்கும்.

அந்த மரக் கதவின் பின்னால் இருக்கும் ரகசிய இருட்டில் என்ன இருக்கிறது என்று கண்டுபிடிக்கும் கெட்ட ஆர்வச் சபலத்தை, தான் சின்னப் பையனாக இருந்தபோது அடக்கிக்கொள்ள முடியவில்லை. அவ்வப்போது மெல்ல – மெல்ல திருட்டு அடி எடுத்துவைத்துப் போய், மரக் கதவுகளின் விரிசல்கள் வழியாக எட்டிப் பார்ப்பான். ஆனால் எதுவும் காணக் கிடைக்காது. அப்போது இரும்புப் பிடி மீது ஒரு கால் வைத்து ஏறுவான். ஒரு கையில் இரும்புப் பிடியைப் பிடித்துக்கொண்டு, கதவுக்கு மேலே இருக்கும் இரும்பு சாளரத்தின் வழியாக ஏதாவது உள்ளே தெரிகிறதா என்று எட்டிப்பார்ப்பான். உள்ளே அறையில், முழுமையாக இருட்டு நிறைந்திருந்தாலும், மூலையில் இருக்கும் கொத்து விளக்கின் ஸ்படிக மணிகள் ஒளிரிக்கொண்டிருந்தன. ஒரு நொடி பயத்துடனும் வியப்புடனும் அதையே பார்த்து, பிறகு கீழே குதித்து, யாராவது பார்த்துவிடுவார்களோ என்னமோ என்ற பயத்தில், ஓடிவிடுவான்.

அந்த வீட்டு நிலவறை, ஆஜா கானாவை விடவும் அதிக இருட்டால் நிறைந்திருந்தது. ஒரே ஒரு சிறிய சாளரத்தின் வழியாக படிகள் மங்கலாகத் தெரிந்தன. அதன் இருட்டு

அவனுக்கு வியப்பை மட்டும் உண்டுபண்ணவில்லை. அது அவனுக்கு பயத்தையும் ஏற்படுத்தியது. அவன் அம்மா, இந்த நிலவறையை ஒரு நாகப்பாம்பு ரட்சிக்கிறது, ஆனால் அதைத் தொந்தரவு செய்யாமலிருந்தால் அது யாரையும் எதுவும் செய்யாது என்று தைரியம் சொல்லாவிட்டாலும், சாளரத்தின் வழியாக நிலவறையையைப் பார்க்கும் சாகசத்தை அவர் என்றும் செய்ததில்லை. ஒருநாள் இரவு அவர் படிகளை ஏறும்போது, ஏதோ ஒன்று ஊர்வதை அவர் தொட்டுவிட்டாராம். அவன் அம்மா இந்த செய்தியை சொல்லிக்கொண்டே அது தேவ நாகப்பாம்பு என்று அவனுக்கு தைரியம் ஊட்டினார். அவன் நாகப்பாம்பைப் பார்த்ததே இல்லை. ஆனால் அந்தக் கதையைக் கேட்ட பிறகு, படிகள் மீது நின்று, சாளரத்தின் வழியாக இருட்டு நிலவறையை பார்க்கும் சாகசத்தை அவன் என்றும் செய்ததில்லை.

தன் கண்ணால் அந்தப் பாம்பைப் பார்த்திருக்கிறேன் என்று புண்டி சத்தியம் பண்ணிச் சொன்னாள்.

“பொய்க்காரி.”

“சரி, என்னை நம்பவேண்டாம்.”

“அல்லாவின் மீது ஆணை.”

ஆனாலும், அவன் அவள் பேச்சை நம்பவில்லை.

“சொல், அது எப்படித் தெரிந்தது?”

“கருப்பு நிறம், வெள்ளைப் புள்ளிகளால் நிறைந்த கருப்பு வண்ணம். நான் சன்னலின் வழியாக பார்த்துக்கொண்டிருந்தேன். அது மெல்ல சுவர் மீது ஊர்ந்துகொண்டிருந்தது. நான் உடனே வேகமாக சன்னலின் கதவைச் சாத்தினேன்.”

உடனே அவர்களது தேகங்கள் பயத்தால் நடுங்கின. இருவரும் ஒருவரை ஒருவர் பார்த்துக்கொண்டார்கள். அவர்கள் கண்களில் பயம் நிறைந்திருந்தது. நெஞ்சங்கள் வேகமாகத் துடித்தன. இருவரும் ஒன்றாகக் கீழே குதித்தார்கள். படிகளின் மீது ஓடி இறங்கினார்கள். வராந்தாவில் குதித்து ஓடினார்கள். பிறகு வெளியே கிணற்றுச் சுவருக்குக் கீழே உட்கார்ந்து கொண்டார்கள்.

கிணற்றுச் சுவரில் சாய்ந்து, ஆழமாக இருந்த கிணற்றை எட்டிப் பார்த்தார்கள். அது மாலையாக இருந்ததால், கிணற்று ஆழத்தில் நிழல் விழுந்தது. கீழே இருட்டுத் தெரிந்தது. அக்கம்பக்கத்திலேயே உட்கார்ந்திருந்தார்கள். பகலின் ஒரு ஒளிக்கீற்று, தண்ணீர் மீது விழுந்தது. இருட்டை அது அடர்த்தியாக்கியது.

திடீர் என்று இருள் நிறைந்த தண்ணீர் மீது இரண்டு நிழல்கள் ஆடுவதைக் கண்டார்கள்.

"யட்சினிகள்!"

"பைத்தியம், பேசாதே, யட்சினிகள் கிணற்றில் வசிக்காது."

"அப்படி என்றால் அவை எங்கே வசிக்கும்?"

"எங்கேயும் இல்லை" – அவன் நம்பிக்கையுடன் ஒரு பெரிய மனிதனைப்போல சொன்னான். "நீ பைத்தியம், முட்டாள்... நில்... நான் அவற்றை மிரட்டுகிறேன்."

அவன் கிணற்றுச் சுவர் மீது சாய்ந்து, கிணறை குனிந்து பார்த்துக் கத்தினான், "அங்கே யாராவது இருக்கிறீர்களா?" இருட்டுக் கிணறு எதிரொலித்தது. "யாராவது இருக்கிறீர்களா?" மறுபடியும் கத்தினான்.

பயத்தால், இருவரும் கிணற்றுச் சுவரிலிருந்து கீழே குதித்தார்கள்.

"அங்கே, இங்கே – கீழே யாரோ இருக்கிறார்கள்."

"இல்லை, இல்லை – அங்கே யாரும் இல்லை."

உள்ளுக்குள்ளே பயமாக இருந்தாலும் வெளியே காட்டிக்கொள்ளாமல் அலட்சியமாக தைரியம் சொன்ன அவர்கள் இருவரும் வெகு நேரமாக அங்கே மௌனமாக நின்றார்கள். பிறகு மெல்ல அவர்களது கால்கள் நடக்கத் தொடங்கின. பிறகு புண்டி திடீரென்று அந்தக் கேள்வியைக் கேட்டாள். "இவ்வளவு தண்ணீர் கிணற்றுக்குள் எங்கே இருந்து வருகிறது?"

அவன் அவளுடைய வெகுளியான அறியாமையைக் கண்டு சிரித்தான். "உனக்கு அதுவும் தெரியாதா? முட்டாள். பூமிக்குக்

கீழே தண்ணீரை விட்டால் எதுவும் கிடையாது. அதனால் கிணறு என்றும் வற்றாது."

"பூமிக்குக் கீழே தண்ணீரை விட்டால் மற்றெதுவும் இல்லாவிட்டால்..." வெகுவாக யோசிப்பவளைப்போல அவள் கேட்டாள்.

"இந்தப் பாம்புகள் எங்கே வசிக்கின்றன?"

"பாம்புகள் எங்கே வசிக்கின்றன?" அவன் குழப்பத்திற்கு ஆளானன். "பாம்புகள் இந்த பூமிக்கு சொந்தக்காரர்கள். தண்ணீருக்கு சொந்தக்காரர்கள் அல்ல. அப்படி என்றால் பாம்புகள் எங்கே வசிக்கும்?"

புண்டி, திடீர் என்று அவனிடம் மற்றொரு கேள்வியைக் கேட்டாள். "சையத் பாம்புகள் ஒருகாலத்தில் சொர்க்கத்தில் வசித்தனவல்லவா?"

"ஆம்."

"ஆம், சொர்க்கத்தில்தான் வசித்தன என்றால், அங்கே இருந்து பூமிக்கு எப்படி வந்தது?"

"அது பாவச் செயல் செய்தது. அதனால் கடவுள் அதற்கு சாபமளித்தார். அவற்றுக்கு முதலில் கால்கள் இருந்தன. பிறகு அதன் கால்கள் கழன்றுபோயின. அவை பூமிக்கு வழுக்கி விழுந்தன."

"பாவச் செயல் புரிந்தது!" புண்டியின் கண்களில் பயத்தின் நிழல். அவர்கள் இருவரும் ஒருவரை ஒருவர் பயதத்துடன் பார்த்துக்கொண்டார்கள்.

புண்டி கேட்டாள், "எனக்கு தாகமாக இருக்கிறது. வீட்டுக்குப் போகலாம்."

அவன் கிணற்றுச் சுவர் மீது இருந்த குடத்தை எடுத்துக்கொண்டான். "இந்த கிணற்றுத் தண்ணீரைக் குடிக்கலாம். அது குளிர்ச்சியாக இருக்கும்" அப்படிச் சொல்லி சையத் வேகவேகமாக குடத்தை கிணற்றில் இறக்கினான். அவன் கையில் இருந்தக் கயிறு எப்படி வேகமாக வழுக்கியது என்றால், அவன் கைத் தோலே உரிந்துவிடுவதுபோல இருந்தது. குடம்

நிறைந்து வழிந்த தண்ணீர் சத்தம் அவனை ஆச்சரியப்படுத்தியது. அவன் உடம்பெல்லாம் ஏதோ மகிழ்ச்சியான அனுபவம். அவர் இருவரும் ஒன்று சேர்ந்து தண்ணீர் நிறைந்த குடத்தை மேலே இழுத்தபோது இருவர் உடல்களிலும் ஏதோ ஒரு நடுக்கம். மகிழ்ச்சியின் புல்லரிப்பின் நடுக்கம்.

தண்ணீர் நிறைந்து வழிந்த குடம் கிணற்றிலிருந்து வெளியே வந்ததும், புண்டி அதை தூக்கிக்கொண்டு சையதின் ஏந்திய கைகளுக்குள் குளிர்ந்த தண்ணீரை ஊற்றினாள். திருப்தி அடையும்வரை நீர் அருந்திய சையத், பிறகு குடத்தை தான் வாங்கிக்கொண்டு, அவளுடைய மிருதுவான கைகளில் ஊற்றினான். அவள் கைக்குழி ஆழமாக இருந்தது. அது நிறையத் தண்ணீர். அந்தத் நீரில் தெரிந்த முத்தைப்போல வெள்ளையாக ஒளிரும் அவள் கைகள்... அவள் உதட்டு மென்மை... வேண்டுமென்றே அவன் தாராளமாக தண்ணீரை ஊற்றினான், கைநிறைந்து வெளியே சிந்துவதுபோல. ஆனால், அவளும் தண்ணீர் வெளியே சிந்தி அவள் துணி நனைவதையும் கவனிக்கவில்லை. தொடர்ந்து தண்ணீர் பருகிய அவளுக்கு இனி மூச்சுத் திணறுவதுபோல இருந்தது...

மூன்று

"உண்மையாக, ஆலம் எங்கள் வேண்டுதலை நிறைவேற்றியதற்காக..." ரஜி சொன்னான். "என் அம்மா விரைவில் கர்ப்பம் தரிக்கவில்லை... அதனால், அவள் புனித கர்பாலா நகருக்கு யாத்திரை சென்றாள். இமாமின் கோவிலில் யார் வேண்டுமென்றாலும் வரம் கேட்கலாம். அவர் மிகவும் பொறுமையுள்ள மகான்... ஆனால், சோட்டே ஹஜ்ரத் அவர் கோவிலுக்குள் நுழைந்த உடன், அதிலிருந்து எப்படிப்பட்ட திவ்விய ஒளி ஒளிரியது என்றால், பக்தி உணர்வு பொங்கி வராமல் யாரும் இருக்கமாட்டார்கள் என்று என் அம்மா என்னிடம் அடிக்கடி சொல்வதுண்டு. அங்கே அற்புதங்கள் நடக்காத நாட்களே கிடையாது.

என் அம்மா கோவிலுக்குள் நுழையும்போது, ஒரு அதிசயம் ஏற்பட்டது. அதே சமயம் ஒரு ஆள் கோவிலிலிருந்து வெளியே வந்துகொண்டிருந்தானாம். அவன் வாசலைத் தாண்டி வெளியே போகவேண்டும், திடீர் என்று அவன் கால்களுக்கு முடக்குவாதம்

ஏற்பட்டது. அவன் வெளியே போகவும் முடியவில்லை. உள்ளே வரவும் முடியவில்லை.

மின்னல் அடித்ததைப்போல...

நெருப்புச் சுட்டது போல... அவன் உடல் நொந்துபோனதாம்.

அவன் அம்மா இயலாமையால் அழுதாள்... வெகு நேரத்திற்குப் பிறகு, கோவில் இரட்சகர், அவள் அருகே வந்து, ‘பீபி, உன் மகன் ஏதோ அறம் தவறிய செயல் புரிந்திருக்கவேண்டும், சோட்டே ஹஜரத் மனதிற்கு வருத்தம் ஏற்பட்டிருக்கிறது. இமாமின் கர்ப்பகிருகத்திற்குப் போய்; அவர் மட்டும் சோட்டே ஹஜரத்தை அமைதிப்படுத்த முடியும்.’ விக்கி அழுதுகொண்டு, அவள் இமாமின் கோவிலுக்குப் போனாள். அவர் சமாதியைத் தழுவிக்கொண்டு அழுதாள்” ரஜி மெல்லிய குரலில் தொடர்ந்தான். “திடீர் என்று கோவிலில் ஒரு திவ்விய ஒளி பரவி, அந்த மனிதன் விடுதலை பெற்றான்; இதை எங்கள் அம்மா கண்ணால் கண்டது.”

“மிகவும் ஆச்சரியம்!” அக்தர் முணுமுணுத்தான்.

பஷீர்பாய் கொட்டாவி விட்டார். பிறகு தன்னுடைய சிந்தனையிலேயே மூழ்கிப்போனவர் போல தெரிந்தார்.

“அநேகமாக அந்த மனிதன் பொய்யாக வேண்டியிருக்கலாமாம்.”

ரஜி மெல்ல மூச்சுவிட்டான்.

பஷீர்பாய், அக்தர் இருவரும் மௌனமாக இருந்த வாய்ப்பைப் பயன்படுத்திக்கொண்டு ரஜி பேச்சைத் தொடர்ந்தான்.

“அதனால், என் அம்மா தனக்குள்ளேயே சொல்லிக் கொண்டாராம், ‘என்ன ஆனாலும், எனக்கு வரம் கிடைக்கும்வரை நான் இங்கே இருந்து நகரமாட்டேன்... எனக்கு குழந்தை பாக்கியத்தை அருளவேண்டும்’. இரவு முழுவதும் இமாமின் சமாதிக்கு அருகிலேயே பிரார்த்தனை செய்துகொண்டும், கண்ணீர் சிந்திக்கொண்டும், வேண்டிக்கொண்டும் உட்கார்ந்திருந்தார். அவருக்கு ஒரு தரிசனம் கிட்டியது. ஒரு சிங்கம் தர்காவுக்குள் நுழைவதுபோல கண்ட அந்தக் காட்சி... உடனே என் அம்மா அதிர்ச்சியடைந்து

எழுந்தாராம். அவர் கண் ஆலம் மீது விழுந்தது. வளைநகத்தைச் சுற்றி தங்க ஒளி. புதிய மல்லிகைப்பூ அவர் மடியில் விழுந்தது."

"ஆம்... அந்த மகானின் மகிமையைப் பற்றி எந்த சந்தேகமும் இல்லை." பஷீர்பாய் உறுதியான குரலில் சொன்னார்.

"அந்த ஆலம்" ரஜி மரியாதைக் குரலில் முணுமுணுத்தான். "அது உண்மையான ஆலம். அது யூப்ரடிஸ் இல் இருந்தே வந்த ரோசா. அது இப்போதும் மிக கம்பீரமாக கோவில் தலைப் பகுதியில் எழுந்து நின்றிருக்கிறது. மொகரமின் பத்தாவது நாள் அது சூரியனைப்போல தீட்சணமாக ஒளிரும். அப்போது அதைக் கண்ணால் பார்க்க யாராலும் முடியாது..."

நான்கு

தன் கண்முன் பிரகாசமான ஒளி வெடித்ததைப்போல சையதுக்குத் தோன்றியது. அந்த வெளிச்சத்தின் ஒளி தன் மூளையின் கருப்பு குகைகளுக்குள் நிறைந்துபோனது போல தோன்றியது... நிலவறையின் எல்லா இருட்டு மூலைகளிலும் ஒளி... நீண்ட நிழல்கள், பிரகாசமான முகம், மிளிரும் ஆலம்கள்.

சுத்தமான வானில் சுதந்திரமாக பறக்கும் பட்டங்கள்... ஆனால் பட்டங்களின் நூல் திடீர் என்று அறுந்துபோக... பட்டம் ஆகாயத்தில் மிதந்து போனது. புண்டி கோபத்தால் அவனிடமிருந்து விலகினாள். அவனுக்கு முதுகைக் காட்டி, அவள் அவனிடமிருந்து விலகி நடந்தபோது, பட்டம், தொலைவாக...வெகு தொலைவாக... ஆகாயத்தில் பறந்துபோனதுபோல அவனுக்குத் தோன்றியது. வெள்ளை பருத்தி நாடா தன் சுருள்களை திறந்துகொண்டு, வானில் பரவி முடிவில் மாயமாவதுபோல, அவன் முடிவில்லாத வளைவுப் படிகளை ஏறிப்போவதுபோல அவனுக்கு கனவு வந்தது... அந்தக் காற்றாடியின் நூல் அவன் கைக்கு எட்டாதபடி காற்றில் பறந்தது.

படிகள் கடைசியாக ஒரு சுரங்கப் பாதைக்குள் வழுக்கியதுபோல, பிறகு வெளியே வந்து காற்றில் உயர ஏறுவதுபோல, கனவு வந்தது. அவன் படிகளை இன்னும் ஏறிக்கொண்டே இருந்தான். உயர மேலும் உயர, ஏறினான். கீழே இருள் பள்ளத்தில்

விழுந்துவிடுவேனோ என்ற பயம் சூழ்ந்துகொண்டது. பிறகு ஒரு கிணற்றில் விழுந்தான். இப்படி விழுந்துகொண்டே, மெல்ல மெல்ல விழுந்துகொண்டே இருந்தான். பயத்தால் எழ முயன்றான். அந்த நொடி அதிர்ச்சியால் விழித்துக்கொண்டான்.

“அம்மீஜான்... எனக்கு வளைவுப் படிகளை ஏறுவதுபோலவே, ஒரு கனவு வந்தது.”

“அது சுப அறிகுறிக்கான கனவு – பேட்டா – உனக்கு நல்லது நடக்கும். அநேகமாக நீ ஒரு உயர்ந்த அதிகாரியாகலாம்.”

“அம்மீஜான்... – கனவில் காற்றாடிகள் பறப்பதுபோல கண்டால், என்ன பொருள்?”

“இல்லை...கூடாது ...பேட்டா, காற்றாடிகள் கனவில் வரக்கூடாது” அம்மா சொன்னார். பட்டங்கள் கனவில் வருவது நல்லதல்ல. அப்படியான கனவுகள் நோக்கமில்லாமல் அலைவதையும், முன்னால் வரும் கஷ்டங்களையும் குறிக்கும்.”

“அம்மீஜான்... முடிவே இல்லாத வளைவுப் படிகளின் வரிசையை ஏறுவதுபோல, இன்னும் மேலே, உயர ஏறிப்போவதுபோல கனவு வந்தது. முடிவில் நான் மச்சுக்கு வந்தேன். திடீரென்று படிகள் மாயமானன... நான் தனித்து விடப்பட்டேன்... மறுபடியும் காற்றாடி...”

“இல்லை... இல்லை மகனே, அது நல்ல கனவல்ல”, குறுக்கே அம்மா நுழைந்து சொன்னார். ஒரு மச்சிலிருந்து மற்றொரு மச்சிற்குத் தாவுவதில் நீ உன் பொழுதைக் கழிக்கிறாய். அதனால் உனக்குக் கனவில் காற்றாடிகள் தெரிகின்றன... உனக்கு அப்படிபட்ட கனவுகள் வரக்கூடாது.”

“அம்மீஜான் நம் மொட்டைமாடியின் தடுப்புச் சுவரில் ஒரு குரங்கு உட்கார்ந்திருப்பதைப் போலவும் கண்டேன்.”

அவன் அம்மா தீவிரமாக எதிர்செயல் புரிந்தார். “போதும்... போதும் இப்போது தூங்கு.”

“சரி, அம்மீஜான்... நீ எனக்குச் சொல்லிக்கொண்டிருந்த கதையை முழுமையாக சொல்லி முடிக்கவேண்டும்.”

“கண்டிப்பாக: இறைவன் உன்னை ஆசீர்வதிக்கட்டும். நாம் கதையை எங்கே விட்டோம்?”

“ராஜகுமாரி அவனைக் கேட்டாள், நீ யார்?”

ஓ... ஆம், ராஜகுமாரி அவனைக் கேட்டாள். ‘நீ யார்?’ அவன் இந்தக் கேள்வி கேட்காமல் அவளைச் சம்மதிக்கவைக்க மிகவும் முயன்றான்.

“ஓ... புண்ணியவதியே இந்தக் கேள்வியைக் கேட்கவேண்டாம். அது உனக்கு துயரத்தை ஏற்படுத்தும். ஆனால் ராஜகுமாரி பிடிவாதம் பிடித்தாள். “நீ எனக்குச் சொல்லாவிட்டால், நான் உன்னிடம் பேசவேமாட்டேன். அப்படியே ஆகட்டும்– பீபி, நீ இப்படி முரண்டுபிடித்தால் என்ன செய்யலாம்? நாம் நதிக்கரைக்குப் போகலாம். நான் அங்கே என் அடையாளத்தைச் சொல்கிறேன்.” அவர்கள் இருவரும் இப்படி நதிக் கரையின் பாதையில் நடக்கத் தொடங்கினார்கள். கரையை அடைந்ததும், அவளிடம் மற்றொருமுறை வேண்டிக்கொண்டான்,

“தயவு செய்து நான் யாரென்று கேட்கவேண்டாம்.”

அவள் பிடிவாதம் பிடித்தாள். “எனக்குத் தெரிந்தே ஆகவேண்டும்” அவன் நதிக்குள் இறங்கினான். தண்ணீர் மார்பளவுக்கு வந்ததும் மறுபடியும் கேட்டான்.

“ஓ... புண்ணியவதியே, தயவு செய்து கேள், வற்புறுத்தாதே” அவள் பதிலளித்தாள். “எனக்குத் தெரிந்தே ஆகவேண்டும்.”

தண்ணீர் அவன் கழுத்துவரை வந்தது. மறுபடியும் அவள் அந்தக் கேள்வியைக் கேட்காமல் இருக்க வற்புறுத்தினான். ஆனால் மறுபடியும் அதே பிடிவாதம். தண்ணீர் அவன் வாய்வரை வந்தது. “இன்னும் நேரம் கடக்கவில்லை”. அவன் மன்றாடினான். “நீ பிறகு வருந்துவாய்.”

எனக்குத் தெரிந்தே ஆகவேண்டும். “அவள் திரும்பத் திரும்ப வலியுறுத்தினாள். அந்த மனிதன் தண்ணீருக்குள் மறைந்துவிட்டான். திடீரென்று ஒரு கருநாகம் தண்ணீரிலிருந்து தலை தூக்கியது. திரும்ப நீரில் மூழ்கியது...

ஐந்து

“இப்படி என் தாய், ஒரு வெள்ளி ஆலமை சமர்பித்தாள். அவளுக்கு மல்லிகைப் பூ ஆசீர்வாதமாகக் கிடைத்தது. அதே ஆண்டு நான் பிறந்தேன்.”

“அந்த ஆலம், புனிதமானது என்று நானாவது நம்பி இருக்கிறேன்” பஷீர்பாய் சொன்னார்.

“ஆனால்..” ரஜி பயத்தால் திக்கினான். “ஆனால்…ஆனால்…”

“ஆலம், காணாமல் போனது.”

“எப்படி?” பஷீர்பாய், அக்தர் இருவரும் திகிலுடன் கேட்டனர்.

“அந்த ஆண்டு ஊர்வலம் போகவில்லை.”

ரஜி, மெல்லிய குரலில் சொன்னான். “எங்களுக்கு ஒரு பக்கத்து வீட்டுக்காரர் இருந்தார். அந்த இரவு இமாம்பரத்தில் யார் ஒருவரும் ஒரு விளக்கையும் ஏற்றி இருக்கவில்லை. ஆனால், அவன் மறுநாள் காலை தன் பிரார்த்தனையைச் சொல்ல எழுந்தபோது இமாம்பரம் நிறைய கேஸ் விளக்குகள் ஒளிரிக்கொண்டிருந்தன. ஆனால், பிறகு நான் அங்கே சென்றபோது, மற்ற எல்லா ஆலம்களும் அங்கே இருந்தன. ஆனால், அந்தப் பெரியது மட்டும் காணவில்லை...”

ஆறு

காலைப் பனி கரைந்து, சூரிய ஒளி எல்லாப் பக்கங்களிலும் பரவியிருந்தது. கிணற்றுச் சுவர் மீது, வெளிச்சத்தில் உட்கார்ந்திருந்த அவர்களுக்கு, அவர்கள் தலைமீது ஏதோ பறப்பதுபோலத் தெரிந்தது. “காற்றாடி!” இருவரும் கூட்டத்திற்குள் அம்புகள் போல பாய்ந்து, படிகள் மீது ஏறி ஓடி, மச்சை அடைந்தார்கள்.

“எங்கே இருக்கிறது காற்றாடி?” உணர்ச்சியோடு அங்கும் இங்கும் தேடி அவன் கேட்டான்.

புண்டி நம்பிக்கைக் குரலோடு சொன்னாள்.

"அது மொட்டைமாடியில் விழுவதைப் பார்த்தேன்."

"அப்படி என்றால் அது எங்கே இருக்கிறது?"

திடீர் என்று புண்டி அவன் சட்டைத் தோளைப் பிடித்து இழுத்துக்கொண்டே, அதை இறுக்கமாகப் பற்றிக்கொண்டாள். "சையத், குரங்கு...குரங்கு..."

அவன் அதிர்ச்சியடைந்தான். "எங்கே...? எங்கே...?"

"அங்கே... அங்கே..." தடுப்புச் சுவரை பார்த்துக்கொண்டே அவள் சொன்னாள்.

சுவர் மீது ஒரு பெரிய கடுவன் உட்கார்ந்திருந்தான். அவன் தூங்கிக்கொண்டிருந்தான். ஆனால் இவர்களை பார்த்த உடன், அவன் பாய்ந்தான். ஆண் குரங்கின் மீதான கருங்கூந்தல் முள்ளம்பன்றியின் முட்களைப்போல விரைத்து நின்றிருந்தன. புண்டியும் சையதும் பயத்தால் உறைந்துபோனார்கள். குரங்கு அங்கே சற்று நேரம் நின்று, அவர்களைப் பார்த்து, அலம்பியது. பிறகு மெல்ல சுவர் மீது நடந்து, கீழே இறங்கி, சந்துக்குள் குதித்து, மாயமானது.

அவர்கள் படிகளுக்கு அருகே வந்தபோது, அவர்களது இதயங்கள் வேகமாகவே அடித்துக்கொண்டன. இருவரும் வியர்த்திருந்தார்கள். புண்டி தன் அங்கியால் முகத்தைத் துடைத்துக்கொண்டாள். கழுத்தைத் துடைத்துக் காயவைத்தாள். விரிந்த தலைமுடியைக் கட்டினாள். பிறகு இருவரும் படி மீது அமர்ந்தார்கள். மேலும் அதிக பயம் நிறைந்த கண்களுடன். அதிர்ச்சியடைந்த புண்டியை அவன் பார்த்தான். உண்மையாகவும், படி மீது விழுந்த அரை வெளிச்சத்தில், அவள் கண்களில் பயம் அதிகமாகவே தெரிந்தது. நட, போகலாம் என்று அவன் சொல்லி, உடனே எழுந்து நின்றான். இருவரும் தடதடவென்று படிகளை இறங்கி ஓடினார்கள். கடைசிப் படிக்கு வந்தபோது, அவன் அங்கே நின்று சன்னல் வழியாக, மரங்களால் நிறைந்திருந்த விசாலமான வெளியைப் பார்த்தான். வெளியே தெரிந்த காட்சி மற்றொரு உலகைச் சேர்ந்தது போல அவர்களுக்குத் தோன்றியது.

"பார்க்க வேண்டாம்!" புண்டி எச்சரித்தாள். "எதற்காகக் கூடாது?"

"அங்கே ஒரு சூனியக்காரி இருக்கிறாள்" தன் கண்களை பயத்தால் அகலமாக்கிக்கொண்டு அவள் சொன்னாள். "அவளிடம் ஒரு மந்திரக் கண்ணாடி இருக்கிறது. யாராவது அதைப் பார்த்தால், அவர் அவள் மோடிக்கு மயங்கிவிடுவார்கள். பிறகு அவள் அடிமையாகி விடுவார்கள்."

"பொய் சொல்கிறாய்."

"நான் அல்லா மீது ஆணை செய்து சொல்கிறேன்."

பயத்துடன், அவன் மறுபடி சன்னல் வழியாகப் பார்த்தான். "எனக்கு அவள் தெரியவில்லையே."

அவள் சன்னல் வழியாக எட்டிப் பார்க்க முயன்றாள். ஆனால் சன்னல் அவளிடமிருந்து அதிக உயரத்தில் இருந்தது. "சையத், எனக்கு உதவி செய்... நானும் பார்க்கிறேன்" அவள் வேண்டினாள்.

அவன் அவள் கால்களைப் பிடித்து, அவள் முகம் சன்னலுக்கு சமமாக வரும்வரை தூக்கினான்... தன் தோள்களில், குளிர்ச்சியான இனிப்புத் தண்ணீரின் குடம் இருப்பதுபோல அவனுக்குத் தோன்றியது.

ஏழு

நிழல் வழியாக ஒளிக் கீற்றுகள் நுழைந்து வந்தன. பிறகு பரவிப் போயின. அவன் படுக்கை மீது சற்று புரண்டு, பிறகு எழுந்து உட்கார்ந்தான். அக்தர், பஷீர்பாய், ரஜி மூன்று பேரும் தூக்கத்தில் ஆழ்ந்திருந்தார்கள். பஷீர்பாய் உரக்கக் குறட்டை விட்டுக்கொண்டிருந்தார். நிலா ஆகாயத்தின் நெற்றிக்கு ஏறியிருந்தது. படுக்கையிலிருந்து எழுந்து, மச்சின் இருட்டு மூலையில் இருந்த கழிவு மோரிக்குப் பக்கத்தில் வந்தான். மழைக் காலத்தில் அதன் வழியாக மழை நீர் வழிந்து ஓடும். மற்ற நேரங்களில் அது வசதியான சிறுநீர் கழிவிடமாக இருந்தது. மூத்திரம் கழித்தான். அதன் மீது தண்ணீர் ஊற்றிக் கழுவினான். மூலையில் வைத்திருந்த அரிக்கன் அணைந்திருந்தது. இனி என்ன மறுபடியும் படுக்கலாம் என்றால், ரஜிக்கு இன்னும் தூக்கம் பிடிக்கவில்லை என்று தெரிந்தது.

"ரஜி?"

பாரமான தூக்கக் குரலில் ரஜி முணுமுணுத்தான்.

"என்ன...?"

"நீ இன்னும் விழித்திருக்கிறாயா?"

"நான் தூங்க இருந்தேன். அப்போது உன் காலடியோசை கேட்டது."

இருவரும் சிறிது நேரம் மௌனமாகவே இருந்தார்கள்.

ரஜியின் கண்கள் மெல்ல மூடிக்கொண்டன. அக்தரும், பஷீர்பாயும் முழுமையாக தூங்கிவிட்டார்கள். அக்தர் மெல்ல குறட்டைவிடத் தொடங்கினான்.

சையத், அவன் பக்கமாகத் திரும்பினான். முழங்கையால் அவனை மெல்ல இடித்தான். பிறகு மெல்லிய குரலில் கேட்டான்,

"ரஜி தூக்கம் வரவில்லையா?"

ரஜி கண் திறந்தான். "இல்லை விழித்துத்தான் இருக்கிறேன்" கண் சொக்கச் சொன்னான்.

"ரஜி..." துயரம் தோய்ந்த குரலில் கபடமற்ற கேள்வியைக் கேட்டான். "எனக்கு எதற்காக கனவுகள் வருவதே இல்லை?"

ரஜி மெல்லச் சிரித்து, பிறகு பதிலளித்தான். "எல்லா இரவும் எல்லோருக்கும் கனவு வரவேண்டும் என்பதற்குக் காரணம் இருக்காதல்லவா?"

மறுபடி இருவரும் மௌனம். ரஜியின் கண்கள் தூக்கத்தால் பாரமாக இருந்தன. அவன் ஒரு பக்கம் திரும்பி, கண்களை மூடிக்கொள்ளவேண்டும் அதற்குள் சையத் மறுபடியும் அழைத்தான். "நான் சிறுவனாக இருந்தபோது, எனக்குக் கனவுகள் வரும். காற்றாடியைப் பின்பற்றிக்கொண்டு, வரிசையாக வளைவுப் படிகளில் ஓடிக்கொண்டு ஏறும் கனவுகள்..."

“அது கனவல்ல... இரவு தூக்கத்திற்கு நழுவும் முன் சிலருக்கு தற்செயலாக வரும் சிந்தனைகள்” ரஜி சிரித்தான்.

அப்படி என்றால் அது கனவல்லவா? சையத் வருந்தினான். “அப்படி என்றால் என் வாழ்க்கை முழுதும் கனவுகள் வந்ததே இல்லையா?” கடந்துபோன நாட்களின் நினைவுகள் அவன் மனதில் மிதக்கத் தொடங்கின. ஆனால், அவற்றின் குறிப்பை அறிந்துகொள்ளலாம் என்றால் அவை விரல் இடுக்குகளில் நுழைந்து நழுவும் பனி அலைகளாயின. அப்போது அவனுக்குப் புரிந்தது. அவை கனவுகள் அல்ல. உண்மை நிகழ்வை அசைபோடுதல். ஒவ்வொரு நிகழ்வுக்கும், ஒவ்வொரு நிழல் வடிவங்களுக்கும் மனப்பிரமையின் உருவமிருக்கிறது. ஆனால், அவனுக்கு வந்த ஒரே ஒரு கனவும் நினைவுக்கு வரவில்லை. தான் கனவு என்று நினைத்ததெல்லாம், தன் கடந்த காலத்து நிஜவாழ்க்கையின் அடையாளங்கள். அவை ரோசாவுடன் கலந்த காக்காய்ப்பொன் போல. ஒளிர்ந்தாலும் அதை ரோசா சிவப்பிலிருந்து வேறுபடுத்த முடியாது. அல்லது இமாம்பரத்தில் இருக்கும் சரவிளக்குகளின் கண்ணாடி மணிகளுக்குள் சிக்கிக்கொண்ட வானவில்லைப்போல அல்லது ஆழமான கிணற்றின் கருப்பாகத் தெரியும் தண்ணீர் மீது விழுந்து பரவிக்கொண்ட ஒளிக் கீற்றுகளைப்போல.

“ரஜி விழித்திருக்கிறாயா?”

“ஆம்” ரஜி... தூக்கக் குரலில் பதில் சொன்னான்.

“கனவுகளே விழாத, இப்படிப்பட்ட நீண்ட வாழ்க்கைக்குப் பிறகு, எனக்குக் கனவுகள் வரவேண்டும் என்று நினைப்பது தவறு” என்று தனக்குள்ளேயே பேசிக்கொள்ளத் தொடங்கினான்.

“எங்கள் பழைய வீடும் இப்போது ஒரு கனவைப்போலவே காண்கிறது. வரிசையான வளைவுப் படிகளை இருட்டில் ஏறும்போது, நாங்கள் செங்குத்தான, இருட்டுப் பாதையை ஏறுகிறோம் என்று தோன்றும்.”

“படிகளின் ஒரு சுற்று முடிந்த பிறகு, மற்றொரு சுற்றுத் தொடங்கும். அதற்குப் பிறகு மற்றொன்று. முடிவில்லாத வளைவுகள். ஆனால் திடீரென்று வெளிச்சத்திற்குத் திறந்த மச்சுவெளி. இத்தனை வளைவுப்படிகளை ஏறிய பிறகும்,

நாங்கள் ஒரு புது உலகுக்கு அடி எடுத்து வைக்கிறோம் என்று தோன்றும்.”

“சில சமயம் இந்த மச்சு தானாகத் தனியாக துன்பப்படுகிறது என்று தோன்றும். சில சமயம் ஒரு குரங்கு உயரமான தடுப்புச் சுவர் மீது படுத்து உறங்குவது தெரியும். அது அங்கே இருந்து நகரப்போவதில்லை என்பதைப்போல படுத்திருக்கும். ஆனால், திடீர் என்று அது விழித்துக்கொள்ளும். தன் உடலை தளர்த்தி, கீழே தாவி, ஓய்வாக படிகள் வழியாக கீழே இறங்கிப் போகும். அது பொறுமையாக இறங்கிப் போகும் போது, எங்கள் நெஞ்சம் பயத்தால் படபடக்கும். நாங்கள் மெல்ல அதைப் பின்தொடர்ந்து, தூண்களுக்குப் பின்னால் ஒளிந்துகொண்டு, அது வராந்தாவைத் தாண்டிப்போவதையே பார்த்துக்கொண்டிருப்போம். சில சமயம், அது கிணற்றுச் சுவர் மீது அமர்ந்திருக்கும். அது அங்கே அமைதியாக உட்கார்ந்திருக்கும். பிறகு அது மறைந்துவிடும். அநேகமாக கிணற்றுக்குள் போய் அது ஒளிந்து கொண்டிருக்கலாம்...”

ரஜியின் கண்களிலிருந்து தூக்கம் நழுவிவிட்டது. வியப்புடன் அவன் சையதைப் பார்த்தான். யார் கவனமும் இல்லாமல், சையத் மெல்லிய குரலில் பேசிக்கொண்டே இருந்தான்.

“யார் இருக்கிறீர்கள் அங்கே?”

“கிணறு எங்கள் குரலை எதிரொலித்தது. ஆழமான நீர் அலைகள் மீது ஒளி அலைகள் – ஒளி அலைகள் கிணற்றிலிருந்து வெளியே பாய்ந்து, சுற்றி கூடாரத்தில் விழுந்தது. முழு இரவும் நெருப்பு சுவாலையில் ஒளிர்வதுபோல... பட்டாக்கிச் சத்தம் – ஒளிரும் நீரின் மேற்பரப்பில் நிழலின் மிதத்தல். ஒரு காற்றாடி! நான் வானைப் பார்க்கத் தலையைத் தூக்கினேன். கருப்பு – வெள்ளை காற்றாடி! திக்குத் தெரியாமல் ஆடிக்கொண்டிருந்தது. அது தடுப்புச் சுவர் மீது விழுந்தது. அங்கே இருந்து கூடாரத்துக்கு நழுவியது... என் தலை மீதே அசைந்துகொண்டிருந்தது. நான் அதைப் பிடித்துக்கொள்ள வேண்டும் என்று தாவினேன். ஆனால் அது என் கையிலிருந்து தப்பி ஓடியது. நான் அம்பைப்போல விரைவாக படிகளை ஏறினேன். ஆனால், நான் அந்த சன்னலை நெருங்கியபோது என் இதயம் பயத்தால் வேகமாக அடித்துக்கொண்டது. கண்களை மூடிக்கொண்டேன். ஒன்று, மற்றொன்று, இனி ஒன்று வளைவுப் படிகளை

வேகமாக ஏறிக்கொண்டே இருந்தேன். இப்படி ஏறிக்கொண்டே, ஏறிக்கொண்டே ஒரு நூறாண்டு கடந்துபோனது. எப்படியோ முடிவில் கடைசியாக மச்சை அடைந்தேன். ஆனால் அங்கிருந்து பிறகும் படிகள்தான். நான் மறுபடியும் படிகளை, படிகளை... படிகளை... வட்டக்கோட்டைக்குள் சிக்கிக்கொண்டேன்.

“அய்யா...நீ கனவில் பேசுகிறாயா?” ரஜி அவனை வியப்புடன் பார்த்துக்கொண்டே கேட்டான்.

சையத் மௌனத்திற்குள் நழுவினான்.

நிலா ஆகாய நெற்றிக்கு ஏறியிருந்தான். அவன் கட்டில் அடியிலிருந்து தடுப்புச் சுவர் ஓரம்வரை நிலவொளி பரவி இருந்தது. பானைக்கு அருகே இருந்த குவளையில் நிலவின் சில கீற்றுகள் சிக்கி மின்னிக்கொண்டு ஆடின. பஷீர்பாய், அக்தர் எந்த எச்சரிக்கையும் இல்லாமல் தூங்கிக்கொண்டிருந்தார்கள். குளிர் அதிகமாக இருந்ததால், பஷீர்பாய் தன் தலைக்குக் கீழே சுற்றிவைத்திருந்த பருத்திப் போர்வையை எடுத்து உடம்பின் மீது போர்த்திக்கொண்டார். அக்தர் கால்களை மறைத்துக்கொண்டிருந்தான். அவன் போர்வை அவன் நெஞ்சின் மீது சுருண்டு கிடந்தது.

ரஜி தன் கண்களை மூடி, தூங்க முயன்றான். சில நொடிக்குப் பிறகு அந்த முயற்சியைக் கைவிட்டான். கண்களைத் திறந்தான்.

“சையத்...சையத்..”

“என்ன...?” சையத் பாதி தூக்கத்திலேயே கேட்டான்.

“உனக்குத் தூக்கம் வருகிறதா? அய்யா... எனக்கு தூக்கம் வரவில்லை.”

சையத் ரஜியைப் பார்த்தான். புதிரான குரலில் முணங்கினான்.

“அய்யா, என் நெஞ்சம் மகிழ்ச்சியால் துடிக்கிறது. எனக்கு இந்த இரவு கனவு வரவேண்டும்.” உறக்கத்தால் பாரமான அவன் கண்கள் மூடிக்கொள்ளத் தொடங்கியது.

- 1973

ஒற்றைக் கண் தஜ்ஜாலன்

(முஸ்லிம் நாட்டுப்புறக் கதை. தஜ்ஜாலனுக்கு ஒற்றைக் கண். பிரளயம் நெருங்கும்போது அவன் முரசு கொட்டிக்கொண்டு வருவான். அப்போது மக்கள் அவனைக் குருடாக பின்பற்றி வருவார்கள் என்ற நம்பிக்கை. அவன்தான் சைத்தான்).

ஹுக்கா பிடித்துக்கொண்டிருந்த தன் அப்பாஜான் அருகே மொகிசின் உட்கார்ந்திருந்தான். அப்பாஜான் மகனைத் திரும்பிப் பார்த்தான். கேட்டான், "மகனே, நீ எதையாவது பார்த்தாயா?"

"இல்லை அப்பா, இதுவரை எதையும் பார்க்கவில்லை. கேட்ட செய்தி குழப்பமாகவும், சம்பந்தமில்லாமலும் இருக்கிறது..." மொகசின் ரேடியோ பொத்தானை அழுத்தினான். அதன் முள்ளை தேவையான ரேடியோ ஸ்டேஷன் கிடைக்கவேண்டி திருக்கினான். சிறிது நேரத்திற்குப் பின் அதை அணைத்துவிட்டுச் சொன்னான்.

"இப்போது நாம் பண்ணிரெண்டு மணி செய்திக்காக காக்கவேண்டும். அப்பாஜான், உங்களுக்கு அரபிய மொழி புரியுமா. இல்லையா?"

"நான் உலகின் அந்தப் பகுதியில் பல ஆண்டுகள் வாழ்ந்திருக்கிறேன் தெரியுமா. எனக்கு அரபிய மொழி புரியாது என்று நினைத்திருக்கிறாயா?" இப்படிச் சொல்லி ஹுக்காவை பக்கத்தில் வைத்து பெருமூச்சுவிட்டார். "இப்போது நாம் இந்த பூமியின் இறுதி நாட்களில் இருக்கிறோம்."

“என்ன!” மொகசின் அதிர்ச்சியடைந்தான்.

அப்பாஜான், சில நொடி அமைதியாக இருந்தார். பிறகு சொல்லத் தொடங்கினார்.

“நம் மதிப்பிற்குரிய நபிகள் நாயகம் சொர்க்கம் சேர்ந்தபிறகு...”

“அம்மி – என் அம்மா, தன் கட்டிலின் மேல் உட்கார்ந்து கொண்டு பாக்கை துண்டு துண்டாக வெட்டிக்கொண்டிருந்தவள், நபிகளின் பெயரைக் கேட்டதும் உணர்ச்சிவசப்பட்டு அழ ஆரம்பித்தார். தன் கையில் இருந்த பாக்குவெட்டியைக் தட்டின் மீது வைத்து, குர்தா ஓரத்திலிருந்து கண்களைத் துடைத்துக்கொண்டார். அப்பாவின் கண்களிலும் கண்ணீர் நிறைந்திருந்தது. ஆனால், அவர் கம்பீரமாக, தன்னைத் தான் கட்டுப்படுத்திக் கொண்டார். பேச்சுத் தொடர்ந்தது.

“ஆம் – ஹுஜூர்★ நபிகள் நதியைக் கடந்தார். மலைகளை ஏறி நகரங்கள் வழியாகச் சென்றார். கடைசியாக அவர் மஸ்ஜித் – உ – அப்சாவை வந்தடைந்தார். அங்கே கடைசி ஓய்விற்காக அமர்ந்தார். பிறகு ஹஜரத் – இ – ஜிப்ரீல் அவர் முன்னால் தென்பட்டார். பிறகு அவர் இப்படியாகச் சொன்னார்,

“ஹுஜூர் என்னுடன் வாருங்கள்.”

ஹுஜூர் கேட்டார் – “எங்கே?”

ஜிப்ரீல் பதிலளித்தார்.

“இந்த பூமியில் உங்கள் யாத்திரை முடிந்தது. இப்போது நீங்கள் மேலே இருக்கும் சொர்க்கத்திற்கு உங்கள் பயணத்தை மேற்கொள்ளவேண்டும்”. ஹுஜூர் எழுந்து நின்றார். ஹஜ்ரத் இ ஜிப்ரீலுடன் (I – Jibreel) வான்வரை நடந்தார். நபிகள் உயர, உயர நடந்துகொண்டே போனார். அவர் முதல் சொர்க்கத்தைக் கடந்தார். அப்படியே இரண்டாம் சொர்க்கம் – மற்றும் மூன்றாம் சொர்க்கம். அவர் நான்காம் சொர்க்கத்தை அடைந்தபோது அவர் ஹஜரத் ஈஸ்ஸா★★வை சந்தித்தார். பிறகு மேலும் உயர ஏழாவது - சப்தம சொர்க்கத்தை வந்தடைந்தார். அவர் க்வசைன்★★★ அருகே வந்துவிட்டார்.

★ மதிப்புள்ளவர்களை விளித்தல் ஐயா, துரை, சார் போல.

★★ *Issa*

★ *Qausain*- அழகான வானவில் சொர்க்கம்.

அப்பாஜான் திடீரென்று பேச்சை நிறுத்தினார். ஹுக்காவின் குழாயை அருகே இழுத்துக்கொண்டு ஹுக்கா பிடிக்கத் தொடங்கினார்.

அம்மி அழுவதை வெகுநேரம் நிறுத்தவே இல்லை. தொடர்ந்து மெல்ல தேம்பிக்கொண்டே இருந்தார். கடைசியாக அழுகை நின்றது. பிறகு தன் முகத்தைத் துடைத்துக்கொண்டார். பேச்சில் கலந்துகொண்டார். "திப்லீசியாவில் (Tbilisi – இன்றைய ஜார்ஜியா தலைநகரம்) போர் நடந்தபோது நிலமை இப்படித்தான் இருந்தது. அது நடந்தது தேஜி★ மாதம் என்று சொல்லி பெருமூச்சுவிட்டார்.

"மகனே, இந்த நிகழ்வுகள் நீ பிறப்பதற்கு முன்பே நடந்தவை. நான் கர்ப்பிணியாகி மூன்று மாதங்களிருக்கும். கருணையுள்ளம் கொண்ட அல்லா நம்மை மன்னிக்கட்டும். உன் பாட்டி இந்த மகிழ்ச்சியான தருணத்தில் எனக்கு தங்க வளையல்களை செய்துகொடுத்தார்."

"திப்லிசில் போர் தொடங்கியபோது, எல்லா முஸ்லிம்களும் கோபமுற்றிருந்தார்கள். மௌல்வி ஜஃபர் அலி , கிலாஃபத் மௌல்வி நம்மிடம் வந்து இப்படிச் சொன்னார்கள். 'தாய்மார்களே, சகோதரிகளே இது முஸ்லிம்களுக்கு மிகவும் சிரமமான காலம். உங்கள் தங்க ஆபரணங்களை தானமாகக் கொடுங்கள்', நான் அழுதுவிட்டேன். அறத்தை பாதுகாக்கவேண்டுமல்லவா அதனால் என் தங்க வளையல்களைக் கழட்டிக் கொடுத்துவிட்டேன். அது நடந்த ஒரு மாதத்தில் கவலையால் படுக்கையில் விழுந்தேன்."

மொகசின், அப்பாஜானை பார்க்கத் திரும்பினான். ஆனால், அவர் ஹுக்கா புகைத்துக்கொண்டே இருந்தார். தன் அம்மாவின் முகத்தைப் பார்த்து அவர் இப்போது அவர் அமைதியானார் என்று நினைத்தான். அவர் தன் கடந்த கால நினைவுகளிலிருந்து தற்கால நிலைக்கு திரும்பினார் என்றுகொண்டார்.

ஆனால் அவர் மறுபடியும் பேசத் தொடங்கினார்.

"அல்லா ரசூலின் இதயத்தில் அளவுகடந்த கருணை நிறைந்திருக்கிறது. அடுத்த ஆண்டின் தேஜி மாதம் வரும்

★ *Tezi* – நபிகள் நாயகம் உடல் தியாகம் செய்த மாதம்

முன்பே, உன் அப்பாவுக்கு ஒரு வேலை கிடைத்தது. அதனால், எனக்கு இன்னும் அதிக எடையுள்ள, எனக்காகவே செய்த தங்க வளையல்கள் கிடைத்தன." அம்மா தன் கைகளைக் காட்டி, "இதோ, நான் இப்போதும் அவற்றை அணிந்திருக்கிறேன்" என்றார்.

அம்மா, மறுபடியும் பாக்கு வெட்டியைக் கையில் பிடித்துக்கொண்டு பாக்கை துண்டு துண்டாக வெட்ட ஆரம்பித்தார்.வெகு நேர மௌனத்திற்குப் பிறகு, அவள் கேட்டாள், "மொகசின், மௌல்வி ஜாஃபர் அலி இந்த நாட்களில் எங்கே இருக்கிறார்?"

"அம்மா, அவர் சில நாட்களுக்கு முன் இறந்து போனார்."

"பிறகு, அந்த கலீஃபா மௌல்வி?"

"அவரும்... இப்போது இல்லை."

"ஓ.. அப்படியா. அவர்களில் யார் ஒருவரும் நம் வீட்டிற்கு வளையல்களை தானமாகக் கேட்க ஏன் வரவில்லை என்று யோசித்தேன்."

அப்பாஜான் நீண்ட மூச்சொன்றை இழுத்துக்கொண்டார். பிறகு பேசினார்.

"நாம், அநேக முஸ்லிம்கள், நம் கோரிகளை (சமாதியை) இந்துஸ்தானிலேயே விட்டு வந்துவிட்டோம். எங்கள் கிராமத்தில் எங்களுக்கு என்று ஒரே மயானம்தான் இருந்தது; இப்போது அதையும் இழந்துவிட்டோம். மொகசின், நீ என்றாவது, ரைஸ் – உல் – ஆஹ்ரர் யை சந்தித்தாயா?"

"ரைஸ் – உல் – ஆஹ்ரர்... இல்லை, இல்லை."

"அது உண்மைதான், நீ அவரை எப்படி சந்திக்க முடியும்? அந்தக் கிழவனும் புதைக்கபட்டிருக்கிறான்."

அப்பாஜான் சிறிது நேரம் யோசனையில் ஆழ்ந்தார். பிறகு பேச்சைத் தொடர்ந்தார். "யாருக்குத் தெரியும். நம்மில் எத்தனை பேர் அங்கேயே புதைக்கப்பட்டிருக்கிறோம் என்று? நாம் அதிசயமான காலத்தில் வாழ்கிறோம். நான் மதீனாவை அடைந்தபோது மிகவும் உணர்ச்சிகரமாக இருந்தேன். நான்

நபிகளின் முதல் சீடர்களுடன் நடந்துகொண்டிருந்தேன் என்று தோன்றியது. நான் மதீனா – இ – முனாவர் ஐ அடைந்தபோது – சுபாஹ்நல்லா – சுபாஹ்நல்லா... எப்படிப்பட்ட இடம் அது!"

தன் அப்பா அம்மா இருவரும் தங்கள் கண்களிலிருந்து வழியும் ஆனந்தக் கண்ணீரைத் துடைப்பதைப் பார்த்தான். அப்பாஜான் பேச்சைத் தொடர்ந்தார். "அந்தப் புனித குவிமாடத்தில் (கும்பஜ்) நூற்றுக் கணக்கான புறாக்கள் இருந்தன. ஆனால் எங்கேயும் அவை எச்சம் இடவில்லை. அல்லா...! அல்லா...! பறவைகளும் அந்த இடத்தைத் தொழுகின்றன. அசிங்கப்படுத்துவதில்லை!"

மொகசின் வியப்படைந்தான். "அப்படியானால்... பறவைகள் எங்கே...!"

"அவை எச்சமிடுவதே இல்லை."

"அவை கழிவு செய்வதே இல்லை! அது எப்படி முடியும் அப்பாஜான்?" அவன் குரல் ஓங்கி இருந்தது. ஆனால், உடனே ஒரு புதிய சிந்தனை அவனை ஆட்கொண்டது. அப்படி என்றால், ஆனால், அங்கே அத்தனை புறாக்கள் வசிக்கின்றனவா?"

"அவை அங்கே எதற்காக வசிக்கின்றன? பேட்டா, அவை அங்கேயே எதற்காக கூட்டை அமைத்துக்கொண்டன என்பதை புரிந்துகொள்வது உனக்கு எளிதல்ல. பிசாசுகளாலும் சைத்தானனின் படைப்புக்களாலும் நிறைந்திருக்கின்றன. சைத்தான் இனம் எல்லா இடங்களிலும் பரவிக் கிடக்கின்றன. மதீனா ஒன்று மட்டுமே பரிசுத்தமான, புனிதமான இடம்."

அம்மா யாந்திரிகமாக பாக்கை வெட்டிக்கொண்டிருந்தவர் தன் பேச்சையும் சேர்த்தார்.

"ஒருவேளை அந்தக் குவிமாடம் வெறுமையாக வெறிச்சோடிக்கிடந்தால் எப்படி பயங்கரமாகத் தெரியும்?"

அப்பாஜான் சில நொடி மௌனமாக இருந்தார். பிறகு, மௌனத்தைக் கலைத்து அம்மாவிடம் சொன்னார். "நீ ஏன் அவனுக்கு உன் அந்தக் கனவைப் பற்றி சொல்லக்கூடாது?"

அம்மா அதை நினைவுபடுத்திக்கொள்ள முயற்சிப்பவரைப்போல முன்னும் பின்னும் பார்த்தார். "எனக்கு எல்லா நிகழ்வுகளும்

முழுமையாக நினைவிற்கு வரவில்லை. என் கனவின் சிலபகுதிகள் மட்டும் நினைவிற்கு வருகிறது. எடுத்துக் காட்டாக, நீங்கள் அந்த யாத்திரையில் என்னுடன் இருந்தீர்கள் என்பது நினைவிற்கு வருகிறது. அந்த புனித இடத்தில் மக்கள் நெரிசல் இடிபாடு இருந்தது. எல்லா இடங்களிலும், கூடத்தில், புனித சுவர்களின் மீது, புனித கும்பஜில் வெள்ளைப் புறாக்கள் நிறைந்திருந்தன. அதற்குப் பிறகு என்ன ஆனது என்பது நினைவிற்கு வரவில்லை. ஒரே ஒரு நிகழ்வு நினைவிற்கு வருகிறது என்றால், திடீரென்று நான் தனியானேன். எங்கேயும் புறாக்கள் இருக்கவில்லை. எங்கே போயின அவை என்று வியப்பாக இருந்தது. புனிதக் கூடத்தில், புனித சுவர்களில் மீது புறாக்கள் இருக்கவே இல்லை. புனித குவிமாடமும் வெறுமையாக இருந்தது."

"நான் அங்கும், இங்கும் உத்வேகத்துடன் உங்களைத் தேடினேன். பிறகு நான் விழித்துக்கொண்டேன்."

சில வினாடி அமைதியான மௌனம். அப்பாஜான், ஹுக்காவை தன் பக்கமாக இழுத்துக்கொண்டார். அதன் குழாய் வாயைச் சுத்தப்படுத்தினார். பிறகு புகைக்கத் தொடங்கினார். அவர் ஆழ்ந்த சிந்தனையில் இருப்பதுபோலக் கண்டார். திடீரென்று அவர் கேட்டார்,

"மொகிசின், அவருடைய சேனாதிபதிக்கு இருப்பது ஒரே கண் என்பது உண்மையா?"

"ஆம்... அது உண்மை."

"அவன் தன் மற்றொரு கண்ணுக்கு பச்சை நிறத்து துண்டுத் துணியைக் கட்டியிருக்கிறான் என்பதும் உண்மையா?"

"ஆம்."

அப்பாஜான் பெருமூச்சுவிட்டார். பிறகு சொன்னார், "இவை எல்லாம் ஒற்றைக் கண் தஜ்ஜாலனின் அடையாளங்கள்."

அம்மா கலங்கினார். "உங்கள் வாயிலிருந்து அப்படிப்பட்ட கெட்ட வார்த்தைகளை ஏன் சொல்கிறீர்கள்?"

“எல்லோரும் அதைத்தான் சொல்கிறார்கள். எல்லா அடையாளங்களும் தெளிவாக இருக்கின்றன.”

“பிரளயம் கடைசிக் காலத்தை நெருங்கும்போது மட்டுமே தஜ்ஜாலன் தெரிவான்.”

“ஆனால், கேள் மொகிசினின் அம்மாவே, கேள், பிரளயம் கைக்கெட்டும் தொலைவில் அருகிலிருக்கிறது” அப்பாஜான் வலிக்கும் குரலுக்கு அழுத்தம் கொடுத்துப் பேசினார். தன் ஹுக்காவை பக்கத்தில் தள்ளிவைத்தார். “எதுவும் நம்மை இப்போது இரட்சிக்காது.”

அந்த வார்த்தைகள் அம்மாவின் மீது தீவிர விளைவுகளை ஏற்படுத்தின. அவள் மறுபடியும் அழத் தொடங்கினாள். தன் கண்களைத் துடைத்துக்கொண்டு, மொகசினைப் பார்த்துச் சொன்னாள், “பேட்டா... உனக்கு உன் பாட்டி, படீமா (பெரிய அம்மா) நினைவு இன்னும் இருக்கிறதா?”

“ஆம்.”

“இந்துத் திருமணங்கள் ஊர்வலமாக மேளதாளங்களுடன் சந்தில் போகும்போது, நீ வீட்டைவிட்டு வெளியே ஓடிவருவாய். அப்போது படீமா – உன் பாட்டி, உன்னை மிரட்டிக்கொண்டு பின்னால் ஓடிவருவார். போகவேண்டாம், டே... போகவேண்டாம்...” என்று கத்துவார்.

நான் படீமாவுக்குச் சொல்வேன். ‘போகட்டும் விடுங்கள். அது ஒரு திருமண ஊர்வலம்’, அவர் எப்போதும் மிரட்டுவார். மருமகளே – ஒருநாள் தஜ்ஜாலன் கழுதை மேல் சவாரி செய்துகொண்டு வருவான். அவன் பின்னால் மேளதாளம், இசை, பேண்டுச் சத்தம் கேட்கும். அந்த இசை வாத்தியங்களின் சத்தத்தைக் கேட்டு, கவரப்பட்ட மக்கள் அவனைப் பின் தொடர்வார்கள்”. நான் வாதம் செய்வேன். ‘இல்லை – படீமா அப்படிச் சொல்வது விவேகமான பேச்சல்ல. யாராவது வெறும் தாளமேள இசைக்கு இப்படிப் பரவசப்படுவார்களா?’ அவர் எனக்குச் சொல்வார் – ‘பஹூ... (மருமகளே) மக்கள் கவர்ச்சிக்கு ஆளாகி பரவசப்படும் பல பொருட்களை தஜ்ஜாலன் தன்னுடன் எடுத்துவருவான். அந்தக் காலத்தில் பூமியில் பயங்கரமான பஞ்சம் இருந்தது. மக்கள் பசியால் கதிகலங்கி

அலறினார்கள். தஜ்ஜாலன் மணங்குக் கணக்கில் ரொட்டிகளை கொண்டுவருவான். அவன் ரொட்டிகளின் மீது தன் காதுகளில் இருக்கும் அழுக்கை எடுத்துப் பூசுவான். மக்கள் அதையே அல்வா என்று நினைத்துவிடுவார்கள். அவ்வளவுதான்! தீவிரப் பசியால் அவர்கள் அவனைப் பின்தொடர்வார்கள்.

மொகிசின் இந்தக் கதையைக் கேட்டதும் எக்களிப்புடன் சிரித்தான். அம்மாவுக்கு அதனால் வருத்தம்தான் ஏற்பட்டது. நான் இதை உன்னிடமிருந்து எதிர்பார்க்கவில்லை. என் அன்பு மகனே... நீ நான் சொல்வதற்கெல்லாம் வேடிக்கை செய்து சிரிக்கிறாய். ஆனால் அதையேதான் உன் பாட்டி, படீமா சொன்னது. இப்போது அவர் கல்லறையில் படுத்துக்கொண்டிருக்கிறார். 'எப்படி வெட்கங்கெட்ட பேரன் பிறந்திருக்கிறான்' என்று கவலைப்பட்டுக்கொண்டிருக்கலாம்.

"தன் பேரன் தன்னைக் கேலி செய்து சிரிக்கிறான் என்று கண்டிப்பாக நினைக்காமல் இருப்பாரா? நீயே சொல்லு."

மொகசின் சிறிது வெட்கப்பட்டான். "அம்மி... நான் சிரித்தது வேறு விஷயத்திற்காக. அவன் காதிலிருந்து எடுக்கும் அழுக்கை மக்கள் 'அல்வா' என்று தின்னார்களே அதற்காக..."

தான் புகைத்துக்கொண்டிருந்த ஹுக்காவை பக்கமாகத் தள்ளிவைத்து, அப்பாஜான் மிரட்டினார். "மகனே, உன்னைப்போல பெரும் அறிவாளிகளின் தலைமுறை இதையெல்லாம் விவேகத்துடன் புரிந்துகொண்டால், அதன் பின்னால் இருக்கும் அடிப்படையான உண்மைகள் புரியும். உங்களைப்போல இளைஞர்களுக்கு, படித்தவர்கள் என்று நினைப்பவர்களுக்கு இதெல்லாம் எப்படிப் புரியும்? நம் ரசூல், அவனைப் பின்பற்றுபவர்களுக்கு, எதிர்காலத்தில் என்ன காத்திருக்கிறது என்ற அறிவு யுகங்களுக்கு முன்பே இருந்தது. ஒரு காலத்தில் நாங்கள் பெரிய பணக்காரர்களாக இருந்தோம். ஆனால் இப்போது எங்களுக்கு சாப்பிடக் கஷ்டம். மொகசின் அம்மாவே, உனக்கு நினைவிருக்கிறதா, என் அப்பா உயிருடன் இருந்தபோது கோதுமை என்ன விலைக்குக் கிடைத்தது என்று?" அப்பாஜான் சொன்னார்.

அம்மி பதிலளித்தாள், "எனக்கு இதுதான் தெரியும். ஒவ்வொரு மாத முதல் நாட்களில், வெறும் எட்டரை

ரூபாய் எடுத்துக்கொண்டு உங்கள் அப்பாஜான் கடைக்குப் போனால், கூலிக்காரன் தலையில் கோதுமை நிறைந்த பெரிய சாக்குமூட்டையை சுமத்திக்கொண்டு வருவார். "பேட்டா, இந்தக் காலத்து மக்களுக்கு கோதுமை என்ன விலை தெரியுமா?"

இப்போது, மறுபடியும் அப்பாஜான் பேச்சைத் தொடர்ந்தார். பொய் சொல்லாமல் இருக்க ஆண்டவன் என்னைக் காப்பாற்றட்டும். இரண்டரை ரூபாயிக்கு ஒரு பிடி கோதுமையை வாங்கமுடியாது. எங்கள் நிலமை எப்படி ஆகிவிட்டது என்றால், அமெரிக்கா நமக்கு கோதுமை அனுப்பாவிட்டால், நாம் நமது சிறிய தேவைகளையும் நிறைவு செய்துகொள்ளவே முடியாது. அமெரிக்கா நமக்கு உணவு கொடுக்காமல் இருந்தால் என்ன செய்வது? அது நமக்குக் கொடுப்பது, காது அழுக்கைவிட நல்லதாக இல்லாவிட்டால் என்ன கதி? ஒன்றும் கிடைக்காவிட்டால் அதையே அல்வா என்று உண்பதில்லையா?"

அப்பாஜான் மகிழ்ச்சியாக இல்லை. அவர் பேச்சுக்களை எதிர்க்கும் துணிவை மொகசின் காட்டவில்லை. அவன் அப்பாவின் பேச்சுக்கள் அவனுக்கு விருப்பமாகவில்லை என்பது உண்மை. ஆனால் அப்பாஜான் கெட்ட மனநிலையில் இருந்தார். அப்பாஜான் ஒற்றைக் கண் தஜ்ஜாலனைப் பற்றி பேச்சைத் தொடங்கினார். தன் நீண்ட சொற்பொழிவை அமெரிக்கா கொடுக்கும் உதவியை விமர்சை செய்வதுடன் முடித்துக்கொண்டார்.

மொகசின் அந்த சமயம் வேறு எந்தப் பேச்சையும் பேச விரும்பவில்லை. ஏன் என்றால் அவன் அப்பா மிகவும் கவலையாக இருந்தார். இன்னும் கலவரத்துடன் இருந்த அப்பாஜான் சொன்னார்,

"இது முஸ்லிம்களுக்கு பயங்கரமான கெட்ட காலம்" பேச்சை நிறுத்தினார். பிறகு சொன்னார், "புராணக் கதைகளின் படி, ஒற்றைக் கண் தஜ்ஜாலன் வந்தபோது, முஸ்லிம்கள் ஒவ்வொருவரையும் அடையாளம் கண்டுகொள்கிறார்கள். முடிவில் இந்த பூலோகத்தில் வெறும் முன்னூற்றி பதிமூன்று முஸ்லீம்கள் மட்டுமே மீதமிருந்தார்கள்."

"முன்னூற்றிப் பதிமூன்று!" மொகசின் அதிர்ந்துபோய் சொல்கிறான்.

“ஆம், வெறும் முன்னூற்றிப் பதிமூன்று! வெகு மக்கள் கொல்லப்படுகிறார்கள். இன்னும் பலர் ஒற்றைக் கண் தஜ்ஜாலனின் பின்னால் போகும் ஊர்வலத்துடன் சேர்ந்துவிடுகிறார்கள். வெறும் முன்னூற்றிப் பதிமூன்று பேர் மீதமிருப்பார்கள்.”

அப்பாஜான் பெருமூச்சுவிடுகிறார். “நம் முஸ்லிம்கள் மீது பெரும் கருணையுள்ளம் கொண்ட கடவுள் கருணை காட்டட்டும்!” இப்படிச் சொல்லி, தன் ஹுக்காவை அருகே இழுத்துக்கொண்டார். பிறகு புகைக்கத் தொடங்கினார்.

மொகசின் தான் இருந்த இடத்திலேயே ஆணி அடித்ததைப்போல உட்கார்ந்திருந்தான். பிறகு எழுந்தான். மெல்ல மெல்ல கூடத்தைப் பார்த்து நடந்தான்.

அம்மி அழைத்தாள் “மகனே, தினசரிப் பத்திரிகைக்கு இன்னொரு முறை ஃபோன் செய்.”

மொகசின் தினசரிப் பத்திரிகை அலுவலகத்தின் ஃபோன் எண்ணைச் சுழற்றினான். அவன் சில நிமிடங்கள் பேசினான். ஃபோன் கைப்பிடியை கீழேவைத்தான். மௌனமாக நாற்காலியில் உட்கார்ந்துவிட்டான்.

அப்பாஜான் ஆதங்கத்துடன் அவனையே பார்த்துக்கொண்டு,

“ஏதாவது செய்தி?” என்றான்.

“ஆம் – போர் நிறுத்தம் அறிவித்திருக்கிறார்கள்.”

“முஸ்லிம்கள் தங்கள் ஆயுதங்களைக் கீழே வைத்துவிட்டார்களா?”

“ஆம், நீங்கள் அப்படி நினைத்துக்கொள்ளலாம்.”

அப்பாஜான் தலைகுனிந்து உட்கார்ந்தார். ஏதோ சிந்தனையில் மூழ்கிப்போனார். வெகு நேரத்திற்குப் பிறகு மௌனத்தைக் கலைத்து பேசினார். “நம் ஹுஜூர் எந்த கல்லறையிலிருந்து எழுந்து சொர்க்கம் சேர்ந்தாரோ, அதே இடத்தில் நாம் தோல்வியைப் பார்த்தோம்.” வேறு எந்த ஒரு வார்த்தையையும் உச்சரிக்காமல், அப்பாஜான் ஹுக்காவின் வாயை ஒரு தட்டால் மூடி, ஹுக்காவை தள்ளிவைத்து தன் கட்டில் மீது உருண்டுகொண்டார்.

அம்மி யந்திரம் போல பாக்கை துண்டு துண்டாக வெட்டிக்கொண்டிருந்தார். ஆனால் இப்போது அவள் அழவும் இல்லை அல்லது வாயையும் திறக்கவில்லை.

அம்மி எதற்காக இப்படி பற்றற்று அமர்ந்திருக்கிறாள் என்று மொகசின் வியப்படைந்தான். அவள் பாக்குவெட்டியைத் தட்டில் போட்டாள். தட்டை வெற்றிலைப் பெட்டியில் வைத்தாள். அதை மூடி தன்பக்கத்து மேசையின் மீது வைத்தாள். பிறகு கூடத்துக்கு நடுவில் நின்றாள். சில வார்த்தைகளை மெல்லிய குரலில் சொன்னாள். வாயால் சத்தம் செய்து, மறுபடியும் வாய் திறந்து அதை காற்றில் பறக்கவிட்டாள். பிறகு மூன்று முறை கைதட்டினாள். அந்தச் சடங்கை முடித்தபிறகு, தன் கட்டிலுக்குப் போய், மொகிசின் முதுகைக் காட்டிக்கொண்டு, மௌனமாகப் படுத்துக்கொண்டாள்.

மொகசினுக்கு தூக்கம் பிடிக்கவில்லை. வெந்து சுண்ணாம்பானவனைப்போல நாற்காலியில் உட்கார்ந்தான். எழ முயன்றால் விழுந்துவிடுவேனோ என்ற பயத்தில் உட்கார்ந்தே இருந்தான். ரேடியோ பொத்தானை அழுத்தினான். அதை வெகு நேரம் விரல்களால் சுற்றியபிறகே அவனுக்குத் தேவையான நிலையம் கிடைத்தது. பொறுமையிழந்து மறுபடியும் பொத்தானைத் திருப்பினான். ஏதோ மற்றொரு நிலையத்தைத் தேடினான். அதுவும் கிடைக்காமல் ரேடியோவை அணைத்துவிட்டான்.

வெகுநேரம் தன் கண்களை மூடிக்கொண்டு படுத்திருந்தான். சலிப்படைந்து தன் கண்களை மெல்லத் திறந்தான். ஆகாயம் நிறைய நட்சத்திரங்கள். அவற்றைப் பார்த்துக்கொண்டிருந்தான். சிதறிக்கிடந்த பொடிப்பொடியான நட்சத்திரங்களால் அமைந்து, சுற்றி வளைந்து போகும் நட்சத்திரப் பாதையைப் பார்த்தான். அதே பாதை – சொர்க்கத்திற்கு அழைத்துச்செல்லும் வழி. திடீரென்று தான் சிறுவனாக இருந்தபோது, படீமா சொல்வது நினைவிற்கு வந்தது. “பேட்டா... அந்தப் பாதை இருக்கிறதே, நம் ஹுஜூர் குதிரைகள் ஓடிய ஓட்டத்தால் எழுந்து புழுதிகளால் அமைந்த பாதை.”

“படீமா, அந்தக் குதிரைகளும் சொர்க்கத்துக்குள் நுழைந்தனவா?”

"ஆம், பேட்டா, அந்தக் குதிரை – மிராஜ் – இ – ஷரீஃப் ஏழாவது சொர்க்கத்தில் இருக்கிறது. அதுவரை ஆறு சொர்க்கங்களை ஹுஜூர் அந்தக் குதிரையில் அமர்ந்தே கடந்தார்."

அப்பாஜான் அப்போதுதான் சொன்ன வார்த்தைகள் மற்றொரு முறை காதில் முனங்கின. "நம் ஹுஜூர் தன் கல்லறையிலிருந்து எழுந்து, அதே இடத்தில், சொர்க்கம் போகத் தொடங்கிய அதே இடத்தில் நாம் தோல்வி அடைந்தோம்!"

அவன் சிந்தனைகள், படீமாவிடமிருந்து, அன்று மாலை தன் தந்தை சொன்ன விசித்திரமான கதைகள் பக்கம் போனது – ஒற்றைக் கண் தஜ்ஜாலன் – காதிலிருந்து விழுந்த அழுக்கு, கழுதை, கோதுமை, அமெரிக்கா, தெருவில் தூசி, அப்பாஜான் பல விஷயங்களை ஒரே கோர்வையாக ஒன்றோடொன்றை இணைப்பதில் திறமைசாலி. அவர் ஒன்றோடொன்று சம்பந்தமே இல்லாத விஷயங்களை இணைத்து அதற்கு ஒரு உருவம் கொடுக்க வல்லவர். நான் நிகழ்காலத்தைப் பற்றிப் பேசினாலும், அதே விஷயத்தை எடுத்துக்கொண்டு, அதை கடந்த காலத்துடன் இணைத்து நம்மை குழப்பத்திற்கு ஆளாக்கிவிடுவார்.

அப்பாஜான் சொன்ன கதைகள் தன் சிந்தனைகள் மீது அதன் நிழலைப் பரப்பி இருக்கிறது என்பது மொகசினுக்குத் தெரியும். கடந்தகாலம், நிகழ்காலங்கள் இரண்டும், அவன் மனதில் ஒன்றோடொன்று வலை பின்னிக்கொண்டு சிக்காகியுள்ளது. மிகவும் சிரமத்துடன் அதை விடுவித்தான். போர் நிகழ்காலத்தில்தான் நடந்தது என்ற முடிவுக்கு வந்தான்.

"நபிகளின் முதல் நம்பிக்கையான தொண்டர்களுடன் நான் வாழவில்லை" என்று தனக்குத்தானே சொல்லிக்கொண்டான்.

"இப்போது நான் என் தலைமுறை மக்களுடன் வாழ்கிறேன். நான் இப்போது நிகழ்காலத்து நடைமுறையில் இருக்கிறேன். அப்பாஜான், அம்மாஜான் கடந்தகாலத்திலேயே வாழ்கிறார்கள். பயமேற்படுத்தும் கடந்த கால நிழலில், ஒற்றைக் கண் தஜ்ஜாலனின் உலகத்தில் அவர்கள் இருவரும் தங்களைத் தாங்கள் இழந்துகொண்டிருக்கிறார்கள்."

“ஆனால் இவற்றைக் குறியீடாகக் காட்டும் விஷயங்களை சமகாலத்து மக்கள் புரிந்துகொள்வது எப்படி?” அந்தக் கேள்வியால் அவன் குழம்பிப்போனான்.

சில நேரம் அந்த விஷயத்தையே யோசித்து, பிறகு இந்த நிகழ்காலமே குழப்பமானதால், நிகழ்காலத்தில், எதிர்காலத்தைப் பற்றி ஊகிக்கும் சங்கதிகளுக்கு எந்த மகத்துவமும் இருப்பதில்லை என்ற முடிவிற்கு வந்தான். அந்த விஷயத்தை தெளிவாக விமர்சிக்க முடியாததால், அதைப் பற்றி சிந்திப்பதை விட்டுவிட்டான். இரவு வெகுநேரம் கடந்ததால், தூங்கவேண்டும் என்று நினைத்தான். தன் கண்களை வலுக்கட்டாயமாக மூடிக்கொண்டான்.

இனி என்ன தூக்கத்திற்கு நழுவப் போகையில் அப்பாஜான் இருமி, பெருமூச்சுவிட்ட சத்தம் கேட்டது. வியப்புடன் கேட்டான், “அப்பாஜானுக்கு இன்னும் தூக்கம் வரவில்லையா?” அவர் படுக்கப் போனபோது மிகவும் களைப்பாக இருந்தார். ‘நான் நினைத்தேன். கண்டிப்பாக உடனே தூக்கத்தில் ஆழ்ந்துபோவார் என்று’.

அப்போது அம்மாவும் கூட தன் கட்டில் மீது புரண்டுகொண்டிருந்தாள் என்பது தெரிந்தது.

பழைய நினைவுகள், அவர்கள் நடத்திய உரையாடல்கள் அவன் மனதில் மறுபடியும் பாயத் தொடங்கின – “அப்பாஜான் விசித்திரமான விஷயங்களை ஒன்றாக இணைக்கிறார். – ‘ஒற்றைக் கண் தஜ்ஜாலன் – காதிலிருந்து அழுக்கு, கழுதை, கோதுமை, அமெரிக்கா, காலச்சக்கரம், இந்தத் தலைமுறைகள்” அவன் மனதைக் கலக்கத் தொடங்கியது.

“மொகிசின், நீ உன் படீமாவை இன்னும் நினைவு வைத்திருக்கிறாயா?” படீமா இறந்து எத்தனை ஆண்டுகள் கடந்துபோயின என்பது அறிவுக்கு எட்டியபோது பயமாக இருந்தது. படீமா, என் பால்ய நாட்கள் இன்னும் என் நினைவில் பசுமையாக இருக்கின்றன. “இந்துக்களின் திருமணத்தின் எத்தனை ஊர்வலங்கள் அவன் வீட்டுத் தெருவைக் கடந்து போயிருக்கின்றன. திருமண வாத்திய மேள சங்கீதங்களைக் கேட்டுக்கொண்டே அவன் அவசரமாக வீட்டிலிருந்து வெளியே ஓடி வருவான். படீமாவும் கலவரத்துடன் எழுந்து,

அவனை உள்ளே இழுத்துக்கொண்டு, படார் என்று கதவை மூடிவிடுவாள். "பாழாய்ப்போனவனே! நீ ஒற்றைக் கண் தஜ்ஜாலனின் தொண்டனாகிறாயா?"

படீஅப்பா – என் தாத்தா – வெள்ளைத் தாடியின் உயரமான மனிதர். பொறுமையாக என்னைப் பக்கத்தில் அமர்த்திக்கொண்டு, தஜ்ஜாலனை அடையாளம் கண்டுகொள்வது எப்படி என்றும் அதன் அடையாளங்களைப் பற்றி விவரிப்பார். அவர் கதையை ஆரம்பிப்பார்.

"நம் இமாம்" – அந்த வார்த்தையை உச்சரித்தவுடன் தலையைக் குனிந்துகொள்வார். படீமா அந்த சொல்லைக் கேட்டவுடன் பிரார்த்தனையின் மந்திரங்களைச் சொல்வார். "பிறகு நம் இமாம் தன்னைத் தான் வெளிப்படுத்திக்கொள்வார். அப்போது அவர் கண்களில் ஆனந்தக் கண்ணீர் நிறையும். 'நான் நபிகள் நாயகம்' என்று மற்றொருமுறை அறிவிப்பார். ஆனால், முஸ்லிம்கள் அதை உறுதிப்படுத்துவதில்லை. வராலாற்றுப்படி, அவரை அடையாளம் காண, முன்னூற்றிப்பதிமூன்று முஸ்லிம்கள் மட்டுமே மீதமிருந்தார்கள். அவர்கள் மட்டும் அவனை ஏற்றுக்கொள்கிறார்கள்."

அப்போது படீமா சொல்வாள், "அட, இலட்சக்கணக்கான, கோடிக்கணக்கான முஸ்லிம்கள் இருக்கிறார்களே, இமாமின் குரல் அவர்களில் யாருக்கும் கேட்பதில்லை என்று சொல்கிறீர்களா?"

"அவர்கள் கேட்கிறார்கள். எல்லோரும் அவன் குரலைக் கேட்கிறார்கள். உண்மை சொல்லவேண்டும் என்றால், அவன் குரல் உலகம் முழுவதும் முழங்குகிறது. ஆனால், அப்போது எந்த முஸ்லிமும் இருக்கமாட்டான். சிலர் தியாகிகளாகிவிடுவார்கள். பிறகு பலர் கழுதை மீது சவாரி செய்யும் ஒற்றைக் கண் தஜ்ஜாலனை பின்பற்றுவார்கள். வெறும் முண்ணூற்றிப் பதிமூன்று பேர் மட்டும் அவனை ஏற்றுக்கொண்டு, பின்பற்ற இருப்பார்கள். அவர் அந்தக் குறைந்த எண்ணிக்கையின் குழுவுடன் தன் பயணத்தைத் தொடங்குவார்."

மொகிசின் கட்டிலின் மற்றொரு பக்கம் புரண்டான். 'நான் கடந்த காலத்தில் வாழ்கிறேனா இல்லை எதிர்காலத்திலா?' கடந்தகாலம், நிகழ்காலம், எதிர்காலம், கனவுகள், நடைமுறை – எல்லாம்

அவன் மனதில் கலப்படமாக கலந்தது. தான் விழித்திருக்கிறேனா, தூங்கிவிட்டேனா என்பதே தெரியவில்லை. "இந்த முன்னூற்றிப் பதிமூன்று எண்ணிக்கை நம் கடந்த காலமா அல்லது எதிர்காலமா? நம் தொடக்கத்திலேயே நம் முடிவும் இருக்கிறது... நாம் அப்போது நம் மிகுந்த வைபவத்தை சாதித்திருந்தோம். இப்போது அதே இடத்தில் தோற்கடிக்கப்பட்டிருக்கிறோம்."

ஒற்றைக் கண் தஜ்ஜாலன் தன்னுடைய இசை வாத்தியக் குழுவுடன் வருகிறான்... ஒற்றைக் கண் தஜ்ஜாலன்... அவன் காதிலிருந்து வடியும் அழுக்கு... கழுதை... கோதுமை... அமெரிக்கா.. நான் கடந்த காலத்தில் இருக்கிறேனா அல்லது நிகழ்காலத்தில் நான் விழிப்புடன் இருக்கிறேனா... அல்லது தூங்குகிறேனா?

தன் கண்களைத் திறந்தபோது, தான் உண்மையாகவும் தூங்கினேனா இல்லையா என்று குழப்பமடைந்தான். ஆகாயத்தைக் கூர்ந்து பார்த்தான். வெளி முழுவதும் ஒளியின் சூரியக் கிரணங்கள் மெல்லப் பரவத் தொடங்கின. பல நட்சத்திரங்கள் கண் மறைந்திருந்தன. அங்கங்கே சிலது மட்டுமே மங்கலாக மினுக்கிக்கொண்டிருந்தன. நட்சத்திரத் தூசி படர்ந்த வான்வெளி? ஆகாயத்தில் நட்சத்திரங்கள் இரவு நேரம் ஒளிர்கின்றன, விடியக் காலையில் மறைந்துவிடுகின்றன...

தொழுகைக்கு அப்பாஜான் அழைத்தாரா?

அவனுக்குத் தெரியாது. அழைத்தும் இருக்கலாம்.

ஆனால் ஏதோ தொலைவிலிருந்து ஒரு கோழி, 'கொக்கோக்கோ' என்று விடியலின் அஜான் கூவுகிறது. அவன் கட்டிலின் மற்றொரு பக்கம் புரண்டபோது, அப்பாஜான் தொழுகைக்கு பாயை விரித்து, முழங்கால் ஊன்றி, பக்தியுடன், இரண்டு கைகளையும் மேலே தூக்கி, தலையைக் கீழே குனிந்தார். அம்மி தன் கண்களை மூடிக்கொண்டு ஜபமாலை மணிகளை எண்ணிக்கொண்டிருந்தார்.

- 1987

ஆமை

வித்யாசாகர் அமைதியாக உட்கார்ந்தே இருந்தான். அசையாமல் உட்கார்ந்திருந்தான். அவன் கலங்காமல் சாந்தமான மனநிலையிலேயே உட்கார்ந்திருந்தான். எத்தனை வாத விவாதங்கள் நடந்தாலும் குறுக்கே பேசவில்லை. சற்று நேரம் கழித்து உட்கார்ந்த இடத்திலிருந்து தானாக எழுந்து தூரப் போய்விட்டான்.

அந்த நகரத்திலிருந்து வெகு, என்றால் வெகு தொலைவு நடந்து, ஒரு காட்டை அடைந்தான். அங்கே ஒரு சால் மரத்துக்குக் கீழே உட்கார்ந்து பக்கத்துத் தடாகத்தில் இருந்த தாமரை மலரை தியானக் குறியாக வைத்துக்கொண்டு சமாதி நிலையை அடைந்தான். சூரிய ஒளி விழும்போது கமலம் மலர்ந்தது – பகலின் வெளிச்சத்தைப் பார்த்துச் சிரித்தது. பிறகு மறுபடியும் உதிர்ந்தது. வித்யாசாகர் மற்றொரு தாமரையைப் பார்த்தான். அதுவும் மலர்ந்தது. புன்னகைத்தது. வாடியது. மற்றொன்றைப் பார்த்தான். அவன் பார்க்கும் ஒவ்வொரு தாமரையும் மலர்ந்தது, சிரித்தது, மடிந்தது. இந்த விதிவிளையாட்டைப் பார்த்து அவன் மனம் துயரத்தில் ஆழ்ந்தது. கண்ணை மூடிக்கொண்டு நீண்ட நேரம் மனதை ஒருமுனைப்படுத்தி தியானம் செய்தான். காலம் உருண்டது.

ஒருநாள், அவன் பழைய கூட்டாளிகளான சுந்தரசமுத்திரன், கோபாலன் இருவரும் அவனைப் பார்க்க வந்தார்கள். வந்தவர்கள் சொன்னார்கள், “ஓ… வித்யாசாகர்… நாங்கள் வருத்தமாக உள்ளோம்.”

வித்யாசாகர் அவர்கள் பேச்சைக் கேட்கவில்லை. மௌனமாக அமைதியாக உட்கார்ந்திருந்தான். அவர்கள் பேச்சைக் கேட்டு பதில் எதுவும் கூறவில்லை.

கோபாலன் கண்ணீர் சிந்தினான். "இது மிகவும் இருண்ட காலம். யார் மௌனமாக இருக்க வேண்டுமோ அவர்கள் மிகவும் பேசுகிறார்கள். யார் பேச வேண்டுமோ அவர்கள் மௌனமாக இருக்கிறார்கள்."

சுந்தரசமுத்திரன் பேச்சைத் தொடர்ந்தான். "சுபத்ரையால் பிட்சுக்கள் ஒழுக்கம் கெட்டவர்களாகிவிட்டார்கள். ததாகதன் இனிமேல் பிட்சுக்களுடன் நிரந்தரமாக இருக்கப்போவதில்லை, என்று அவள் சொல்கிறாள்."

"ததாகதன் பிட்சுக்கள் தங்கள் விருப்பப்படி நடந்துகொண்டு சுதந்திரமாக இருப்பதை தடுத்தான். அதுமட்டுமல்லாமல், அவர்கள் என்ன செய்யவேண்டும், என்ன செய்யக்கூடாது என்று கட்டளையிட்டு வழிநடத்துகிறான். இப்போது அவர்கள் கட்டுப்பாடில்லாமல் தங்கள் மனம்போன போக்கில் நடக்கிறார்கள்."

"ஓ, வித்யாசாகர்... பிட்சுக்கள் இப்போது தங்கள் விருப்பம்போல நடந்து கொள்கிறார்கள். அவர்கள் எல்லாம் உலக காம போகங்களின் வலையில் சிக்கிக் கொண்டிருக்கிறார்கள். தர்ப்பைபுல் பாயில் படுப்பதை விட்டுவிட்டார்கள். இப்போது மென்மையான மெத்தையில் படுக்கிறார்கள். அவர்கள் வெறும் தரையில் உட்காரமுடியாது. அவர்களுக்கு நல்ல பாய்கள் தேவை. ஓ...ஞானியே...ஓ விவேகியே... எதற்காக எங்களைக் குறித்து எதையாவது சொல்லக்கூடாது? எங்கள் துயரத்திற்கு தீர்வு தரக்கூடாது?"

வெகு நேரத்திற்குப் பிறகு வித்யாசாகர் தன் கண்களைத் திறந்தான். சிந்தனை நிறைந்த கண்களால் அவர்களைப் பார்த்தான். பிறகு அவர்களையே கேட்டான். 'பந்துக்களே, உங்களுக்குக் கிளியைப் பற்றிய ஜாதாகக் கதை தெரியுமா?'

"இல்லை."

"அப்படி என்றால், கேளுங்கள்."

"ஒரு காலத்தில் பிரம்மதத்தன் வாரணாசி இராஜ்ஜியத்தை ஆண்டு கொண்டிருந்தபோது, போதிசத்வன் கிளியாக பிறப்பெடுத்தான். அந்தக் கிளிக்கு ஒரு தம்பி இருந்தான். அவர்கள் சிறுவர்களாக இருந்தபோது ஒரு குறவன் அவர்கள் இருவரையும் சிறைபிடித்து வாரணாசியின் ஒரு பிராமணனுக்கு விற்றுவிட்டான். அந்தப் பிராமணன் அந்த இரு கிளிகளையும் தன் சொந்தப் பிள்ளைகளைப் போலவே தந்தைப் பாசத்துடனும், பரிவுடனும் வளர்த்து வந்தான்.

ஒரு நாள் அந்த பிராமணன் ஊருக்கு வெளியே போகவேண்டி இருந்தது. வீட்டை விடுவதற்கு முன் கிளிகளிடம் சொன்னான்: 'குழந்தைகளே... உங்கள் அம்மாவை நன்றாகப் பார்த்துக்கொள்ளுங்கள்.'

அந்த பிராமணன் வீட்டை விட்டுப் போனவுடன், அவன் மனைவி ஒழுக்கங்கெட்ட செயல்களில் ஈடுபட்டாள்.

சின்னக் கிளி தன் சிறகுகளை வேகமாக அடித்துக்கொண்டு, அவள் செய்வது கீழ்த்தரமான செயல் என்று அவளை எச்சரிக்க முயன்றது. ஆனால், அதன் அண்ணன், தம்பியைத் தடுத்துச் சொன்னான், "பந்து.. அமைதியாக இரு... நீ மூக்கை நுழைக்காதே."

ஆனால், தம்பிக் கிளி, அண்ணனின் அறிவுரையைக் கேட்கவில்லை. பிராமணனின் மனைவியைக் குறித்து 'நீ செய்வது பாவச் செயல்' என்று எச்சரித்தது.

அந்த மோசக்காரப் பெண் பதிலளித்தாள், 'ஆம், நீ சத்தியத்தைத்தான் சொல்கிறாய். நான் இனி எந்தப் பாவச் செயலையும் செய்வதில்லை. என்னை ஒழுங்காக நடக்க எச்சரிக்கை செய்ததற்கு நான் உனக்கு நன்றி கூறுகிறேன். ஒருமுறை வெளியே வா... உன் நற்சொல்லுக்காக, நான் உன்னைக் கொஞ்ச வேண்டும்.'

பாவம் அந்த வெள்ளந்திக் கிளி, தனது கூண்டின் கதவைத் திறந்துகொண்டு வெளியே வந்தது. உடனே அந்தக் கொடுமைக்காரப் பெண் கிளியின் கழுத்தை நெறித்து, அதைக் கொன்றுவிட்டாள்.

வெகு நாட்களுக்குப் பிறகு பிராமணன் தன் வீட்டிற்குத் திரும்பினான். இன்னும் உயிருடன் இருந்த அண்ணன் - கிளியைக் கேட்டான். 'நான் இல்லாத போது அம்மா என்ன செய்தாள்?'

போதிசத்வக் கிளி பதில் சொன்னது, 'மகராஜா! கெட்ட காலம் வரும்போது, விவேகிகள் மௌனமாக இருப்பார்கள். இல்லாவிட்டால் அவர்களாகவே அவர் உயிருக்கு ஆபத்தை தேடிக்கொள்வார்கள்.'

பிறகு கிளி முடிவு செய்தது, 'எங்கே பேச சுதந்திரம் இல்லையோ, அங்கே அமைதியாக வாழ முடியாது. அதனால், நான் எங்கே பயம் இல்லாமல் பேசமுடியுமோ, அந்த இடத்தைத் தேடிக்கொள்கிறேன்.'

இப்படி யோசித்து, அவன் தன் சிறகுகளை அடித்துக்கொண்டு, பிராமணனின் கவனத்தை ஈர்த்தான். அவனிடம் சொன்னான். 'மதிப்புக்குரியவரே, நான் மிகவும் மரியாதையுடன் உங்களிடம் இந்தப் பேச்சை சொல்லவேண்டும் என்றிருக்கிறேன். என்னவென்றால், நான் இந்த இடத்தை விட்டுச் செல்ல விரும்புகிறேன்.'

'எங்கே போகப் போகிறாய்?'

'எங்கே நான் பயமில்லாமல் பேச முடியுமோ அந்த இடத்திற்கு' போதிசத்வக் கிளி பதிலளித்தது. இப்படிச் சொல்லி அவன் வாரணாசியை விட்டு, ஒரு காட்டை அடைந்து அங்கே வாழ்ந்தான்."

இந்தக் கதையைக் கேட்ட வித்யாசாகர், கதை முடிந்த உடன், எழுந்து புறப்பட்டுவிட்டான். மைல்கள்... பல மைல்கள்... காடு காடுகளாக அலைந்து திரிந்து கடைசியில், ஒரு அடர்ந்த, மனிதர்கள் இல்லாத ஒரு இடத்தை அடைந்தான். அவன் பின்னால் காலை இழுத்துக்கொண்டே வந்த சுந்தரசமுத்திரனும், கோபாலனும் அவன் தங்கிய இடத்திலேயே தங்க விரும்பினார்கள்.

மூன்று நாள், மூன்று இரவு, வித்யாசாகர், சோறு, தண்ணீர் தொடாமல் அமைதியாக தியானத்தில் இருந்தான். அந்த இருவரும் உணவருந்தாமல் இருந்தார்கள். நான்காவது நாள்,

சுந்தரசமுத்திரனும், கோபாலனும் பிச்சை தேடி வெகு தூரம் நடந்தார்கள்.

தங்கள் பிச்சைப் பாத்திரம் நிறைய உணவை சேகரித்துக்கொண்டு திரும்பி வந்தார்கள். இருவரும் வித்யாசாகர் அருகில் அமர்ந்தார்கள். அவனிடம் வேண்டினார்கள். "ஓ... வித்யாசாகர், ஒருவன் பசியை ஆற்றிக்கொள்ளவும், தாகத்தைத் தணித்துக்கொள்ளவும் அன்னம் நீரை உட்கொள்ளலாம் என்று ததாகதனே சொல்லி இருக்கிறார் அல்லவா."

வித்யாசாகர் மெல்லக் கண்களைத் திறந்தான். தன் முன்னால் அவர்கள் வைத்த உணவை எந்த ருசியையும் உணராமல் உண்டான். பக்கத்தில் ஓடிக்கொண்டிருந்த நதியின் தண்ணீர் சுத்தமாக இருக்கிறதா, குளிர்ச்சியாக இருக்கிறதா என்ற உணர்வே இல்லாமல் குடித்தான். பிறகு சொன்னான், "மண் மறுபடியும் மண்ணுக்கே."

சுந்தரசமுத்திரன் இதுதான் தக்க தருணம் என்று வித்யாசாகரிடம் மற்றொரு முறை கேட்டான், "ஓ, வித்யாசாகர், எல்லா பிட்சுக்களும் தங்கள் கடமையின் வழியிலிருந்து விலகிவிட்டார்கள். ததாகதன் குறித்த நீதி நியமங்களை யாரும் கடைபிடிப்பதில்லை. மரங்களுக்குக் கீழே படுப்பதற்கு பதிலாக, வீட்டில் மெத்தை விரித்த கட்டில்கள் மீது படுத்து உறங்குகிறார்கள். துறவிகளின் கூட்டம் பல குழுக்களாக உடைந்து பிரிந்து போயின. ஒவ்வொரு குழுவும் மற்ற குழுவின் மீது பயங்கர வெறுப்பைக் காட்டுகின்றன. தயவு செய்து திரும்பி வா. அவர்களுக்கு மற்றொரு முறை சரியான பாதையைக் காட்டு. நீ ஒரு உண்மையான ஞானி, விவேகி. உன்னால் மட்டுமே அது சாத்தியப்படும்."

வித்யாசாகர் கேட்டான்... "ஓ.. சுந்தரசமுத்திர, நீ மைனாப் பறவையைப் பற்றிய ஜாதகக் கதையை கேட்டிருக்கிறாயா?"

"இல்லை."

"அப்படி என்றால் கேள்."

"ஒரு காலத்தில், பிரம்மதத்தன் வாரணாசியை ஆண்டுகொண்டிருந்தான். போதிசத்வன் மைனாப் பறவையாக உருவெடுத்து வந்து காட்டில், வசித்து வந்தான்.

அந்த மைனா ஒரு மரத்தில் ஒரு சிறிய அழகிய கூடு கட்டியது. ஒருநாள், வேகமாக, அதி வேகமாக பெரும் மழை பெய்தது. முழுவதுமாக நனைந்த ஒரு குரங்கு அந்த மரத்துக்குக் கீழே ஒதுங்கியது. ஆனாலும் அது நனைவதிலிருந்து தப்பித்துக்கொள்ள முடியவில்லை.

மேலே தன் கூட்டில் உட்கார்ந்திருந்த மைனா குரங்கைப் பார்த்து, "ஓ, குரங்கே, நீங்கள் சாதாரண மனிதர்களைப் பின்பற்றுகிறீர்கள். நீங்கள் எதற்காக அவர்களைப்போல ஒரு வீட்டைக் கட்டிக்கொள்ளக் கூடாது! ஒருவேளை உங்களுக்கு உன்னுடைய வீடு இருந்தால், நீ இதுபோலச் சிரமப்படவேண்டிய அவசியமில்லையே."

குரங்கு பதிலளித்தது. "அக்கா மைனா... ஓ மைனா. நான் மனிதனைப் பின்பற்றுகிறேன் உண்மைதான். ஆனால், நான் அவனைப்போல அறிவாளி அல்லவே."

ஆனால் அந்த பேச்சு அதை யோசிக்கத் தூண்டியது. தனக்குள்ளேயே பேசிக்கொண்டது.

'இந்த மைனா இப்படிப் பேச காரணமிருக்கும்.'

ஏனென்றால் அது தன்னுடைய சொந்தக் கூட்டில் சுகமாக இருக்கிறது.

'ஒருவேளை அதற்கு தன்னுடைய சொந்தக் கூடு இல்லாமல் இருந்தால் இப்படிப் பேசுமா?' இப்படி யோசித்த குரங்கு, மரத்தில் ஏறிவிட்டது. மைனா சிரமப்பட்டுக் கட்டிய கூட்டை நாசம் செய்தது.

அப்போது மைனாவுக்கு புரிந்தது. மூர்க்கர்களுக்கு உபதேசம் செய்து, வழிகாட்டினால் ஆபத்தை எதிர்கொள்ள வேண்டும்.

அது அங்கே இருந்து தூரமாகப் பறந்து போய் மற்றொரு காட்டை அடைந்தது."

இந்தக் கதையை முழுமையாக்கிய பிறகு, வித்யாசாகர் நீண்ட பெருமூச்சுவிட்டு அவர் இருவரிடமும் சொன்னான், "போதிசத்வன் குரங்குகளுக்கு என்ன செய்தான். குரங்குகள் போதிசத்வனுக்கு பதிலாக என்ன செய்தன என்று உங்களுக்குத் தெரியுமா?"

இப்படிச் சொல்லி மற்றொரு ஜாதகக் கதையைச் சொல்லத் தொடங்கினான்.

“பிரம்மதத்தன் வாரணாசியின் அரசனாக ஆண்டு வந்தான். அப்போது போதிசத்வன் ஒரு குரங்காகப் பிறந்தான். அரசனிடம் ஒரு பெரிய மாந்தோப்பு இருந்தது. அதில் பல குரங்குகள் வசித்து வந்தன. போதிசத்வன் அவற்றில் வலுவானவனாகவும், சுறுசுறுப்பானவனாகவும் இருந்ததால் அவன் எல்லாக் குரங்குகளுக்கும் தலைவனானான்.

ஒருநாள் அரசனுக்கு இனிப்பான, சாறுநிறைந்த மாம்பழத்தை சாப்பிட விருப்பமானது. அதனால் அவன் தன் மாந்தோப்பிற்குப் போனான். ஆனால் அங்கே பார்த்தால், தோட்டம் முழுதும் குரங்குகளால் நிறைந்திருந்தது. அரசனுக்குப் பெரும் கோபம் வந்தது. தன் வேட்டைக்காரர்களை அழைத்தான். ‘இந்த எல்லாக் குரங்குகளையும் அம்பு எய்து கொல்லுங்கள்’ என்றான்.

‘உறுதி செய்துகொள்ளுங்கள். ஒரே ஒரு குரங்கு கூட தப்பித்துவிடக்கூடாது’ என்று வேட்டைக்காரர்களை மிரட்டினான்.

குரங்குகள் அந்தக் கட்டளையைக் கேட்டன. பயத்தால் எல்லோரும் போதிசத்வனிடம் ஓடி வேண்டிக்கொண்டன. ‘நீதான் எங்களைக் காப்பாற்ற வேண்டும். தயவு செய்து சொல். நாங்கள் இப்போது என்ன செய்யவேண்டும்? எப்படி எங்களை இரட்சித்துக்கொள்வது.”

போதிசத்வன் குரங்குகளுக்குத் துணிவை ஊட்டினான்.

பிறகு போதிசத்வன் ஒரு பெரிய மரத்தில் ஏறினான். அந்த மரக் கிளைகள் விரிவாக அடர்ந்திருந்தன. கங்கை நதியின் மற்றொரு கரைக்கு நீண்டிருந்தன. அவன் கிளைகள் மீது தாவினான். தாவிப்போய், அதன் நுனியிலிருந்து கங்கையின் அடுத்த கரைக்குத் தாவினான். மறுமுறை தாவினான். இப்படி இரண்டு முறை தாவி, அந்தக் கிளைக்கும் கங்கையின் மற்றொரு கரைக்கும் இருக்கும் தூரத்தை அளந்தான். பிறகு அவன் ஒரு மூங்கில் குச்சியை வெட்டினான். அந்த மரக் கிளையிலிருந்து அடுத்த கரையின் மரத்திற்கு அந்த மூங்கில் குச்சியைப் பாலமாகக் கட்ட முயன்றான். ஆனால் அந்த மூங்கிலின்

நீளம் போதவில்லை. மூங்கில் நுனிக்கும், கரைக்கும் அவன் உடலளவு நீளம் போதவில்லை. அதனால் தன் கால்களை மூங்கிலின் மற்றொரு நுனிக்குக் கட்டினான். அடுத்த கரையில் இருந்த மரத்தின் கிளையை தன் கைகளால் இறுக்கமாகப் பற்றிக்கொண்டான். குரங்குகளை அழைத்துச் சொன்னான், 'பாருங்கள், இப்போது நான் பாலத்தை அமைத்திருக்கிறேன். வேகவேகமாக ஓடி வாருங்கள். என் முதுகின் மீது நடந்து உடனே கங்கையின் அடுத்த கரையை அடைந்து பாதுகாப்பாக இருங்கள்.'

இப்படியாக அரசன் தோட்டத்தில் கைதிகளாக இருந்த எண்பதாயிரம் குரங்குகள், மெல்ல போதிசத்வனுக்கு வலிக்காமல், அவன் முதுகு மீது நடந்து மறுகரையை அடைந்தன. வேட்டைக்காரர்களின் அம்புக்கு அடிபடாமல் மரணத்திலிருந்து தப்பித்துக்கொண்டன.

ஆனால், தேவதத்தனும் குரங்காகப் பிறந்திருந்தான். அவனும் அந்த குரங்குக் கூட்டத்தில் இருந்தான். எல்லாக் குரங்குகளும் தாண்டிய பின் தான் தாவ வந்தான். தனக்குத் தானே சொல்லிக்கொண்டான். 'இது எனக்குக் கிடைத்த நல்ல வாய்ப்பு,. இப்போது நான் அந்த புத்தனைக் கொன்று பழி தீர்த்துக்கொள்வேன்.'

தேவதத்தன், போதிசத்வனின் முதுகின் மீது வேகமாகப் பாய்ந்தான். போதிசத்வன் மயக்கமுற்று விழுந்துவிட்டான்.

அரசன் பிரம்மதத்தன் இவற்றை தொலைவிலிருந்தே பார்த்துக் கொண்டிருந்தான். உடனே அவன் போதிசத்வன் தானாகத் தன் கால்களுக்குக் கட்டியிருந்த முடுச்சுக்களை அவிழ்த்தான். அரசனே அவனுக்கு கங்கையில் குளிக்க வைத்தான். அவனுக்குப் புதுத் துணிகளை அணிவித்தான். சுகந்தத் தைலங்களைப் பூசினான். காயங்கள் குணமாக மருந்துக்களைக் கொடுத்தான். பிறகு அவன் போதிசத்வனின் காலடியில் பக்தியுடன் அமர்ந்து சொன்னான், 'மற்றவர்கள் பாதுகாப்பாக இருக்க வேண்டுமென்று, நீ உன்னையே தியாகம் செய்தாய். ஆனால் அவர்கள் உன்னை கொடூரமாகவே நடத்தினார்கள்.'

அப்போது போதிசத்வன் பதிலளித்தான். 'ஓ .. அரசனே இது உனக்கொரு பாடமாக அமையட்டும். ஒருவேளை

தன் வாழ்க்கையையே தியாகம் செய்யவேண்டி வந்தாலும் ஒரு அரசன் மக்களுக்கு சிறிதும் தீங்கு ஏற்படாமல் காப்பாற்றவேண்டும்'.

இப்படி அரசனுக்கு அறிவுரை செய்த பிறகு போதிசத்வன் தன் குரங்கு உடலைக் கலைத்தான்.

இந்த ஜாதகக் கதையைச் சொல்லிய வித்யாசாகரனும் அதைக் கேட்ட சுந்தரசமுத்திரனும், கோபாலனும் துயரமடைந்தார்கள். வெகு நேரம் அங்கேயே அமர்ந்தார்கள். மனிதர்களின் சங்கடங்களை தீர்த்துவைக்க பல பிறவிகளை எடுத்து, தானே அந்தச் சிரமங்களை அனுபவித்த போதிசத்வனைக் குறித்து கவலைப்பட்டார்கள். ஒவ்வொரு பிறவியிலும் அவனுக்கு சங்கடங்களையும், வலிகளையும் கொடுக்கும் தேவதத்தனைப் போன்ற துஷ்டனைப் பற்றி யோசித்தார்கள்.

சில நேரத்திற்குப் பிறகு, அந்த மௌனத்தை முறித்து, சுந்தரசமுத்திரன் கேட்டான், "ஓ... ஞானியான வித்யாசாகரனே, இந்த தேவதத்தன் போதிசத்வனின் உடன் பிறப்பல்லவா?"

"ஆம், அவன் போதிசத்வனுடன் பிறந்தவன்தான்", வித்யாசாகர் பதிலளித்தான். இப்படிச் சொல்லி, அவன் அலட்சியமாகச் சிரித்தான். பிறகு துயரத்தால் கண்ணீர் சிந்தினான்.

சுந்தரசமுத்திரனுக்கு எங்கும் இல்லாத ஆச்சரியம். "ஓ... ஞானியே, நீ எதற்காக உரக்கச் சிரித்தாய்?... பிறகு கண்ணீர் சிந்தினாய்?"

வித்யாசாகர் மறுபதிலளித்தான். "ஒரு ஆடு சிரிக்கலாம் பிறகு அழலாம் என்றால், ஒரு மனிதன் எதற்காக அப்படிச் செய்யக்கூடாது?"

"ஆடு எதற்குச் சிரித்தது, பிறகு ஏன் அழுதது? அந்தக் கதை என்ன?"

வித்யாசாகர் மற்றொரு ஜாதகக் கதையைச் சொன்னான்.

"பிரம்மதத்தன் வாரணாசியை ஆண்டு கொண்டிருந்த காலம். அப்போது அந்த நகரத்தில் வேதங்களை நன்றாகக் கற்ற ஒரு பிராமணன் வசித்து வந்தான். ஒருநாள் அந்த பிராமணன்,

பித்ருக்களுக்கு சிராத்தம் செய்வதற்காக ஒரு ஆட்டைக் கொண்டுவந்தான். அந்த ஆட்டை குளிக்கவைத்து, அதன் கழுத்தில் ஒரு பூமாலையைச் சூட்டினான்.

தன்னை சமயச் சடங்குகளுக்காக பலி கொடுக்க ஏற்பாடுகள் நடப்பதைக் கண்டு ஆடு முதலில் உரக்கச் சிரித்தது– பிறகு அழுதது:

வியப்படைந்த பிராமணன் பதிலளித்தான், "ஏ ஆடே, எனக்காகத் துயரப்படவேண்டாம் நான் உன்னை பலி கொடுக்கப் போவதில்லை."

ஆடு மறுபடியும் உரக்கச் சிரித்தது. "நான் ஒரு ஆடுதானே, என் கழுத்து என்றாவது ஒருநாள் வெட்டப்படும். நீ இன்று என்னைக் கொல்லாவிட்டால், மற்றொருவன் யாராவது கொல்வான்."

ஆனால் பிராமணன் அந்த ஆட்டின் பேச்சுக்கு மதிப்பளிக்கவில்லை. அதை விடுதலை செய்தான். அதை நன்றாக கவனித்துக் கொள்ளவேண்டும் என்று தன் சீடர்களுக்கு கட்டளையிட்டான்.

அவன் சீடர்கள் அந்த ஆட்டை மிகவும் நன்றாகவே பார்த்துக்கொண்டார்கள். ஆனால், ஏற்கனவே நிச்சயிக்கப்பட்ட விதியை யாரால் தவிர்க்க முடியும். அது நடந்தே தீரும். ஒருநாள் அது புல் மேய்ந்துகொண்டிருந்தபோது, ஒரு மரம் அதன் மீது விழுந்து, அது இறந்து போனது.

அப்படி விழுந்த மரத்தின் அருகே மற்றொரு மரம் வளர்ந்து நின்றிருந்தது. அந்த மரம் வேறு எதுவும் அல்ல. போதிசத்வனே மரமாகப் பிறப்பெடுத்திருந்தான். அந்த மரம் விழுந்து, ஆடு இறந்த உடன், போதிசத்வன் தன் உண்மை உருவத்தை மக்கள் முன் காட்டினான். மக்கள் எல்லாம் அவனைச் சுற்றி கூடியபோது, அவன் அவர்களுக்கு இப்படி உபதேசம் செய்தான். "ஓ... என் மக்களே... இம்சை என்றென்றும் இம்சையைத்தான் விளைவிக்கும். யார் மற்றவர்களைக் கொல்லுகிறானோ அவனும் நேரம் வரும்பொழுது கொல்லப்படுவான்."

இந்தக் கதையை பக்தியுடன் கேட்ட சுந்தரசமுத்திரனும், கோபாலனும் மதிப்புடன் போதிசத்வனை நினைத்து தலை வணங்கினார்கள்.

சற்று நேரத்திற்குப் பிறகு சுந்தரசமுத்திரன் கேள்வி எழுப்பினான். "ஓ... அறிஞனே.. நீ இன்னும் என் கேள்விக்கு பதிலளிக்கவில்லை. தேவதத்தன், புத்தனின் உடன் பிறந்தவனல்லவா?"

வித்யாசாகர் பதிலளித்தார் – "ஏ, சுந்தரசமுத்திரனே, தயவு செய்து இந்தக் கேள்விக்கு பதிலளிக்க வேண்டுமென்று கட்டாயப்படுத்தாதே. நீ வற்புறுத்திக் கேட்டால், நான் முதலில் சிரிப்பேன், பிறகு அழுவேன்."

"ஓ.. விவேகியே.. நீ எதற்காக அப்படிச் செய்கிறாய்?"

"தேவதத்தன் உண்மையாகவும் புத்தனின் உடன்பிறப்பு என்று உறுதிப்படுத்தும் போது நான் சிரிப்பேன். ஆனால், அவனும் கூட ஒரு பிட்சுவாகத்தான் இருந்தான் என்று நினைக்கும்போது துன்பப்படுகிறேன்."

இந்தப் பேச்சைக் கேட்டு, சுந்தரசமுத்திரன் அழுதுவிட்டான். அவன் மனம் வருந்தியது. கேட்டான், "ஓ... பிரபு, எதற்காக பிட்சுக்கள் இப்படிப்பட்ட பாவச் செயலில் ஈடுபடுகிறார்கள்?"

வித்யாசாகர் அவனை சில நொடி வியப்பாகப் பார்த்தான். பிறகு பிரார்த்தனை செய்தான். "சுந்தரசமுத்திரனே தயவு செய்து என்னிடம் அந்தக் கேள்வியைக் கேட்கவேண்டாம்."

"எதற்காக - ஏன் கேட்கக்கூடாது?"

"தயவு செய்து வலியுறுத்தாதே. ஏன் என்றால் மற்றொருவரின் தீய குணத்தைப் பார்ப்பவனிடமே அது பிரதிபலிக்கும்."

"ஏன்?"

"சரி, ஒரு கதையின் காட்சியின் வழியாக நான் பதிலளிக்கிறேன்."

"பிரம்மதத்தன், வாரணாசியை ஆண்டுகொண்டிருந்தான். அவனுக்கு ஒரு அழகான மனைவி. ஆனால், அவள் மற்றொரு ஆண் மீது காதல் கொண்டாள். அரசனுக்கு அந்தச் செய்தி தெரிந்தது. அவன் அவளைக் கேட்டான். அப்போது அவள் இப்படிச் சொன்னாள், 'உனக்கு நம்பிக்கை துரோகம் செய்ததற்காக, நான் கொம்புகள் இருக்கும் குதிரை முகத்து மாயக்காரியாக பிறப்பேன்.'

ஆம், அது உண்மையாகவும் அப்படியே நடந்தது. அரசி இறந்தபிறகு, அவள் கொம்புகளுள்ள குதிரை முகத்து சூனியக்காரியாகப் பிறந்தாள். அவள் ஒரு காட்டுக் குகையில் வசித்து வந்தாள். யாராவது காட்டுக்குள் நுழைந்தால், அவள் அவர்களைப் பிடித்து தின்றுவிடுவாள்.

ஒருநாள் இப்படி நடந்தது. தட்சசீலாவில் கல்விகற்ற ஒரு பிராமணன் அந்தக் காட்டின் வழியாக தன் வீட்டிற்குத் திரும்பிக்கொண்டிருந்தான். அந்த சூனியக்காரி அவனைப் பிடித்து தன் குகைக்குள் தூக்கிச் சென்றாள். சில காலம் அவனைக் கொடுமைப்படுத்தினாள். அவனுடன் விளையாடினாள். அந்த பிராமணன் புத்திசாலியாகவும், இளைஞனாகவும் இருந்தான். உங்களுக்குத் தெரியும், அறிவாளி மற்றவரைக் கவரும் வலுவைப் பெற்றிருப்பான். பிறகு இளமைக்கு அதற்கே உரிய துடிப்பும் இருக்கும். பிராமணன் கிளர்ச்சியடைந்தான். அவர்கள் இருவரும் ஒருவரை ஒருவர் தழுவிக்கொண்டார்கள். முத்தமிட்டுக்கொண்டார்கள். உடலுறவு கொண்டார்கள். ஒன்பது மாதங்களுக்குப் பிறகு அந்த மாயக்காரி ஒரு ஆண் மகனைப் பெற்றெடுத்தாள். அந்தக் குழந்தைதான், இந்த உலகத்தில், அந்த சூனியக்காரி வயிற்றில் பிறக்க விரும்பிய போதிசத்வன்.

அந்தக் குழந்தை வளர்ந்து வந்தது. தன் தகப்பனை தன் மாயக்காரி அம்மா அவள் வலையில் சிக்கவைத்து அடிமையாக்கியதை அந்தக் குழந்தை பார்த்தது. அவன் தன் தந்தையை விடுவிக்க நினைத்தான். தானும் மக்களிடம் போக முடிவு செய்தான். அந்தச் செய்தி சூனியக்காரி அம்மாவுக்குத் தெரிந்தது. அவள் தன் மகனை அழைத்து, “மகனே, நீ மக்களின் உலகுக்குப் போக முடிவு செய்திருக்கிறாயா. அதனால், நானும் என் அனுபவத்தால் கற்ற அனுபவத்தை உன்னிடம் பகிர்ந்துகொள்ள விரும்புகிறேன். தெரிந்துகொள், இந்த மனிதர்களுடன் வாழ்வதைவிட மாயக்காரியுடன் வாழ்வது எளிது. நீ நடக்கும்போது, பன்னிரெண்டு மைல்கள் தொலைவு மனிதர்களின் காலடியை அடையாளம் கண்டுகொள்ளும் அற்புத மந்திர சக்தியை உனக்கு அளிக்கிறேன். இந்த சிக்கலான மக்கள் உலகில் வாழ்வதற்கு அது உனக்கு உதவியாக இருக்கும்” சூனியக்காரியாக இருந்தால் என்ன, அவளும் தாய்தானே?

தன் அம்மா தனக்கு அளித்த மந்திர சக்தியின் வலுவைப் பெற்ற போதிசத்வனும், அவன் தந்தையும் வாரணாசிக்கு வந்தார்கள். தன்னிடமிருக்கும் அறிய மந்திர சக்தியை போதிசத்வன் அரசனிடம் சொன்னான். அவனுக்கு அவன் அரசவையில் ஒரு இடத்தைக் கேட்டான். ஆனால், மந்திரிகள் அவனை அரசவையில் சேர்த்துக்கொள்வதற்கு முன்பு, அவன் பேச்சை சோதிக்க வேண்டுமென்று அரசனுக்கு பரிந்துரை செய்தார்கள்.

இவனை சோதிப்பதற்காக, அரசனே தன் கருவூலத்திலிருந்து சில ஆபரணங்களைத் திருடினான். நகரத்திலிருந்து வெகு தொலைவில் இருந்த தடாகத்தில் அதை எறிந்தான். மறுநாள், அரசனின் கஜானாவிலிருந்து நகைகள் காணாமல் போனதைப் பற்றி கூச்சல் கூப்பாடு. எல்லோர் வாயிலும் அதே பேச்சு. அரசன் அரண்மனையிலிருக்கும் திருடர்கள்தான் திருடி இருக்கவேண்டும்...!

அரசன் போதிசத்வனை அழைத்து, அந்தத் திருட்டைக் கண்டுபிடிக்கவேண்டும் என்று கட்டளையிட்டான்.

போதிசத்வன் காலடி அடையாளங்களை தெளிவாகப் பார்த்தான். சரோவரத்திலிருந்து ஆபரணங்களை கண்டெடுத்து வந்தான்.

அரசன் வியப்படைந்தாலும், கேட்டான்.

“சரி, நீ நகைகளை கண்டுபிடித்தது சரி. ஆனால் அதை யார் களவாடினார்கள் என்று சொல்லவில்லையே.”

போதிசத்வன் பணிவாகச் சொன்னான். “மகாராஜாவே, ஆபரணங்கள் திரும்பக் கிடைத்துவிட்டன. தயவு செய்து திருடனின் பெயரைச் சொல்லவேண்டுமென்று கட்டாயப்படுத்தாதீர்கள்.”

ஆனால், அரசன் அவனுடைய வேண்டுகோளை நிராகரித்தான். வற்புறுத்தினான். “சொல், நீ சொல்லியே ஆகவேண்டும், யார் நகையைத் திருடியது?”

அப்போது போதிசத்வன் பதிலளித்தான். “ஏ, அரசனே, நீ அறிவாளியாக இருக்கிறாய். அதனால் புரிந்துகொள்வாய். உனக்கு ஒரு கதையைச் சொல்கிறேன். தயவு செய்து கேள்:

ஒரு காலத்தில் ஒரு இசைக் கலைஞர் இருந்தார். அவர் குளிக்க கங்கை ஆற்றில் இறங்கினார். ஆனால் சுளியில் சிக்கி மூழ்கிக்கொண்டிருந்தார். அவர் மூழ்குவதைப் பார்த்த அவர் மனைவி கூச்சலிட்டாள்.

'சுவாமி... நீங்கள் மூழ்கும் முன் குழல் வாசிக்க எனக்கு ஒரு ராகத்தைக் கற்றுக்கொடுங்கள். அதன் வழியாக நான் பிழைத்துக் கொள்வேன்.'

மூழ்கிக்கொண்டிருந்த சங்கீதக்காரர் அலறினார்.

'ஓ... நல்ல பெண்மணியே... இப்போது உனக்கு ஒரு ராகத்தை நான் எப்படி குழலில் சொல்லிக்கொடுக்க முடியும்? நிலத்தைச் செழுமையாக்கி, வாழ்க்கையை இரட்சிக்கும் இந்த நதியே என் வாழ்க்கையை அழிக்கக் காரணமாக இருக்கிறது.'

பிறகு இப்படிச் சொன்னார், 'சில சமயம், வாழ்க்கையைப் போஷிப்பவர்களே, வாழ்க்கையை நாசப்படுத்துகிறார்கள். வாழவைக்க வேண்டியவர்களே கொன்று விடுகிறார்கள்.'

இந்தக் கதையை அரசனுக்கு போதிசத்வன் சொல்லி, மேற்கொண்டு கூறினான், 'அரசே, ஒரு மன்னன் மக்களை ஆதரிக்கும் தண்ணீர் போல. வாழ்க்கையைக் காப்பவனும், ஆதரிப்பவனும் அழிக்கத் தொடங்கினால் மக்கள் கதி என்னவாகும்?'

அரசன் இந்தக் கதையைப் பொறுமையுடன் கேட்டான். ஆனால், அதனால் அவன் நிறைவு பெறவில்லை. அவன் பேசினான். 'நண்பனே, நீ சொன்ன கதையை நான் பாராட்டுகிறேன். ஆனால், நம் அரண்மனையில் இருந்து ஆபரணங்களைத் திருடியவன் யார் என்று சொல்லவே இல்லையே.'

போதிசத்வன் சொன்னான், 'மற்றொரு கதை சொல்கிறேன். அமைதியாகக் கேள்:

வாரணாசியில் ஒரு காலத்தில் ஒரு குயவன் வாழ்ந்து வந்தான். தினமும் அவன் மண்பாண்டம் செய்யக் களிமண் எடுத்துவர காட்டுக்குப் போவான்.

அவன் தினமும் ஒரே இடத்தில் நிலத்தைத் தோண்டி களிமண் எடுப்பதால் அந்த இடத்தில் ஒரு பெரிய பள்ளம் உண்டானது.

ஒருநாள், அவன் அப்படித் தோண்டிக் கொண்டிருந்தபோது, வேகமாக காற்று வீசியது. அந்த புயலுக்குச் சிக்கிய ஒரு மரம் அவன் தலை மீது விழுந்தது. அந்த ஏழை வலியால் அழுதான். பிறகு சொன்னான். 'சில நேரம், நம்மை வளர்க்கும், போஷிக்கும் பூமியே நம் மரணத்திற்குக் காரணமாகிறது.'

போதிசத்வன் சொன்னான், 'ஏ, பேரரசே, ஒரு மன்னன் அவனை நம்பிய மக்களுக்கு பூமியைப் போல, தன் மக்களை ஆதரித்து, வளர்த்து, காக்கவேண்டியவனே சொத்தைக் கொள்ளையடிக்கத் தொடங்கினால், அவர்கள் பாடு என்னவாகும்.'

அரசன் இந்தக் கதையைப் பொறுமையாகக் கேட்டான். ஆனால் மறுபடியும் கேள்வி. 'உன் இந்தக் கதையும் என் கேள்விக்கு பதிலளிக்கவில்லை. நீ திருடனைப் பிடித்து என்னிடம் ஒப்படைக்கவும்.'

போதிசத்வன் சொன்னான். அரசே... வாரணாசி நகரத்தில் ஒரு பிராமணன் இருந்தான். ஒருநாள் அவன் அதிக உணவை அருந்திவிட்டான். அதனால் வெகுவாக சிரமப்பட்டான். தான் இறந்துபோவது உறுதி என்று நினைத்தான். துயரத்தால் அழுதான். தனக்குத் தானே சொல்லிக்கொண்டான். எண்ணற்ற பிராமணர்களை வளர்க்கும், போஷிக்கும் உணவே என் மரணத்திற்கும் காரணம், மன்னவா, அரசன் தன் குடிமக்களுக்கு உணவைப்போல. தன் மக்களைப் போஷித்து, வளர்க்கவேண்டியவனே தன் மக்களின் உணவைத் திருடத் தொடங்கினால் குடிமக்களின் நிலமை என்னவாகும்?

அரசனுக்குப் புரியவில்லை. அவன் வற்புறுத்தினான். 'நண்பனே, எங்களை உன் கதையிலிருந்து உவகை உண்டாக்குவதை நிறுத்து. எங்களுக்குச் சொல் – அந்த ஆபரணங்களைத் திருடியவன் யார்?'

போதிசத்வன் சொன்னான்: "மகாராஜா, இமய மலைமீது ஒரு மரம் இருந்தது. பல கிளைகளால் நிறைந்து அது விசாலமாகப் பரவியிருந்தது. பல பறவைகள் அதில் கூடு கட்டிக்கொண்டிருந்தன. ஒருநாள், அதன் இரண்டு கிளைகள் ஒன்றோடொன்று மோதி, வலுவாக உரசிக்கொண்டன.

அதிலிருந்து தீப்பொறி பறந்தது. அந்த நெருப்பு மரம் முழுதும் பரவி அந்த மரம் எரிந்து சாம்பலானது. எரிந்துகொண்டிருந்த நெருப்பைப் பார்த்து, ஒரு பறவை கூவிச் சொன்னது. "ஓ... பறவைகளே இங்கே இருந்து உடனே தொலைவாகப் பறந்து செல்லுங்கள். நமக்கு இதுவரை தஞ்சமளித்த மரமே இப்போது நம்மை எரித்துவிடும். நம்மை வளர்த்துக் காத்த மரமே நம்மை அழித்துவிடும்" இதுபோலத்தான்... அரசே... பறவைளுக்குப் புகலிடம் தரும் ஒரு மரத்தைப்போல, ஒரு அரசன் தஞ்சமளிக்கவேண்டும். புகலிடம் கொடுக்கும் மரமே, திருடனானால் மரத்தை நம்பிக்கொண்டிருக்கும் பாவப்பட்ட பறவைகளின் கதி என்னவாகும்?"

அந்த மூர்க்க அரசனால் போதிசத்வனின் கதைகளின் நுணுக்கங்களை உள்வாங்கிக்கொள்ளவே முடியவில்லை. மற்றொரு முறை உரக்க வற்புறுத்தினான். "சொல், சொல், நீ சொல்லவேண்டும் யார் நகைகளைத் திருடியது?"

கடைசிவரை போதிசத்வன் அந்த அரசனுக்கு எளிதில் புரியவைக்க முடியவில்லை என்று தனது தோற்பை ஒத்துக்கொண்டான். முடிவில் சொன்னான்.

"சரி – யார் திருடியது என்று சொல்கிறேன். ஆனால் உன் குடிமக்களை எல்லாம் சபை கூட்டு. அந்த ஆபரணத்தைத் திருடியவன் யார் என்று, அப்போது எல்லோர் முன்னிலையிலும் சொல்லமுடியும்!"

அரசன் தன் மக்களைக் கூட்டினான். அரசவைக்கு எல்லோரும் வந்து சேர்ந்தார்கள். அப்போது போதிசத்வன் அவர்களை நோக்கி பேசினான். "ஓ... வாரணாசியின் குடிமக்களே, நான் சொல்லும் வார்த்தைகளை விழிப்புடன் கவனமாகக் கேட்கவும். நீங்கள் எந்த பிரமையுடன் உங்கள் பொருட்களை பாதுகாப்பாகப் புதைத்து வைத்திருக்கிறீர்களோ அதே மண் ஆபரணங்களை திருடியுள்ளது."

போதிசத்வனின் இந்த பேச்சின் பொருளை விவேகிகளும், எச்சரிக்கையான மக்களும் புரிந்துகொண்டார்கள். அந்த அரசனே திருடன் என்பதை அறிந்து, அவனைத் தாக்கி, சிம்மாசனத்திலிருந்து கீழே இறக்கினார்கள்.

போதிசத்வனை சிம்மாசனத்தில் அமர்த்தி, அவனைப் புதிய அரசனாக அறிவித்தார்கள்.

இந்தக் கதைகளை எல்லாம் கேட்ட சுந்தரசமுத்திரனும் கோபாலனும், ததாகதனின் பெருமையையும் ஞான விவேகத்தையும் கொண்டாடினார்கள். இன்னும் ஆர்வக் கோளாறிலேயே இருக்கிறார்களா இல்லையா என்று நுணுக்கமாக அவர்களை வித்யாசாகர் சோதித்தான்.

பிறகு சொன்னான், "ஓ ..பிட்சுக்களே, இந்த பூமியைவிட்டுச் செல்லும்போது விவேகியான புத்தன், நமக்குத் தேவையான பரிசுத்தமான வழிமுறைகளுக்காகவும், நாம் வாழ்க்கையில் கடைபிடிக்கவேண்டிய முக்கியமான நீதி நியமங்களையும் கொடுத்துச் சென்றிருக்கிறார். மற்றொருவரிடமிருந்து வழிகாட்டலை எதிர்பார்ப்பதைவிட, உங்களுடைய ஒளியிலேயே நீங்கள் நடப்பது மேல். தன் பூத உடலை விட்டுச் செல்லும் முன், அமிதபன், ஆனந்தனுக்குக் அளித்த அறிவுரை இதுதான்."

ததாகதன் அளித்த இந்த உபதேசத்தைக் கேட்டு சுந்தரசமுத்திரன் கோபாலன் இருவர் மனங்களும் துயரத்தால் நிறைந்தது. அவர்கள் அழுதார்கள். "எங்களை இதுவரை கைப்பிடித்து நடத்திய ஒளி அணைந்துவிட்டது. எல்லா இடங்களிலும் இருட்டு நிறைந்துள்ளது. எங்களைச் சுற்றி எங்களை அழிக்கும் பெரும்புயல் வீசுகிறது."

"எங்கள் தீபஒளி மங்குக்கிறது, அசைகிறது."

வித்யாசாகர் அவர்கள் பேச்சைத் தடுத்து நிறுத்தினான்.

"கேளுங்கள், ஓ... பிட்சுக்களே, அமிதபனைப் பற்றி, எப்படி நீங்கள் இப்படிப்பட்ட யோசனைகளை மனதில் நிறைத்துக்கொள்கிறீர்கள்? அவன் அமரன். அவன் காட்டிய ஒளி என்றென்றும் அணையாதது."

சுந்தரசமுத்திரனுக்கும் கோபாலனுக்கும் தங்களுடைய முட்டாள்தனம் அறிவுக்கு வந்தது. புத்தனை மனதில் நிறுவிக்கொண்டு, பரிசுத்த பக்தியுடன் தியானம் செய்தார்கள்.

அவர்கள் கண்களில் ஆனந்தக் கண்ணீர் நிறைந்தது. உடல் உணர்ச்சிகளால் நடுங்கின.

வித்யாசாகர் அவர்களுடன் சேர்ந்து பிரார்த்தனை செய்தான். "ஓ... ததாகதனே – ஓ அமிதபனே, நீ தற்போது சொர்க்கத்தில் இருக்கிறாய். உன் தேகத்தில் பூக்களின் மணம் நிறைந்திருக்கிறது. ஓ... சாக்கியமுனி; ஓ... பரம ஞானியே, உன் மீது மிகுந்த மதிப்புடனும், பக்தியுடனும் வணங்குகிறோம். மற்றொருமுறை பூமிக்கு இறங்கி வா... எங்களுக்கு வெளிச்சத்தைக் காட்டு."

அமிதபன் அவர்களுடன் இருந்த நாட்களை நினைவுகூர்ந்தான். அவர்கள் கண்களில் கண்ணீர் சிந்தின. எல்லா நகரங்களிலும், கிராமங்களிலும், தெருக்களிலும், வயல்களிலும், காடுகளிலும் அவனுடைய அருகாமையின் ஒளி வீசியது.

வித்யாசாகர் சொல்கிறான். "கடும் இருட்டிலும் நானும் அமிதபனும் கூடவே நடப்போம். நிலா ஒளி இல்லாத, இரவுகளில். அடர்ந்த வனத்தில் நாங்கள் அவன் துணையுடன் நடக்கும்போது எங்களுக்கு இருள் தெரியவில்லை. முழுநிலவின் ஒளி வீசுவது போலத்தெரியும். உண்மையாகவும் வழியில் இருக்கும் மரங்கள், இலைகள், பூக்கள், புதர்கள் எல்லாம் அவன் அருகாமையின் பரிமளத்தைக் கொண்டாடின."

அந்தக் காலத்து நாட்களை நினைத்துக்கொண்டு, கோபாலன் சொன்னான், "ஓ ..பந்துக்களே, அந்தக் காலத்தில் அவன் துணையுடன் நாங்கள் எவ்வளவு நடந்திருக்கிறோம்! நாம் எங்கெல்லாம் சென்றிருக்கிறோம். காடு – மேடுகளில், வயல் – மலைகளில், நகரம் – கிராமங்களில், கையில் பிச்சைப் பாத்திரம் ஏந்திக்கொண்டு யாத்திரை செய்திருக்கிறோம்."

சுந்தரசமுத்திரன் தன் கற்பனை உலகிலிருந்து வெளியே வந்தான். அதிர்ச்சியுற்றான். உடனே நிகழ்காலத்து நடைமுறை நிலமையைப் பார்த்தான். "இப்போது பிட்சுக்கள் நடைபழகுவதை விட்டுவிட்டார்கள் அவர்கள் கால்கள் சோர்ந்துபோயின. அவர்கள் நடப்பதில்லை. அவர்கள் வயிறு பெருத்து கிடங்குகளாகிவிட்டன."

வித்யாசாகர் காதுகளுக்கு இந்தப் பேச்சுகள் விழுந்தபோது அவன் இப்படிச் சொன்னான்: "ஓ.. பந்து, தேவைக்கு அதிகமாகத் தின்னும் சாப்பாட்டுராமன், உடம்பளவில் தொப்பை வளர்ப்பவன், பிறப்பு மரணம் இப்படி மறுபிறவிச் சுழலிலிருந்து விடுவித்துக்கொள்ளமுடியாதவன் என்று ததாகதன் எங்களை

அடிக்கடி எச்சரித்துக்கொண்டிருந்தான். அப்படிப்பட்டவன் ஒரு பன்றியைப்போல, திரும்பத் திரும்பப் பிறப்பான் திரும்பத் திரும்ப மரணிப்பான்."

சுந்தரசமுத்திரன் சொன்னான், "ஓ, எல்லாம் அறிந்தவனே, இப்போது பிட்சுக்கள் கட்டுப்பாடில்லாமல் அதிகமாகச் சாப்பிடுகிறார்கள். சுகமாகப் படுக்கையில் படுக்கிறார்கள், பெண்களைக் கண்டால் மகிழ்ச்சியாகவும் உற்சாகமாகவும் பேசுகிறார்கள்."

"பெண்களுடன் பேசும்போது சிரித்து, இனிமையாகப் பேசுகிறார்கள்!"

வித்யாசாகர் வியப்படைந்தான்.

"ஆம், பிரபு, பெண்களைக் கண்டால் பொறுமையில்லாமல் சிரித்துப் பேசுகிறார்கள். நம் சங்கப் பெண்கள், அவர்களைப் பார்த்து கொஞ்சிப்பேசிப் புன்னகை புரிவதை நான் பார்த்திருக்கிறேன். அதுமட்டுமல்லாமல் பெண்கள், தங்கள் கால்களுக்கு கொலுசு அணிகிறார்கள்!"

வித்யாசாகர் தன் கண்களை மூடிக்கொண்டு துயரத்துடன் வேண்டினான்.

"ஓ, ததாகததனே, உன் பிக்குகள் நல்வழிகளை கைவிட்டுவிட்டார்கள். இந்தக் காமக் கடலில் நான் தனியாக இருக்கிறேன்."

சுந்தரசமுத்திரனும் கோபாலனும் கூட தங்கள் கண்களை மூடிக்கொண்டு வேண்டினார்கள்.

"ஓ ததாகததனே, மேலெழும்பி அடிக்கும் காம அலைகள் நம்மைச் சூழ்ந்திருக்கின்றன. நாம் சிரமத்திற்கு ஆளாகி இருக்கிறோம்."

வெகுநேரம் இப்படி அவர்கள் தங்கள் கண்களை மூடி தியானம் செய்தார்கள். பிறகு சுந்தரசமுத்திரன் தன் கண்களை மெல்லத் திறந்தான். "கோபாலா, நாம் எல்லோர் வீட்டு வாசலிலும் பிச்சை கேட்டும், எந்த ஒரு வீட்டிலும் நமக்குப் பால் பாயாசம் அளிக்கவில்லை என்பதை நீ கவனித்தாயா?"

கோபாலன் ஆம் என்பதைப்போல தலையசைத்தான்.

“ஆம், நமக்கு யாரும் பால் பாயாசத்தைக் கொடுக்கவில்லை. அந்த நாட்களில் நமக்கு யாரும் பாயாசத்தைக் கொடுக்கவில்லை.”

சுந்தரசமுத்திரன் கலவரமுற்றான்.

“முதலில் சமைப்பதைப்போல இப்போது மக்கள் எதற்காகப் பாயாசம் தயாரிப்பதில்லை என்பதே வியப்பாக இருக்கிறது” என்றான்.

“மக்கள் ததாகதனை மறந்து விட்டார்களா அல்லது, இல்லை முன்பு கொடுத்ததைப்போல இப்போது பசுக்கள் பால் கொடுப்பதை நிறுத்திவிட்டனவா?”

கோபாலன் கடந்துபோன நாட்களை நினைத்துக்கொண்டான். ததாகதன் நம்முடன் இருக்கும்போது, ஒவ்வொரு ஆணும், பெண்ணும் அவனை பஜனை கீதங்களால் துதித்தார்கள். பசுக்கள் ஏராளமாகப் பால் கொடுத்தன. மக்கள் தங்களுக்குத் திருப்தியாகும்வரை பால்பாயாசத்தைக் குடித்தார்கள். பிக்குக்களுக்காகவும் போதுமான அளவு பாயாசம் மீதமிருக்கும்.

“அது மிக ருசியாக இருக்கும். நாங்கள் அதன் ருசியை எப்படி அன்புடன் பருகினோம்.!”

சுந்தரசமுத்திரன் வாயில் நீரூரத் தொடங்கியது.

வியப்புடன் வித்யாசாகர் அவர்கள் இருவரையும் கூர்ந்துபார்த்தான். “ருசி! முட்டாள்களா! நீங்கள் ருசியைப் பற்றிப் பேசுகிறீர்கள்...! நீங்கள் ருசிக்காகவே உணவை சாப்பிடுகிறீர்களா என்ன?”

சுந்தரசமுத்திரன் வெட்கப்பட்டான். “இல்லை பிரபு... நான் என்றும் உணவின் ருசிக்கு முக்கியத்துவம் அளித்ததில்லை. நான் ஒவ்வொருமுறை உணவு அருந்தும்போதும் மண் மண்ணுடன் சேர்கிறது என்று சொல்லுவேன். ஆனால், எனக்கு பால் பாயாசம் கிடைக்கும்போது, சுஜாதா ததாகதனுக்குக் கொடுத்த பாயாசத்தை நான் நினைத்துக்கொள்வேன். அப்போது என் வாயில் உமிழ் ஊறும்!”

அவர்கள் புரிந்துகொள்ள வித்யாசாகர் முயற்சி செய்து இப்படிச் சொன்னான், “ஓ... பந்துக்களே இறந்த காலத்தை மறந்துவிடுங்கள். இல்லாவிட்டால் நீங்கள் திரும்பவும் காமத்து வலையில் சிக்கிக்கொள்வீர்கள்.”

இருவரும் மன்னிப்புக் கேட்கும் தொனியில் சொன்னார்கள், “ஓ பிரபு... நாங்கள் ருசியின் உணர்வை விட்டுவிட்டோம். ததாகதனைப் பற்றி தியானம் செய்வதில் மட்டுமே நாங்கள் எங்கள் மனதை ஒருமைப்படுத்துகிறோம்.”

பிறகு, மறுபடியும் மனதில் ததாகதனையே நினைத்துக்கொண்டு தியானம் செய்ய அமர்ந்தார்கள். “இந்த உலகம் ஒரு பிரமை. பிரபஞ்ச சுகத்தில் அர்த்தமில்லை – அது உண்மையாகவும் அனுபவத்தை ஏற்படுத்துகிறது” என்று ததாகதன் சொல்லிய உபதேசத்தைத் தியானம் செய்தார்கள்.

கோபாலன் சொன்னான்: “சுந்தரசமுத்திரா, ஒரு பெண்ணின் இன்ப வலையில் நீ மாட்டிக்கொள்ள இருந்தபோது ததாகதன் உன்னைக் காப்பாற்றியது நினைவிருக்கிறதா?”

‘பெண்ணின் வலை!’ சுந்தரசமுத்திரன் நினவுகூற முயன்றான்.

“ஓ.. மூர்க்கனே மறந்து விட்டாயா!”

“எனக்கு அந்த நாள் நன்றாகவே நினைவிருக்கிறது. ததாகதன் அமைதியாக உட்கார்ந்திருந்தான். அவர் கண்கள் மூடி இருந்தன. நாங்கள் இருவரும் அவர் முகத்தையே பாசம் , பக்தியுடன் பார்த்துக்கொண்டிருந்தோம். சற்று நேரத்திற்குப் பிறகு, அவர் முகத்தில் ஒரு சிறிய மந்தகாசம் மின்னுவதைப் பார்த்தோம். அப்போது ஆனந்தன் சொன்னான் – “ஓ ததாகதனே, எதற்காக இந்தப் புன்சிரிப்பு? ததாகதன் பதிலளித்தான். இந்த நொடி, நம் ஒரு பிக்குவுக்கும் ஒரு பெண்ணுக்கும் நடுவே ஒரு போட்டி நடக்கிறது. ஆனந்தன் கேட்டான் – ‘யார் அந்தப் போட்டியில் வெல்வார்கள்?’ ததாகதன் பதிலளித்தான் – அதைச் சொல்வது சிரமம். அந்தப் பெண் வெகு புத்திசாலி. அவள் அவனைத் தழுவிக்கொள்வாள். அவள் உடலை சிறிதுசிறிதாகக் வெளிபடுத்துவாள். உடனே மூடிக்கொள்வாள். அவள் மார்பைத் திறந்து வைப்பாள். உடனே முந்தானையால் மறைத்துக்கொள்வாள். தன் பாவாடையை மேலே தூக்குவாள். பிறகு உடனே கீழே இறக்கிவிடுவாள்.”

அந்த நாட்களின் நினைவுகள் சுந்தரசமுத்திரனின் மனதில் குதித்தன. கடலலைகள் மணலை முழுமையாக நிரைத்துவிடுவதுபோல அவன் மனதில் முழுமையாக அந்த நினைவுகள்தான் நிறைந்திருந்தது. பிறகு அவன் சொன்னான், “கோபாலா அது மிகப் பழைய கதை. ஆம், அந்தப்போட்டி மிகவும் சிரமமாக இருந்தது. எப்படிப்பட்ட அழகான பெண் அவள்! தாமரைப் பூ போல! நான் அவளைப் பார்ப்பதற்கு முன்பு வீடு வீடாகப் பிச்சைக்குப் போவேன். ஆனால், அவள் அழகு என்னை எப்படி ஈர்த்தது என்றால், நான் மற்ற வீட்டு வழிகளை எல்லாம் மறந்தே போனேன். அவள் வீட்டு வாசலுக்கு மட்டுமே சென்றேன். எல்லா நாளும் அவள் வீட்டுக்குப் போவேன். அழைப்பேன். ‘ஓ... பண்பமைதியான பெண்ணே; இந்த பிக்குவுக்கு பிச்சை போடு’ கருணையுள்ளம் படைத்த அவள் எனக்குப்போதுமான அளவு பிச்சை அளித்தாள். நான் மிகச் சுகமாக இருந்தேன்.

ஒரு நாள் அவள் எவ்வளவு தாராளமாக இருந்தாள் என்றால், நான் கங்கை நீரில் நீராடிய சுகத்தை அனுபவித்தேன். அவள் என்னை வீட்டுக்குள் அழைத்துச் சென்றாள். மென்மையான பூவைபோல என் மடிமீது விழுந்தாள். ஓ.. கோபாலா, அவள் உடல் எவ்வளவு மென்மை, காமம் நிறைந்திருந்தது என்று கேட்கவேண்டாம்! அவள் முலைகள் மிக நிறைவாகவும், இனியசுவையுடனும் இருந்தன. அவள் பிருஷ்டம் பருத்துப் பெரிதாக இருந்தது. அவள் இடுப்பு மெல்லியதாக வளைந்திருந்தது! எங்கள் தேகங்கள் இனி இணையப்போகையில் ததாகதன் என் மனக்கண் முன் தோன்றினான்” சுந்தரசமுத்திரன் பெருமூச்சுவிட்டான். மௌனத்தில் ஆழ்ந்தான்.

“பிறகு... என்ன நடந்தது?” கோபாலன் ஆர்வத்துடன் கேட்டான், பிறகு என்னவானது?

“நான் என் காமத்தைத் துறந்து போகத்து இனிய நதியிலிருந்து என்னை நான் மீட்டுக்கொண்டேன்.”

சுந்தரசமுத்திரன் மற்றொரு முறை கண்களை மூடிக்கொண்டான். ஏதோ தொலைவாகக் கடந்துபோன நினைவுகளில் தன்னை இழந்தவன் போல சலனமில்லாமல் உட்கார்ந்துகொண்டான்.

சற்று நேரம் பொறுத்து கண்களை மெல்லத் திறந்து மெல்லிய குரலில் சொன்னான், “இப்போது அவள் எங்கே இருக்கிறாள்?”

"யார்?" கோபாலன் வியப்புடன் கேட்டான்.

"அந்த அழகான பெண்."

"யாருக்குத் தெரியும்?"

சுந்தரசமுத்திரன் எழுந்து நின்றான். திடீரென்று வெளியே நடந்தான். நகரத்து வழியைப் பிடித்தான். காலை வீசி நடந்தான். கோபாலனுக்கு தன் பிட்சுத் தோழனின் நடையைப் பார்க்க வியப்பாக இருந்தது.

கோபாலன் அவன் பின்னாலேயே ஓடினான். "பந்து, போகவேண்டாம்... தயவுசெய்து போகவேண்டாம். திரும்பி வா."

ஆனால், சுந்தரசமுத்திரன் அவன் பேச்சைக் கேட்காமல் நடந்தான். ஏனென்றால் இப்போது அவனுக்கு எதுவும் கேட்கவில்லை. யாருக்காவும் காக்கவில்லை. மெய்மறந்த நிலையில் நடந்தான்.

கோபாலன் திரும்பத் திரும்ப அழைத்தான். உரக்கக் கூவி அழைத்தான். "ஓ..பந்து, வா, திரும்பி வா."

வித்யாசாகர் ஆர்வமற்ற தணிந்த குரலில் சொன்னான், "ஓ..பந்து அவன் வரமாட்டான். சுந்தரசமுத்திரன் பிறகு என்றும் திரும்பி வரமாட்டான். அவன் மற்றொரு முறை 'காமபோகம்' என்ற வார்த்தையால் கவரப்பட்டிருக்கிறான்."

கோபாலன் வேண்டினான்: "ஓ..வித்யாசாகர் ... பிரபஞ்சக் காமங்கள் அவனை வலுவாக பிடித்துக்கொண்டிருக்கிறது. அவனை அதன் பிடியிலிருந்து விடுபடச் செய். அவன் திரும்பி வரும்படியாக அவனைக் காப்பாற்று."

"பிரபு... என்னைப் பற்றி சிந்திக்கவேண்டாம். நான் பாதுகாப்பாக இருக்கிறேன்."

சற்று மௌனமாக இருந்த வித்யாசாகர் நையாண்டி கலந்த குரலில் உரக்கச் சிரித்தான். "அவர்கள் செய்யும் பாவச் செயல்களைப் பற்றி தீர்க்கமாக, வெகு நேரம் பேசியவனே, முகத்தை உலகின் பக்கம் திருப்புவதில் முதன்மையில் இருக்கிறான். இரவு நேரம் உறங்கும் கிராமத்தை, அறியாமல்,

வெள்ளம் அடித்துக்கொண்டு போனதுபோல, இப்போது அவன் காமவிருப்பங்களில் அடித்துக்கொண்டு போய்விட்டான்."

கோபாலன் குழப்பத்திற்கு ஆளானான். வித்யாசாகர் சற்று பொறுத்துப் பார்த்தான். பிறகு கேட்டான், "ஓ... ஞானியே... ஓ விவேகியே? அவனிடம் பேசுவதற்குக்கூட சிரமமா? அவனை மீண்டும் அழைத்துப் பேசு..."

"வெகு நேரம் பேசும் சபலம் உள்ள ஒருவனின் கதை உனக்குத் தெரியாது என்று நினைக்கிறேன். அந்தக் கதையைச் சொல்கிறேன். கேள்;

ஒரு காலத்தில் ஒரு அரசனின் மந்திரி வீட்டில் போதிசத்வன் பிறப்பு எடுத்தான். அவன் வயதிற்கு வந்த பிறகு, அந்த அரசனின் மந்திரியானான். அந்த அரசன் பேச்சுச் சபலம் உள்ளவன். மிகவும் பேசுவான். போதிசத்வன் யோசித்தான். இந்த அரசனை எப்படி சரியான வழிக்குக் கொண்டுவருவது. அவனுக்கு எப்படி ஒரு அரசன் முக்கியமாவது, அவன் எவ்வளவு பேசுகிறான் என்பதில் இல்லை. ஆனால் அவன் மற்றவர்கள் பேச்சை எவ்வளவு கேட்கிறான் என்பதில் இருக்கிறது. இதை அவனுக்குத் தெரிவிக்க வேண்டும்.

இமயமலை அடிவாரத்தில் ஒரு தடாகத்தில் ஒரு ஆமை வசித்து வந்தது. அங்கேயே இருந்த இரண்டு காட்டு வாத்துக்கள், ஆமையை அழைத்து, இப்படிச் சொன்னான்: "நண்பனே.. எங்களுக்கு மலை உச்சியில் ஒரு அழகான வீடு இருக்கிறது. அங்கேயும் ஒரு குளம் இருக்கிறது. அது சுத்தமான நீரால் நிரைந்திருக்கிறது. நீ எதற்காக அங்கே வந்து எங்களுடன் தங்கிவிடக்கூடாது? நாம் ஒன்றாக மகிழ்ச்சியாக காலத்தைக் கழிக்கலாமே?"

ஆமை பதிலளித்தது, "நண்பர்களே, எனக்குப் பறக்கத் தெரியாதல்லவா! எப்படி நான் அங்கே மலை உச்சியை அடைய முடியும்?"

வாத்துக்கோழிகள் சொன்னன: "நீ வட வட என்று பேசும் உன் வாயை மூடிக்கொண்டால், நாங்கள் உன்னை அங்கே தூக்கிச் செல்கிறோம்."

ஆமை தன் வாயை மூடிக்கொள்வதாக வாக்களித்தது.

வாத்துக்கோழிகள் ஒரு குச்சியை எடுத்துவந்து ஆமையின் முன் வைத்தன. தன் பற்களால் அதன் நடுப்பகுதியை வலுவாகப் பற்றிக்கொள்ள வேண்டும் என்று வாத்துக்கோழிகள் ஆமைக்குக் கட்டளையிட்டன. பிறகு அவை இரண்டும் குச்சியின் இரு நுனிகளை தங்கள் அலகுகளால் பிடித்துக்கொண்டன. விண்ணுக்குப் பறந்தன. அவை இரண்டுக்கும் நடுவே குச்சியில் ஆமை தொங்கிக்கொண்டிருந்தது.

வெகு நேரம் அவை இப்படியே பறந்துகொண்டிருந்தன. அப்படி அவை ஒரு நகரத்தின் மீது பறந்துகொண்டிருக்கையில், கீழே சில பிள்ளைகள் தெருவில் விளையாடிக்கொண்டிருந்தார்கள். ‘அட, என்ன அதிசயம், இரண்டு வாத்துக்கோழிகள் ஒரு ஆமையை குச்சியால் தூக்கிக்கொண்டு பறக்கின்றனவே. இது என்ன வியப்பாக இருக்கிறது!’ என்று பிள்ளைகள் எக்காளமிட்டுச் சிரித்தார்கள்.

ஆமைக்குத் தாங்க முடியாத கோபம் வந்தது. ‘என் நண்பர்கள் எனக்கு உதவி செய்தால் உங்களுக்கு என்ன வயிற்றெரிச்சல்? உங்கள் குடியா முழுகிப்போகிறது’ என்று மிரட்ட அது முடிவு செய்தது. ஆனால், தன் வாயைத் திறந்த உடனே, அது தரையில் விழுந்து இறந்துபோனது.

பிறகு இப்படி நடந்தது. அந்த ஆமை அதே அரசனின் அரண்மனை வளாகத்தில் விழுந்தது. மக்கள் பதற்றமடைந்தார்கள். எங்கெங்கும் கூச்சல் கூப்பாடு. அரசன் போதிசத்வனுடன் அந்த ஆமையைப் பார்க்க வளாகத்திற்கு வந்தான். அதைப் பார்த்தான். போதிசத்வன் பக்கம் திரும்பினான். கேட்டான். “ஓ.. விவேகியே, எதற்காக இந்த ஆமைக்கு இப்படி ஒரு கேடான மரணம் நிகழ்ந்தது என்று சொல்.”

போதிசத்வன் பதிலளித்தான், “ஏன் என்றால், இந்த ஆமை அதிகமாகப் பேசியது. வாயாடியாக இருந்தது.”

பிறகு, போதிசத்வன் அந்தக் காடு, வாத்துக்கோழி, ஆமை கதையைச் சொன்னான். பிறகு அறிவுரை சொன்னான், “ஏ, மகாராஜாவே, அதிகம் பேசுபவர்கள் இப்படிப்பட்ட இழிவு நிலைக்கு ஆளாவார்கள்.”

போதிசத்வன் சொன்ன வார்த்தைகளை அரசன் கேட்டுக்கொண்டான். தனக்குள் தானே அதை ஆராய்ந்து பார்த்தான். போதிசத்வனின் உபதேசம் தன்னைக் குறித்துத்தான் என்பது அவனுக்கு விளங்கியது. அன்றிலிருந்து, அவன் பேசுவதைக் குறைத்துக்கொண்டான். செவி சாய்த்துக் கேட்பதை அதிகரித்துக்கொண்டான்.

வித்யாசாகர் இந்தக் கதையை கோபாலனுக்குச் சொல்லி முடித்த பிறகு, இப்படிச் சொன்னான், "பந்து, நாம் புத்த பிடசுக்கள் இப்படி ஆமையைப்போல ஆகிவிட்டோம். நாம் நற்பேறு பெரும் வழியில் யாத்திரிகர்கள். யார் அனாவசியமாக, சிந்திக்காமல் வெற்றுப் பேச்சைப் பேசுகிறானோ அவன், இந்த பயணத்தில் பின் தங்கிவிடுவான். நீயே பார்த்தாயல்லவா எப்படி என்று. சுந்தரசமுத்திரன் தேவையில்லாமல் அந்த யாத்திரையைத் தவறவிட்டுவிட்டான். அவனுக்கு மற்றொரு முறை சரியான பாதை என்றும் அமையாது.

கோபாலனுக்கு வித்யாசாகரின் அறிவுரையின் நுணுக்கம் புரிந்தது. அவன் சொன்னான்: "பயணத்தின் தொடக்கத்தில் எத்தனை பிட்சுக்கள் நம்முடன் இருந்தார்கள்? ஆனால் அது எத்தனை பேர் பாதையில் வழிதவறிப்போனார்கள்! எத்தனை பேர் பின் தங்கிவிட்டார்கள்."

சிறிது நேரத்திற்குப் பிறகு, கோபாலன் முடிவு செய்தான். "இனி மேல் தேவை இல்லாமல் பேசமாட்டேன்."

கோபாலன் வெகு காலம்வரை அந்த முடிவை கடைபிடித்தான். அவன் தவம் செய்தான். உணவுக்காக பிச்சை எடுத்தான். ஆனால் என்றும் தன் வாய் திறந்து பேசவில்லை. ஆனால் ஒருநாள், அவன் நகரத்தில் பிச்சை எடுத்துக்கொண்டிருந்தபோது, அவன் பால்ய நண்பன், பிரபாகரனைப் பார்த்தான்.

பிரபாகரன் பேசினான்: "நண்பனே, நான் உனக்கு ஒரு செய்தி கொண்டு வந்திருக்கிறேன். நம் நாட்டு அரசன், உன் தந்தை, இறந்துவிட்டார். சிம்மாசனம் காலியாக இருக்கிறது. உன் அம்மாவிற்கு நீ திரும்ப வேண்டும் என்ற விருப்பம். அழகான உன் மனைவி உன் வருகைக்காக தவித்துக்கொண்டிருக்கிறாள்."

கோபாலன் பதில் சொன்னான்: "நண்பனே, இந்த உலகம் முழுதும் துயரம், வலி, சங்கடங்கள் நிறைந்திருக்கின்றன. அரச

பதவி, அரசவை, வீடு, குடும்பம் இவை காம வலையின் சில அங்கங்களாக உள்ளன. அம்மா – அப்பா – மனைவி இந்த எல்லா குடும்ப உறவுகளும் வெறும் பிரமை. நாம் பிக்குக்கள், ததாகதனின் தொண்டர்கள் மட்டுமே. எங்களுக்கு வேறு எதிலும் தொடர்பு இல்லை.”

கோபாலன் தன் நண்பனிடமிருந்து விலகி காட்டுப் பக்கம் நடந்தான். பிரபாகரன் அவனைக் கூவி அழைத்து, “நண்பனே, நீ சொல்வதை நான் கேட்டேன். நான் இதே இடத்தில் உனக்காக இன்னும் மூன்று நாட்கள் காத்திருப்பேன்.”

கோபாலன் காட்டுக்கு என்னமோ போனான். அவன் மனம் கலங்கி இருந்தது. நிம்மதி இழந்திருந்தது. பிரபாகரனின் குரல் அவன் தலைக்குள் குடைந்தது. முடிவில் வித்யாசாகரிடம் வந்தான். காய்ந்த இலையைப்போல அவன் பாதங்களில் விழுந்தான். கோபாலன் வேண்டினான், “ஓ... பரம ஞானியே, நீ வெகு காலமாக மௌனியாகவே இருந்தாய். ஆனால், வாயைத் திறந்து குச்சியில் இருந்து நழுவி விழுந்த ஆமையைப்போல இருக்கிறது என் நிலமை. நான் வீழ்ந்துகொண்டிருக்கிறேன். தயவு செய்து கூறுங்கள் நான் என்ன செய்யவேண்டும்.?”

வித்யாசாகர் பரிந்துரைத்தான். “அந்தப் பூ மீது மனதை ஒருங்கிணைத்து தியானம் செய்.”

கோபாலன் அங்கே இருந்த ஒரு பூச்செடிக்கு அருகே உட்கார்ந்தான். அப்போதுதான் ஒரு பூ மலர்ந்திருந்தது. அதையே நடுப்புள்ளியாக்கிக்கொண்டு தியானம் செய்தான். அதையே ஒருமுனைப்புடன் பார்த்துக்கொண்டே உட்கார்ந்தான்.

அந்தப் பூ சூரிய ஒளியில் ஒளிரிக்கொண்டிருந்தது.

ஆனால், மெல்ல அது தன் நிறத்தை இழந்து, வாடிவிட்டது.

கோபாலன் சிந்தனைக்கு ஆளானான். புரிந்துகொண்டான். தனக்குத் தானே சொல்லிக்கொண்டான். ‘ஓ..கோபாலா.. தெரிந்துகொள், இந்த உலகம் ஒரு பிரமைக் கிணறு.’ தன் கண்களை மூடிக்கொண்டு தியானம் செய்தான். மறுநாள் விடியலில் கண் திறந்தான். மற்றொரு பூ அதே செடியில் மலர்ந்திருந்தது. அது மிகவும் அழகாக இருந்தது. கோபாலனின்

மனம் கலங்கியது. தன் ஒருமுனைப்பை இழந்துபோனான். அவன் கண்கள் சுற்றிலும் பரவத்தொடங்கியது.

அது மூன்றாம் நாளின் விடியற்காலை என்று திடீர் என்று புரிந்தபோது உடனே உட்கார்ந்த இடத்திலிருந்து எழுந்தான். அகலமாக அடி எடுத்து வைத்துக்கொண்டு நகர் பக்கமாக நடந்தான்.

வித்யாசாகர் அவன் நடப்பதைப் பார்த்தான். ஆனால் அவன் எதுவும் சொல்லவில்லை. கோபாலன் அவன் கண்ணிலிருந்து மறைந்த பிறகு, ஏளனக்குரலில் உரக்கச் சிரித்தான். ததாகதன் தங்களுக்கு உபதேசம் செய்ததை நினைவு கூர்ந்தான்.

‘உனக்கு ஒரு விவேகியான துணைப் பயணி கிடைக்காவிட்டால், தனியாகவே காட்டு யானையைப்போல பயணிப்பது உத்தமம்.’

ததாகதனின் அந்தப் பேச்சுக்கள் அவனுக்கு மறு நம்பிக்கையை அளித்தது. அதைப் பற்றியே சிந்தித்தான். அந்தப் பேச்சுக்கள் எவ்வளவு பொருள் பொதிந்தவை என்று உணர்ந்தான். ‘சுய அனுபவத்தாலேயே, நான் ததாகதன் சொன்ன வார்த்தைகளில் அடங்கி இருந்த உண்மையை கண்டுகொண்டேன்’, தனக்குள் சொல்லிக்கொண்டான். ‘ஒரு முட்டாளுடன் நடப்பவன்தான் பயணத்தில் சிரமத்தையே அனுபவிப்பான். முட்டாளுடன் நடப்பதை விடவும், தனியாக நடப்பது மேல்.’

இப்போது அவனுக்குப் புரிந்தது, சுந்தரசமுத்திரனும் கோபாலனும் கூட இருந்தது அவன் தவத்திற்கு எப்படி பங்கமாக இருந்தது என்று.

அவர்கள் சும்மா பேசிக்கொண்டே இருப்பார்கள். அப்படிப் பேசிப் பேசியே, தன்னைப் பேச்சுக்கு இழுத்து தன் ஒருமுனைப்பை கெடுத்துவிடுவார்கள். இப்போது தன் மனச்சுமை இறங்கி லேசானதுபோல உணர்ந்தான்.

அமைதியாகவும், உணர்ச்சிப்பெருக்கு இல்லாமலும் அவன் காட்டில் மறுபடியும் அலைந்தான். உயரமாக வளர்ந்திருந்த புற்களுக்கு நடுவே, தூசி நிறைந்த பாதைகளில் நடந்தான். தன்னைச் சுற்றி இருந்த எல்லாக் காட்சிகளையும் கவனித்தான். மலரும் பூக்களை, காற்றின் தொடுதலால் அசையும் மரங்களை, நதிகளில் ஓடும் நீரின் மெல்லிய சலசலப்பின் கார்வையை

பார்த்தான், கேட்டான், அனுபவித்தான் என்று அவனுக்குத் தோன்றியது. ஆகாயம் முழுவதும் இசை ஓசையால் நிறைந்திருந்தது. வீசும் காற்றில் மனம் பரவியிருந்தது. பிறகு மெத்தமெத்தென்று, இயற்கையில் நிறைந்திருக்கும் கணக்கிலடங்கா பௌதிக திட, திரவங்கள், பொருட்களின் மீது கவனத்தைச் செலுத்தத் தொடங்கினான்.

தனக்குத் தானே சொல்லிக்கொண்டான், “உலக நடப்பின் ஞானம் வேறு, ஆன்மீக ஞானம் வேறு. அந்த இரண்டும் நமக்குத் தேவை.’ அவன் இப்படி அலைய அலைய, வெளி உலகைப் பற்றி அவனுக்கு அறிவு பெருகியது. அவன் எல்லாவற்றையும் பார்த்தான். பார்த்ததை எல்லாம் தொட்டான். எல்லாக் குரல்களையும் கேட்டான். எல்லா சுகந்தங்களையும் முகர்ந்தான்.

ஒருநாள் இப்படிக் காட்டில் அலைந்துகொண்டிருந்தபோது, அவன் கண்கள் ஒரு பெரிய புளியமரத்தின் மீது நிலைத்தது. மகிழ்ச்சியால் கூவினான். “ஓ..அங்கே பார் எவ்வளவு அழகான புளியமரம்!”

அந்த மரத்திற்கு மயங்கி அதையே பார்த்துக்கொண்டு நின்றபடியே நின்றான். வெகு நேரம் அப்படியே நின்றிருந்தான். என்ன வியப்பு, இந்தக் காட்டில் நான் பலமுறை திரிந்திருக்கிறேன். ஆனால் நான் இங்கே பார்க்கும் முதல் புளியமரம் இதுதான்!

அதைப்பற்றி யோசிக்க, தான் இதுவரை புளியமரங்களைப் பார்த்ததே இல்லை என்று வியப்படைந்தான். ‘நான் பல மரங்களுக்குக் கீழே அமர்ந்து தவம் செய்திருக்கிறேன். ஒருவேளை நான் இந்த மரத்தைக் கவனிக்கவே இல்லையோ. புளியமரங்கள், இந்தக் காட்டில் வளர்க்கின்றனவா’ என்று யோசித்தான்.

இப்படி புளியமரத்தையே கவனித்துக்கொண்டும் சிந்தித்துக்கொண்டும், அவன் மனத்திரையில் அவன் இளமைப் பருவ நாட்கள் பாய்ந்து வந்தன. அவன் மற்றொரு புளியமரத்தைப் பார்த்தான். அது தன் பால்யத்தில் தன் வீட்டு உயரத்திற்கு வளர்ந்த மரம். அதன் கிளைகள் அழகாக தரையை நோக்கிச் சாய்ந்திருந்தன. அலை அலையாக கொஞ்சிக்கொண்டு

கிளிகள் குளிர்காலத்தில் அந்தப் புளியமரத்தின் மீது உட்கார்ந்திருந்தன.

“நான் பல காடுகளில் நடந்திருக்கிறேன். ஆனால், நான் இதுவரை இப்படியொரு அழகான, அடர்த்தியான, பசுமையான மரத்தை அன்றிலிருந்து இன்றுவரை பார்த்ததே இல்லை. அதுமட்டுமல்ல, மரத்தின் மீது இத்தனை கிளிகளையும் கண்டதில்லை.”

அவன் புளியமரத்தைப் பார்த்துக்கொண்டே இருந்தான். அவன் கண்முன் பல நினைவுகள் குதிக்கத் தொடங்கின. வண்டிகள் ஓடும் புழுதி படர்ந்த தெருக்கள். மரத்தின் மீது ஏறி, இறங்கி விளையாடும் அணில்கள். அவ்வப்போது நிறம் மாறும் பச்சோந்திகள், “சிறுவனாக இருந்தபோது நான் இந்த அணில்களை விரட்டும் விளையாட்டில் மகிழ்ச்சியடைந்தேன். அவை மரத்திற்கு அருகே ஓடிப்போய், அதன் கிளைகளின் மீது அமர்ந்து, தங்கள் முன் கால்களை உயர்த்தி, என்னையே கண்கொட்டாமல் பார்க்கும். பிறகு திடீரென்று இலைகளுக்கு நடுவே மறைந்துவிடும்.”

“சில நேரம் மினுங்கும் கண்களும், பிளந்த நாக்கும் உள்ள, ஊர்வனங்கள் ஒரு பொந்திலிருந்து மெல்லத் தலையெடுக்கும். அதே வேகத்தில் மறைந்துவிடும். அவற்றைப் பார்த்து நான் பயந்துபோவேன்.”

“ஆம், கௌசம்பி. கடல் ஒரு நதியை அணைத்துக்கொண்டு இரண்டும் ஒன்றோடொன்று கலந்து ஒன்றாவதைப்போல, அந்த புளியமரத்துக்குக் கீழே நிழலில், ஒரு மாலை நாங்கள் இருவரும் தழுவிக்கொண்டோம். எங்கள் உதடுகள் ஒன்றை ஒன்று விரும்பின. நாங்கள் வெகுநேரம், மார்போடு இணைந்திருந்தோம்.” மாலை மறைந்தது. இரவு மூண்டது.

அந்த நாட்களை நினைத்துக்கொண்ட வித்யாசாகரின் உடல் இன்ப உணர்வால் அதிர்ந்தது. தேவதைகள் அருந்தும் மது ருசியின் அனுபவத்தில் மூழ்கிப்போனான்.

“எல்லோருக்கும் வெளி உலகின் அனுபவம் இருக்கவேண்டும்!” தான் துறந்து வந்த உலகின் நினைவிலேயே மயங்கிப்போனான். அப்படியான இனிய கனவைப்போன்ற அனுபவ நினைவில் வெகு நேரம் தொலைந்துபோனான்.

கடைசியில் அந்த மயக்க நிலையிலிருந்து வெளியே வந்த உடன், அவன் மனம் மறுபடியும் சங்கட நிலைக்கு ஆளானது. பிட்சுக்கள் மரங்களின் நிழலில் வசிப்பதில்லை என்ற உண்மையை அறிந்தான். அவர்கள் இப்போது வீட்டில் வசிக்கிறார்கள். படுக்கையில் உறங்குகிறார்கள். பெண்களிடம் பேசும்போது அவர் கண்களையே பார்க்கிறார்கள் என்ற உலக நிலை புரிந்தது.

இந்த அடர்ந்த காட்டில் நான் ஒருவன்தான் தனியாக இருக்கிறேன். கடந்துபோன தேசாந்தரி என்ற உணர்வு அவனைச் சீண்டியது. கூட இருந்தவர்கள் எல்லாம், அவரவர் வீடுகளுக்குத் திரும்பி இருக்கிறார்கள். நான் மட்டும் எதற்காக, என் வாழ்க்கையின், என் இருப்பின் பிரிக்கமுடியாத பகுதியாக இருந்த புளியமரத்தைத் துறந்தேன்?

புளியமரம் அவனை சிரமத்திற்கு ஆளாக்கியது. மறுபடியும் திரும்பி அது எப்படி இருக்கிறது என்று பார்க்கும் விருப்பம் வலுவாகத் தொடங்கியது. அதைப் பார்த்தே ஆகவேண்டுமென்று முடிவு செய்தான். காட்டிலிருந்து வெளியே வரும் வழியைக் கண்டான். நேராக தான் விட்டு வந்த வீட்டை நோக்கி நடந்தான்.

காட்டிலிருந்து வெளியே வந்ததும், அங்கேயே நின்றுவிட்டான். வழிக்குக் குறுக்கே ததாகதன் நின்றிருந்தான். அந்த தீர்க்கதரிசி, அவன் மனதில் புகையாடிய குழப்ப திரவத்தை பொறுமையாக சாந்தப்படுத்த வலியுறுத்தினான். வித்யாசகருக்கு ஒருமுறை ததாகதன் அறிவுறுத்திய பாடம் நினைவிற்கு வந்தது. ‘நீங்கள் பாவத்தின் சிந்தனையில் சிரமத்துக்கு ஆளானால், சதுப்புநிலத் தண்ணீர் குழியிலிருந்து யானை தன் கால்களை இழுத்து வெளியே வருவதைப்போல, விடுவித்துக்கொண்டு வரவேண்டும்.’

வித்யாசாகர் தன் மீது கட்டுப்பாட்டை நிறுவிக்கொள்ளத் தவித்தான். ஒரு யானை, சதுப்பு நிலத்திலிருந்து தன் கால்களை விடுவித்துக்கொண்டு காடு சேர்வதைப்போல அவன் மறுபடியும் காட்டை நோக்கி முகத்தைத் திருப்பினான்.

தன்னிரக்கத்தால் வெந்து, ஒரு அரசமரத்தின் கீழே தவம் செய்ய அமர்ந்தான். பூக்களையும், ஓடும் நதிகளையும் பார்த்து அப்படி மகிழ்ச்சியடைந்ததற்கு தன்னைத் தானே நிந்தனை செய்துகொண்டான். ததாகதன் ஒருமுறை எச்சரித்திருந்தான்,

‘பிட்சுக்களே, நீங்கள் எதற்காக நடைமுறை உலகைப் பார்த்து மகிழ்ச்சியில் மூழ்கிவிடுகிறீர்கள்? உங்களைச் சுற்றியுள்ள உலகுக்கு தீ மூண்டிருக்கிறது!’

வித்யாசாகர் அந்த வார்த்தைகளை நினைத்துக்கொண்டு தன்னைச் சுற்றிப் பார்த்தான். தான் ஒரு பெரிய நெருப்புக் கனலுக்கு நடுவே உட்கார்ந்திருப்பதைப் போலத்தோன்றியது. பூக்கள், இலைகள், நதிகள், மட்டுமல்ல தன் கண்களும் கூட நெருப்பில் எரிவதைப்போலத் தெரிந்தது. அச்சத்தால் கண்களை மூடிக்கொண்டான்.

இப்படி பல நாட்கள் தவத்தில் இருந்தான். ஆனால் அவன் ஆத்மா மட்டும் அமைதியாக ஒரு நிலையில் இருக்கவில்லை. அவன் ஒருமுனைப்பு அவ்வப்போது பங்கப்பட்டது.

அவனால் புளியமரத்தின் காட்சியை மறக்கவே முடியவில்லை. துயரத்தால் எழுந்து நின்று, அமைதியை நாடி வெகு தொலைவு பயணம் செய்ய முடிவு செய்தான்.

ஒரு காட்டிலிருந்து மற்றொரு காட்டுக்கு அலைந்தான். அவன் உடல் அயர்ந்துபோனது. கால்களில் கொப்புளங்கள் எழுந்து காயமானது. கடைசியாக ஆரவல்லி மலைத் தொடர் முகடு அடைந்தான். அங்கே போதி மரத்துக் கீழே அமர்ந்து தவம் செய்ய முடிவு செய்தான். இப்போதாவது மன அமைதி கிடைக்கும் என்று நினைத்தான்.

அந்தக் காட்டு மரங்களுக்கும் நடுவே இந்த மரம் செழுமையாக நின்றிருந்தது. அதன் நிழலில் அமர்ந்தான். கைகளை இணைத்து வணங்கினான். வேண்டிக்கொண்டான். “ஓ, சாக்கியமுனி, ஓ ததாகதனே, ஓ அமிதபனே, இந்த உன் பிட்சுவே ஆமையாகி இருக்கிறேன். வழி தவறிவிட்டேன். தன் கண்களை மூடிக்கொண்டு சொன்னான். சாந்தி, சாந்தி, சாந்தி.”

மரத்துக்குக் கீழே வெகு காலம் அமர்ந்திருந்தான். நாட்கள் உருண்டோடின. அமைதியாக உட்காந்திருந்தான். அசையவில்லை. கற்சிலையைப் போல உட்கார்ந்திருந்தான்.

இப்படி ஆசுவாசமாக மனதை கட்டுப்பாடுக்குக் கொண்டுவந்தான். தன் மனம் கடந்த நாட்களை எண்ணி வருந்துவது நின்றது என்பது அவன் அறிவுக்கு வந்தது. ஒரு

புதிய உற்சாகம் அவன் மனதில் தோன்றியது. முதலில் அது தன் ஆன்மாவுக்குள், ஒரு புதிய இலை துளிர்விடுவதைப்போல விரிந்தது. பிறகு அழகான பசுமை நிறைந்த இலைகள் உள்ள கிளையுடன் கூடிய மரமாகப் பரவியது. அவன் முழு உயிரை, ஜீவனை நிறைத்ததுபோலத் தோன்றியது. அதுதான் தன் கடந்தகால புளியமரம் என்பதை அறிந்துகொண்டான்.

எழுந்து நின்றான். ஒவ்வொரு உயிருக்கும், தன்னுடையதே ஆன காட்டில் தனக்கே ஆன மரம் இருக்கிறது என்பது அவனுக்குப் புரிந்தது. அதை மற்றொரு காட்டில் தேடுவது, ஒருவேளை அது போதி விருட்சமாக இருந்தாலும் கூட முட்டாள்தனம் என்ற ஞானம் பிறந்தது. ஒவ்வொருவரும் தங்கள் காட்டில் தங்களுக்கே ஆன மரத்தை தேடிக்கொண்டால் மட்டுமே அவனுக்கு அதன் நிழலில் உண்மையான அமைதியை அடைய முடியும் என்ற நிஜமான ஞானம் தோன்றியது.

எப்படியோ முடிவில், அந்த இரகசியத்தைப் புரிந்துகொண்டேன் என்று கொண்ட வித்யாசாகர், தன் காட்டின் புளியமரத்தை நோக்கி நடந்தான்.

ஆனால் ஆரவல்லி மலையிலிருந்து வெளியே வந்தவுடன், பல சந்தேகங்கள் மனதை வதைக்கத் தொடங்கின. "ஓ.. வித்யாசாகர், நீ அந்திம ஞானத்தைப் பெற்றாயா அல்லது புளியமரத்தால் வஞ்சிக்கப்பட்டாயா?" குழப்பத்திற்கு ஆளானவன் போல திக்குத் தெரியாமல் போனான். "நான் அந்தக் குச்சியை ஆமையைப்போல இறுக்கமாக வாயில் பற்றிக்கொண்டிருக்கிறேனா அல்லது தவறவிட்டு விழுகிறேனா?"

கலங்கிய மனத்துடன், வெகு நேரம் நின்ற இடத்திலேயே நின்றிருந்தான். அவன் ஒரு பாதம் ஆரவல்லிக் காட்டுக்குள் இருந்தது. மற்றொரு பாதம் ஊரில் இருக்கும் வீட்டை நோக்கிய பாதையில் இருந்தது.

அவனைச் சுற்றி இருந்த உலகம் நெருப்பில் எரிந்து கொண்டிருந்தது.

- 1985

★ *அமிதபன், ததாகதன் = புத்தன்.*

தோணி

1

வெளியே இன்னும் மழை பொழிந்து கொண்டிருந்தது. உள்ளே விபரீத வெப்பம். இந்தச் சூட்டிற்கு களைப்படைந்திருந்தான். அவர்களில் ஒருவர் சன்னலைத் திறந்தார். உடனே அதை மூடிவிட்டார்.

“மழை நின்று விட்டாதா?”

“இல்லை, இன்னும் வலுவாகப் பெய்கிறது.”

“இது பிரளய கால நாட்களா?”

“இல்லை! வெளியே பெய்யும் இந்த அடை மழை, உள்ளே இருக்கும் இந்த நரகத்தை விடவும் பெரியது!”

“வெளியே மழை உள்ளே இந்த உயிரை வாங்கும் வெப்பம் இதற்கிடையில் தெரிவுசெய்ய வேறொன்றும் இல்லை.”

“நாம் எங்கே போக முடியும்? எல்லாம் நீரில் மூழ்கிவிட்டது.”

“எதற்காக... இன்னும் மழை பெய்கிறது?”

“ஏனென்றால் நாங்கள் இன்னும் உயிரோடு இருக்கிறோம் என்பதால்.”

“நாம் இங்கே எத்தனை பேர் இருக்கிறோம்? இங்கே தங்கியிருக்கும் நம்மை விரல்விட்டு எண்ணிவிடலாம்.”

“நாம் மட்டும் அல்ல. விலங்குகளும் இருக்கின்றனவே!”

“அநேகமாக அதனால்தான் இங்கே கடுமையான வெப்பம். இந்த அதிசயப் பிராணிகளுடன், கதவையும் மூடிக்கொண்டு, மூச்சுவிட எத்தனை சிரமம்!”

“ஆம், யாருக்குத் தெரியும், நாம் இன்னும் எத்தனை ஆண்டுகள் இங்கே கைதிகளாக இருக்கவேண்டும் என்று. மழை விடும் அறிகுறியே தெரியவில்லை. நாட்கணக்காகப் பெய்யும் மழை நிற்பதாகத் தெரியவில்லை.”

“எப்போதிருந்து மழை பெய்யத் தொடங்கியது.”

“எப்போதிருந்து?”

“ஆம்; யாருக்காவது நினைவிருக்கிறதா, எப்போதிருந்து மழை பெய்யத் தொடங்கியது என்று?”

அவர்கள் நாட்களை எண்ணத் தொடங்கினார்கள்.

ஆனால் யாராலும் மழைபெய்யத் தொடங்கியது எப்போது என்று சொல்ல முடியவில்லை.

“அப்படி என்றால், நாம் எத்தனை நாட்களாக இந்தத் தோணியிலேயே இருக்கிறோம் என்பது எங்களுக்கு மறந்துபோனது. நாங்கள் எப்போது எங்கள் பயணத்தைத் தொடங்கினோம் என்ற கணக்கே மறந்துவிட்டது!”

அவர்கள் குழப்பத்திற்கு ஆளானார்கள். எத்தனை காலமாக அவர்கள் பயணம் செய்கிறார்கள். எத்தனை நாட்களாக, ஆண்டுகளாக தலைமுறைகளாக? மழை இடைவிடாமல் பொழியும்போதும் ஒருவர் நீண்ட பயணத்தில் இருக்கும்போதும் இப்படித்தான் நடக்கும். இடைவிடாது மழை பொழிந்துகொண்டிருந்தால், மழை பெய்துகொண்டே இருந்தால், ஆண்டுகள் கணக்காக அது பொழிந்துகொண்டே இருக்கிறது என்று தோன்றும். நீண்டகால பயணத்திலும் அதே அனுபவம். எந்த இடைவேளையும் கிடையாது. ஒருவன் பயணித்துக்கொண்டே இருந்தால், தான் பிறந்த பிறப்பிலிருந்து

மற்றொரு பிறப்புவரை, பயணித்துக்கொண்டே இருக்கிறேன் என்று தோன்றுவது இயல்பு.

"நாம் மழை பொழியத் தொடங்கிய நாள் வீட்டை விட்டவர்கள். உங்களில் யாருக்காவது அந்த நாள் நினைவிருக்கிறதா?"

"வீடு, வீடு!"

முதல் முறையாக 'வீடு' என்ற சொல்லை யாரோ உச்சரித்தார்கள்.

எல்லோருக்கும் அதிர்ச்சியாக இருந்தது. "எங்களுக்கு, எங்களுக்கே ஆன ஒரு காலத்தில் வீடு இருந்தது...!" எல்லோரும் அவரவர் வீடுகளை வெகுசமீபத்தில் விட்டிருக்கிறோம் என்று நினைத்தார்கள்.

"அய்யோ! கடவுளே, அவள் என்னுடன் தோணியில் வந்திருந்தால்! யாருக்குத் தெரியும் அவள் இப்போது எங்கே இருக்கிறாளோ, எந்தத் தண்ணீர் பிரவாகம் அவளைச் சூழ்ந்திருக்கிறதோ?"

"அவள் யார்?"

"ஓ, அவள், அவளா, நான் மாடிப் படிகளிலிருந்து இறங்கிக்கொண்டு வந்தபோது, என்னை இடித்தவள்."

உடனே அந்த முழுக் காட்சியும் அவன் கண்முன் வந்தது. அவள்தான், அந்தப் பெண், யார்? கண்கள் மான் கண்களைப்போல இருக்கிறதே, அவள் முலைகள் கனிந்த சாறுநிறைந்த பழங்களைப்போல – அவள்தான். அவள் படியில் வேகமாக இறங்கி வந்துகொண்டிருந்தாள். வழுக்கி விழ இருந்த அவளை அவன் தோள்கள் தாங்கிப் பிடித்துக்கொண்டது. தான் அவளை நடுங்கிக்கொண்டே ஒரு சிறிய புறாவைப்போல மென்மையாகப் பிடித்த இனிமையான உணர்வு நினைவிற்கு வந்தது. நொடியில் அவள் சுதாரித்துக்கொண்டு, விடுவித்துக்கொண்டாள். காட்டு மானைப்போல இரண்டிரண்டு படிகளாகத் தாவிக் குதித்துப்போனாள். பிறகு திடீரென்று நின்றாள். திரும்பினாள். சிலநொடிகளுக்குப் பிறகு ஆகாயத்தில் சூரியன் இன்னும் சுடும்பொழுதே, அவன் சரீர பாரத்தை அனுபவித்துக்கொண்டே, மலைக்குப் பின்னால் இருந்த பனைமரத்து நிழலில் அவன் தழுவலில் ஒன்றிப்போனாள்.

படிகள், கூடங்கள், வளைந்து நெளிந்த பாதைகள், மலைகள், பழங்கள் நிறைந்த உயர்ந்த மரங்கள், பறவைகள் எல்லாம் அவன் நினைவில் வந்து குதித்தன! ஆனால், மழைக்கு இடிந்து விழுந்த, வெள்ளத்தில் அடித்துப்போன, எந்த வீடுகளை, எத்தனை வீடுகளை நினைவில் வைத்துக்கொள்ளவது? மலைச் சிகரங்களில் ஏறிய, வெள்ளநீர், அவர் வீடுகளையும் விடவில்லை என்பதை அவர்கள் என்றும் ஒத்துக்கொள்ளவில்லை.

“அது எப்படி நாங்கள் எங்கள் வீடுகளை மறந்துவிட முடியும்? நாங்கள் எங்கள் வாழ்க்கையை அங்கே கழித்தது, புது மணமக்களை வரவேற்றிருந்தது, இறப்புகளுக்குத் துயரப்பட்டது - எல்லாம் அங்கேதானே.”

அவர் கண்கள் நிறைந்தது. அவரவர் வீடுகளை நினைத்துக்கொண்டு அழுதார்கள். பொறுமையாக, எந்த ஆசைகளும் இல்லாமல், எந்த சந்தேகங்களும் இல்லாமல், தங்கள் வீடுகள் அழிந்துபோயின என்பதை ஏற்றுக்கொண்டார்கள்.

“ஓ.. நண்பர்களே, அந்த வீடுகள் நாசமாக வேண்டுமென்பது விதியின் விளையாட்டா.”

“எப்படி?”

2

கில்கமேசன்★, மண்டியிட்டுக் கேட்டான், “ஓ.. துணைப் பயணிகளே, உங்களுக்கு உங்களுடைய அறிதலில் தெளிவிருந்தால், என் விதியைப் பற்றித் தெரிந்துகொள்ளுங்கள். அந்த உத்னபிஷ்டமன்★★னை நெருங்க, எத்தனை அல்லோலகல்லோலமான கடல்களை நான் கடக்கவேண்டும் என்று அவனைக் கேட்டேன். “ஓ... உத்னபிஷ்டமனே, யார் தேடிவருகிறார்களோ, விரும்பி வருகிறார்களோ, அவர்கள்

★ உர்க் அரசன். புராதன மெசொப்பொத்தேமியாவின் புராணத்தில் இவன் கதை சித்தரிக்கப்பட்டிருக்கிறது.

★★ கில்க்மேசன் புராணத்தின் ஒரு பாத்திரம். கில்க்மேசனின் வழிகாட்டி

ஆசீர்வதிக்கப்பட வேண்டுயிருக்கிறேன்; ஏனென்றால் பயணத்தின் இறுதியில் நற்பேறு கிட்டும் என்பதால். இப்போது நான் என் எல்லா முயற்சிகளில் இருந்தும் களைப்படைந்து விட்டேன். என் தேடல் எனக்கு எந்தத் தீர்வையும் அளிக்கவில்லை. பயணம் நோக்கமில்லாமல் இருக்கிறது. ஆனால், நீ மட்டும், இந்த தோட்டச் சொர்க்கத்தில் அமைதியாக உட்கார்ந்திருக்கிறாய்!"

நான் அந்தப் பேச்சை முடித்தவுடன், உத்னபிஷ்டமன், சிறிது நேரம் யோசித்து இப்படிச் சொன்னான். "ஓ.. துரதிருஷ்டசாலியே, உங்கள் பயணம் உங்களுக்கு களைப்பையும் நிராசையையும் ஏற்படுத்தி இருக்கிறது. தோல்வி எண்ணம் உங்கள் மனதில் புகுந்து விட்டது என்பதை நான் பார்க்கிறேன். அதனால் இங்கே சற்று ஓய்வெடுத்துக்கொள்ளுங்கள். எங்கள் பேச்சை தாழ்மையுடன் கேளுங்கள். நான் என் பயணத்தின் முடிவில் எப்படி சுகத்தையும், விடுதலையையும், நற்பேறையும் கண்டுகொண்டேன் என்பதைச் சொல்கிறேன். நான் என் வீட்டை இடித்து நாசப்படுத்தினேன். ஒரு தோணியைக் கட்டினேன்.

நான் 'வியப்படைந்தேன், ஓ மரியாதைக்குரியவனே, நீ என்ன சொல்கிறாய்? யாராவது தன் வீட்டை தன் கைகளால் அழிப்பானா?"

உத்னபிஷ்டமன் துயரமான குரலில் பதிலளித்தான்.

"என் பிரபு அப்படிச் செய்வதைத்தான் விரும்பினான். அவன் என் கனவில் தெரிந்தான். பூமியில் விபரீதமான சத்தமும் கூச்சலும் இருப்பதால் தான் ஓய்வெடுக்க முடியவில்லை என்று அவன் கோபப்படுகிறான். அதனால், உத்னபிஷ்டமா, உன் வீட்டை இடித்து, ஒரு தோணியைக் கட்டிக்கொள்வதில்தான் உன் நலமும், பாதுகாப்பும் அடங்கி இருக்கிறது என்று அவன் தெரிவித்தான். அதனால் கில்கமேசனே, நான் அதுபோலவே செய்தேன். என் பிரபுவும் எனக்கு கட்டளை இட்டதுபோல, நான் என் வீட்டை அழித்து, ஒரு தோணியைக் கட்டினேன்."

அப்போது அவர்கள் தங்களுக்கு நடந்தை எல்லாம் நினைத்துப் பார்த்தார்கள். பூமியில் மக்கள் எண்ணிக்கை அதிகரித்துவிட்டது. மனிதன் தீயவனாகிவிட்டான்.

கடவுள், நம் பிரபு, உலகநாயகன் முதன்முதலாக மனிதனைப் படைத்தான். ஆனால் அந்தப் பிரபுவை பெண் படைத்தாள். பெண்கள் பொறுமைசாலிகளாக இருந்த அளவுக்கு அழகிகளாகவும் இருந்ததால், அந்தப் பெண்களை தங்கள் மனைவிகளாக ஆண்கள் ஏற்றுக்கொண்டார்கள். அந்தப் பெண்கள் பெண் குழந்தைகளைப் பெற்றெடுத்தார்கள். பிரபுவின் மக்கள் வயதுக்கு வந்து யுவதிகளானபோது, அவர்களை ஆண்கள் காதலித்தார்கள். அவர்களை மனைவியர்களாக ஆக்கிக்கொண்டார்கள். அதனால் பூமி மக்களால் நிறைந்துவிட்டது. அது தீய இடமாகவும் ஆனது. பூமியின் இந்த நிலமையைக் கண்டு, பிரபு சலிப்படைந்தான், துயரம் கொண்டான், பிறகு சொன்னான்:

“நான் அன்புடன் மக்களைப் படைத்தேன். ஆனால் அவர்கள் பூமியை களங்கப்படுத்தி விட்டார்கள். அதை கொடுமைக்கான இடமாக்கிவிட்டார்கள். அதனால், நான் அவர்களை அழிக்கவேண்டும்.”

ஆனால், பூமியில் நிறைந்திருந்த இந்தப் பாவி மிருகங்களுக்கு நடுவில், பிரபுவின் கட்டளையைத் தவறாமல் கடைபிடிக்கும் ஒரு தர்மப்பிரபுவும், நல்லவனும் இருந்தான். அவனைக் குறித்து பிரபு இப்படிச் சொன்னார், “ஓ...லமாசனின்★ மகனானால், நான் உன்னை மட்டும் காப்பாற்றுகிறேன். நீ ஒரு தோணியைக் கட்டு, பயங்கரமான மழை எல்லா இடங்களிலும் பெய்து வெள்ளம் பெருகும்போது, ஒவ்வொரு உயிரினங்களிலிருந்தும் ஒரு ஆணையும், ஒரு பெண்ணையும் துணை சேர்த்து உன் தோணியில் ஏற்றிக்கொள்.” அந்த நல்லவன், தனக்கு இட்ட கட்டளையை இம்மியளவும் பிசகாமல் நிறைவேற்றினான்.

லமாசனின் மகனான சோகன்★★ திருமணம் செய்துகொண்டான். அவன் மனைவி ஆண் குழந்தைகளைப் பெற்றெடுத்தாள். அவர்கள் வளர்ந்த பிறகு அழகான பெண்களை மணந்தார்கள்.

அந்த நல்லவன் ஒரு தோணியைக் கட்டத் தொடங்கினான். அவன் மனைவி அவனைக் கேலி செய்தாள். அவள் தன்

★ *ஐரிஷ் புராணக் கடவுள்.*

★★ *பெரும் வெள்ளத்தின்போது பூமி நீரில் மூழ்கியபோது கடவுளால் நியமிக்கப் பட்ட உயிர்காப்பவன்.*

பிள்ளைகளை எல்லாம் ஒன்றாகக் கூட்டினாள். பிறகு சொன்னாள், "பாருங்கள் உங்கள் அப்பா என்ன அநியாயம் செய்கிறார். தினமும் மெனக்கெட்டு வேலையற்ற வேலை செய்து மரங்களை வெட்டுவது, ஆணிகளால் அதை அடிப்பதுவுமாக இருக்கிறார்."

இப்படி அவள் பேசிக்கொண்டே இருந்தாள். சற்று நேரத்திற்குப் பிறகு, லமாசன் மகனான சோகனால் அவள் கிண்டல் பேச்சுக்களைப் பொறுத்துக்கொள்ள முடியவில்லை. அவன் சொன்னான்:

"நீ என் வாழ்க்கைத் துணைவி, கூட்டாளி, எனக்கு உதவி செய்யபவள். உன் இந்த உத்வேகம் தணிந்து, வரப்போகும் பெரும் புயலின் செய்தியை எனக்கு நீ சொல்லும் நாட்களுக்காக பயத்துடன் காத்திருப்பாய்."

3

ஒரு விடியற்காலை மனு★ முனிவர் பார்க்கிறார்; பார்த்து வியக்கிறார். பிழைத்துக் கொள்ளட்டும் என்று தான் எடுத்துவந்த மீன், தண்ணீர் பாத்திரத்தில் வைக்கப்பட, இப்போது பாத்திரத்தைவிடவும் பெரிதாக வளர்ந்துவிட்டது. அதன் வளர்ச்சிக்குப் பாத்திரம் போதவில்லை. முதல்நாள் அவர் குளத்தில் குளித்துக் கொண்டிருந்தபோது அது கிடைத்தது. குளித்துவிட்டு எழுந்தபோது அந்தச் சிறிய மீன் அவர் துணியில் ஒட்டிக்கொண்டது. அப்போது அது அவர் சுண்டுவிரல் அளவுக்கும் பெரிதாக இருக்கவில்லை. அதை எடுத்துத் திரும்ப குளத்தில் வீசி எறிய நினைத்தார். அப்போது அந்த சின்ன மீன் இவரிடம் தீனமாக வேண்டிக்கொண்டது.

"ஓ பிரபு, சாந்தி, சாந்தி. தயவு செய்து எனக்கு தஞ்சம் கொடுங்கள். நான் ஒரு சின்ன மீன். நீங்கள் மறுபடியும் என்னைக் குளத்தில் எறிந்தால், பெரிய மீன்கள் என்னைத் தின்று விடும்."

ஆனால், நேற்று குஞ்சாக இருந்த மீன் இன்று தான் அதை வைத்திருந்த பாத்திரத்தைவிடவும் பெரிதாக வளர்ந்துவிட்டது.

★ இந்தியப் புராணங்களின் முதல் புருஷன்.

மனு அதை அங்கே இருந்து வெளியே எடுத்தார். ஒரு அகலமான வாயிருக்கும் அண்டாவைத் தேடி, அதில் தண்ணீர் நிறைத்து அதில் விட்டார்.

மறுநாள் காலை, விடியற்காலை, மனு முனிவர், தன் பிரார்த்தனை, பூசைகளை முடித்துக்கொண்டு எழுந்தார். பார்த்தால், மீன் பெரிதாக வளர்ந்து, அதன் வால் அண்டாவிலிருந்து வெளியே எட்டிப்பார்த்தது. அவருக்கு மிகவும் வியப்பாக இருந்தது. இரண்டு நாட்களுக்கு முன்புதான் சிறிதாக இருந்த மீன், இந்த பெரிய பாத்திரமும் போதாமல் எப்படி வளர்ந்துவிட்டது?

மீன் திரும்பவும் வேண்டிக்கொண்டது. "பிரபு, என் மேல் தயவு செய்து கருணை காட்டுங்கள். இந்தப் பாத்திரம் மிகவும் சிறியது. நான் இதில் நெருக்கமாக மாட்டிக்கொண்டிருக்கிறேன்."

மனு முனிவரின் வீட்டுக்கு வெளியே ஒரு குளம் இருந்தது. அவர் மீனை அண்டாவில் இருந்து எடுத்தார். அந்தக் குளத்தில் அதை விட்டு, ஆறுதலாகவும், மகிழ்ச்சியுடனும் திரும்பினார்.

ஆனால், மறுநாள், அந்த மீன், அந்தக் குளத்தை விடவும் பெரிதாக வளர்ந்ததைப் பார்த்து முனிவருக்கு அதிர்ச்சியாக இருந்தது. அதன் வால் குளத்திலிருந்து வெளியே வந்திருந்தது.

"பிரபு, நீங்கள் எனக்குத் தஞ்சம் அளிப்பதாக வாக்குக் கொடுத்திருக்கிறீர்கள். ஆனால், உங்கள் பாதுகாப்பு எனக்கு வசதியை அளிக்கவில்லை."

அந்த மீனின் பேச்சைக் கேட்டதும் மனு முனிவர், இப்போது அந்தப் பெரிய மீனை குளத்திலிருந்து வெளியே எடுத்து, தோள்மீது போட்டுக்கொண்டார். ஊருக்கு வெளியே நடந்தார். அங்கே ஒரு பெரிய தடாகம் இருந்தது.

"இங்கே, இந்தப் பெரிய தடாகத்தில் நீ பயமில்லாமல் நீந்தி விளையாடு" என்றார்.

இப்படி அந்த மீனை தடாகத்தில் விட்ட முனிவர் தன் வீடு திரும்பினார். எப்படியோ தான் மீனுக்குக் கொடுத்த வாக்கை நிறைவேற்றிவிட்டேன் என்று அமைதியடைந்தார். அன்று இரவு அவர் நிம்மதியாகத் தூங்கினார்.

மறுநாள் காலை எழுந்து பார்த்தால்! அவருக்கு இதுவரை தன் வாழ்நாளில் நடக்காத அதிர்ச்சி காத்திருந்தது. அந்த மீன் மிகப் பெரிதாக வளர்ந்து அதன் வால் தன் வீட்டு வாசல்வரை நீண்டிருந்தது. அவர் அவசரமாக எழுந்தார். தடாகத்திற்கு ஓடோடி வந்தார். என்ன வியப்பு, அந்தத் தடாகத்தில் அந்த மீன் தலை அளவுக்கு மட்டுமே இடம் இருந்தது! அதன் உடலின் மற்ற பகுதிகள் வெளியே தரை மீது நீண்டு கிடந்தது.

மறுபடியும் மீன் கேட்டது, "ஓ, பிரபுவே, உன்னிடம் நான் தஞ்சம் கேட்ட நொடியிலிருந்தே என்னால் நிம்மதியாக மூச்சுவிட முடியவில்லை."

மனு, மீனை தடாகத்திலிருந்து வெளியே இழுத்தார். தூக்கிக்கொண்டார். கங்கை நதியை நோக்கி நடந்தார். கங்கைக் கரைக்கு வந்ததும் அந்த மீனை கங்கை நீரில் இறக்கிவிட்டார். "இப்போது பார், நான் உன்னை மகாநதி கங்கையின் மடியில் விட்டிருக்கிறேன். முடிந்தால் நீ இதில் வாழலாம், அல்லது வேறு ஏதாவது இடத்தைத் தேடிக்கொண்டு போகலாம்."

ஆனால், அவர் தன் வாக்கியத்தை முடிப்பதற்கு முன்பே, அந்த மீன் இன்னும் பெரிதாக, நீண்டு பெரிதாக வளர்ந்தது. கங்கையைப் போன்ற நதியாலும் அதன் வளர்ச்சியை உள்ளடக்கிக்கொள்ள முடிவில்லை.

மனு முனிவருக்கு எல்லை மீறிய வியப்பு. அவர் மீனைக் குறித்து சொன்னார், "நீ ஒரு அதிசயமான மீன்! வளர்ந்துகொண்டே, பெரிதாகிக்கொண்டே இருக்கிறாய். வாழ்க்கையின் இயல்பு என்னவென்றால், ஒவ்வொரு உயிரினமும், தனக்கு அமைந்த இடத்திற்குள் பொருந்திப்போகும். ஆனால் நீ எங்கும் பொருந்தாமல் வளர்ந்துகொண்டே இருக்கிறாய். இந்த பூலோகத்தில் எந்தத் தண்ணீருக்குள்ளும் நீ அடங்கிவிட முடியாது. இப்போதும் ஒரு வழிதான் இருக்கிறது, உன்னை கடலுக்குக் கொண்டு செல்வது."

மனு முனிவர், மீனை கங்கையிலிருந்து வெளியே இழுத்தார். கடலை நோக்கி நடந்தார். மீனைத் தூக்கிக்கொண்டு நடக்கும் போது அவருக்கு ஒரு முக்கியமான செய்தி நினைவுக்கு வந்தது. வெகு காலத்திற்கு முன், கடந்து போன யுகத்தில் கடவுள் விஷ்ணு, ஒரு குள்ளனாக பிறவி எடுத்திருந்தார். அப்போது

பூமியை ஒரு அரக்கன் ஆண்டு வந்தான். அந்தக் குள்ளன் அவன் அருகே சென்றான். ‘எனக்கு இருக்க, என் பாதங்களை மூன்று முறை ஊன்றுமளவு இடம் கொடு’ என்று வேண்டினான். அந்த மூர்க்க அரசன், நினைத்தான், ‘என்ன மகா, இந்தக் குள்ளனின் குட்டிப் பாதத்திற்கு எவ்வளவு நிலம் தேவை?’

சரி, என்று அந்த அரக்க அரசன், குள்ள வாமனின் வேண்டுதலை ஏற்றுக்கொண்டான். உடனே விஷ்ணு, தன் தெய்வ உருவை , விஸ்வரூபத்தைக் காட்டி, பூமி, ஆகாயம் , சொர்க்கம் பரவும் அளவுக்கு, தன் பாதங்களை பெரிதாக வளரச் செய்தார்.

அந்தக் கதையின் நினைவு மனு முனிவரை எச்சரித்தது. அவர் அந்த மீனை சந்தேகக் கண்களுடன் பார்க்கத் தொடங்கினார். அந்த யுகத்தில், பூமி அரக்கர்களின் கொடுமைகளுக்கு ஆளாகி இருந்தபோது, கடவுள் விஷ்ணு, வாமனனாக அவதாரம் எடுத்து, உலகை தீயவர்களிடமிருந்து இரட்சித்தார். அதுபோல பூமியில் சுதந்திரமாக, கட்டுபாடில்லாமல் திரிந்து, பாவச் செயல்களால் பூமியை நடுங்கச் செய்த அந்தக் காலமானத்தில், விஷ்ணு ஏன் மற்றொரு முறை அவதரிக்கக் கூடாது? அவன் நினைத்தால் எறும்புகளை கொல்வதுபோல எளிதாக இந்தத் தீயவர்களை அழித்துவிடலாம். மனு அந்த சிந்தனைகளில் தன்னை மறந்திருந்தார். முடிவில் கடலை வந்தடைந்தார்.

அவர் தன்னைத் தேற்றிக்கொண்டு அந்த மீனை கடலுக்குள் விட்டார். பிறகு மீனிடம் வேண்டிக்கொண்டார்.

“இப்போதாவது என்னை விட்டுவிடு. கடலுக்குள் நீ எப்படி வேண்டுமென்றால் வளர்ந்துகொள்.”

ஆனால், அவர் தன் பேச்சை முடிக்கும் முன்பே, அந்த மீன் இன்னும் பெரிதாக வளரத் தொடங்கியது. அதன் உடம்பு கடல் முழுதுமாக பரவிவிட்டது.

மனு முனிவர் அந்தக் காட்சியைப் பார்த்து பயந்தார். அவர் அந்த மீனை பக்தியுடன் தலை வணங்கினார். கண்களை மூடிக்கொண்டார். பிறகு சொன்னார், “பிரபு, சாந்தி, சாந்தி!”

அப்போது அவருக்கு ஒரு குரல் கேட்டது. “ஓ, மனு, இந்த பூமியை தீயவர்கள் நாசப்படுத்திவிட்டார்கள். ஆனால் நான் உன்னை இரட்சிக்கிறேன். ஒரு தோணியை

நிர்மாணம் செய். கடல் பொங்கி அதன் நீர் பூமி முழுதும் பரவும்போது, ஒவ்வொரு உயிர் இனத்திலிருந்தும், விலங்கு பறவைகளிலிருந்தும், ஒரு ஆண் மற்றொரு பெண் உயிர்களை, அவை அதுவரை உயிருடன் வாழ்ந்துகொண்டிருந்தால் எடுத்து உன் தோணியில் ஏற்றிக்கொள்."

மனு முனிவர் அந்தத் தொனியைக் கேட்டவுடன் கையெடுத்துக் கும்பிட்டார்.

"ஓ, பிரபு, மகாசமுத்திரம் பூமியை ஆக்கிரமிக்கும்போது, என் கைகளால் உருவாக்கிய இந்தத் தோணி மூழ்கிவிடுமா அல்லது மிதக்குமா?"

குரல் ஒலித்தது. "ஓ, மனு, அப்போது நீ உன் தோணியை என் மீசை முடிக்கு கட்டிவிடு."

மனு பதில் சொன்னார், "நான் உன் ஆணைக்குக் கட்டுப்படுகிறேன். ஆனால் நான் எதனால் என் தோணியை உன் மீசைக்கு கட்டவேண்டும்?"

"என்னிடம் எந்தக் கயிறும் கிடையாதே?"

உடனே கடலிலிருந்து ஒரு பாம்பு மிதந்து வந்தது.

"ஓ, மனு, இங்கே இருக்கிறது பார் உன் கயிறு. இதனால் உன் தோணியை என் மீசைக்குக் கட்டிவிடு."

4

திடீரென்று நோகனின் மனைவி வீட்டைவிட்டு வெளியே ஓடிவந்தாள். அவள் கையில் மாவு ஒட்டியிருந்தது. அவள் கண்களில் கண்ணீர் நிறைந்து வழிந்தது. உடம்பு முழுவதுமாக நடுங்குவதை, கண்கள் வெளிப்படுத்தின. பயந்து நோகனைக் கூவி அழைத்தாள். "ஓ, என் கணவனே, இதைக் கேள் – நம் வீட்டு அடுப்பு எரியவில்லை. அது குளிரால் உறைந்துபோயிருக்கிறது. எப்போதும் எரியும் அடுப்பின் நெருப்பு அணைந்துவிட்டது. அடுப்பின் கீழே இருந்து தண்ணீர் பொங்கி வருகிறது. ஒரு கடலே பாய்ந்து வருவதுபோல இருக்கிறது.

நோகனுக்கு உடனே புரிந்துவிட்டது. கடவுள் அனுப்பிய இந்த அறிகுறிகளுக்காகவே அவன் காத்திருந்தான். “ஓ, என் மனைவியே கேள், இறுதித் தீர்ப்பு நாள் இன்று வந்திருக்கிறது. உன் எல்லாப் பிள்ளைகளையும் ஒன்றாகச் சேர்த்துக்கொள். நேராக நடந்துபோய் அந்தத் தோணியில் ஏறிவிடு.”

ஆனால் மனைவி பதிலளித்தாள். “நான் அடுப்பின் ஓட்டையைப் பெரிய கல்லால் மூடுகிறேன். அப்போது தண்ணீர் பாய்ந்து வருவது நின்றுவிடும்.”

இப்படிச் சொல்லி அவள் வீட்டிற்குள் போனாள். அடுப்பின் ஓட்டையை ஒரு கல்லால் மூடினாள். பிறகு நோகனிடம் மறுபடிச் சொன்னாள்; “பார், என் யோசனை எப்படி வேலை செய்தது. தண்ணீர் பீச்சிக்கொண்டு வருவது நின்று விட்டது”. அவள் அப்படிச் சொல்லும்போதே, வெள்ள நீர் கூடத்துக்குள் பாய்ந்து வந்தது. வீட்டுக் கதவை உடைத்துக்கொண்டு உள்ளே நுழைந்தது. அவள் அடுப்பு ஓட்டைக்குத் தடுப்பாக வைத்த கல் மிதந்து வந்து வெள்ளத்தில் அடித்துச் சென்றது.

அதே நேரம், பக்கத்து வீட்டுக்காரனின் மனைவியும் ஓடி வந்தாள். பயம் நிறைந்த கண்களுடன் அவளும் கூவினாள். “என் வீட்டு அடுப்பிலிருந்து நீரூற்றிலிருந்து வருவதுபோல வேகமாக நீர் மேலே எழுகிறது. எங்கள் வீட்டுக் கூடம் வெள்ளத்தால் சூழ்ந்திருக்கிறது.”

வெளியே இருந்து வீட்டுக்குள் வரும் வெள்ளத்தைத் நாம் தடுத்து நிறுத்த முயற்சிக்கலாம். ஆனால் நம் வீட்டுத் தரையடியிலிருந்தே தண்ணீர் பெருகிவந்தால் நாம் என்ன செய்ய முடியும்?

நகரத்து எல்லா அடுப்புகளில் இருந்த நெருப்பு ஒரே நேரத்தில் அணைந்துவிட்டன. அது சாப்பாட்டு நேரம். எல்லா குடும்பப் பெண்களும், சுடச்சுட ரொட்டி தட்ட மாவைப் பிசைந்து கொண்டிருந்தார்கள். தங்கள் வீட்டு அடுப்புக்களுக்குத் தீ மூட்டி சமைக்கத் தயாராக இருந்தார்கள். ஆனால், ஒரு அடுப்புத் தீ அணைந்தது. மற்றொரு அடுப்பு நெருப்பும் ஓய்ந்தது. மற்றுமொரு அடுப்பின் கனலும் அமிழ்ந்தது. முதலில் சுவர்களில் ஈரம் கசிந்தது. பிறகு அடுப்புக்குக் கீழே தண்ணீர் சேர்ந்தது. கடைசியாக நிலம் விரிசல்விட்டு உள்ளேயிருந்து வேகமாகத்

தண்ணீர் பாய்ந்து வந்தது. அது எல்லா அடுப்புகளையும் உடைத்து நாசமாக்கியது. கூடங்கள் வெள்ளத்தால் நிறைந்தன. தெருக்கள் மூழ்கிப்போயின.

பிறகு, மழை கொட்டத் தொடங்கியது. வேகமாக மழை பொழியத் தொடங்கியது. சொர்க்கம் தன் எல்லாக் கதவுகளையும் திறந்து விட்டது போலத் தெரிந்தது.

நோகன் சொன்னான், "நமக்கு இறுதித் தீர்ப்பு நாள் நெருங்கிவிட்டது.

அவன் உடனே தன் தோணிக்கு அருகே ஓடினான். தன்னுடன் தப்பித்துக்கொண்ட உயிர்களில் இருந்த எல்லா உயிரினங்களிலிருந்து ஆண் பெண் ஜோடிகளை அழைத்துக்கொண்டான். தன் மனைவியிடம் வேண்டினான். "கேள், இறுதி வெள்ளம் நம்மைத் தாக்கி இருக்கிறது. நீ அடுப்பை அடைத்த கல் ஒரு சிறிய காய்ந்துபோன இலையைப்போல வெள்ளத்தில் மிதந்து போய்விட்டது. உன் கூடம் நீரால் மூழ்கிப்போனது. உன் எல்லாப் பிள்ளைகளையும் கூட்டிக்கொண்டு தோணிப் பக்கம் வா."

ஆனால் அவன் மனைவி பிடிவாதம் பிடித்தாள்.

"ஓ.. என் கணவனே, நான் உன்னுடன் இதே வீட்டில் ஐநூறு ஆண்டுகளுக்கும் அதிகமாக வாழ்ந்திருக்கிறேன். நாம், நமது எல்லா பகல் இரவுகளையும் இதே வீட்டில் கழித்திருக்கிறோம். நம் துயரமான நாட்களை ஒன்றாக எதிர்த்துப் போராடியது, சுகமான நாட்கள் வந்தபோது மகிழ்ச்சியாக இருந்தது, இதே வீட்டில்தான். என் பிள்ளைகளுக்கு முலைப்பால் ஊட்டி வளர்த்தேன். நாம் நம் பேரப் பிள்ளைகள், கொள்ளுப் பேரப் பிள்ளைகள் பிறந்த போது அவர்களை இதே வீட்டில் வரவேற்றுக் கொண்டாடினோம். சொல், எதற்காக இதுபோன்ற வீட்டை நாம் இப்போது விட்டு வெளியேறவேண்டும்?"

நோகன் பதிலளித்தான். "என் வாழ்க்கையின் எல்லா நாட்களின் துணையே, உன் இந்த வீட்டிற்குற்கு இப்போது வலுவான அடித்தளம் இல்லை. ஆதாம் தந்த அடிப்படை ஆதாரம் இப்போது தளர்ந்து வலுவிழந்துவிட்டது. ஓ..நான், என் வீட்டை உலகை கெடுத்த தீய மக்களுடன், அவர்கள்

வீட்டுக்கு அருகிலேயே கட்டிக்கொண்டது என் துரதிருஷ்டம். அதனால், பிரபு இந்த வீடும் நாசமாகவேண்டும் என்று கட்டளையிட்டிருக்கிறான். இதன் சுவர்கள் இடிந்து கூரை பிய்ந்து கீழே விழுவதற்கு முன், நீ இந்த வீட்டை விட்டுத் தோணிக்குள் வருவது நல்லது. இந்த நாளிலிருந்து பூமிக்கும் ஆகாயத்திற்கும் நடுவே இந்தத் தோணிதான் நமக்குப் புகலிடம்."

ஆனால், அவன் மனைவி பணிவில்லாமல் பதிலளித்தால், "எனக்கு என் வீட்டில் புகலிடம் கிடைக்காவிட்டால், வேறு எங்கே தஞ்சம் கிடைக்கும்?"

நோகன் பிறகு பிள்ளைகளை அழைத்து அவர்களை நோக்கிச் சொன்னான். "ஓ.. என் பிள்ளைகளே, உங்கள் அம்மா இந்த மூழ்கும் பூமியில் தங்கிவிட முடிவு செய்துவிட்டாள். இன்று பலியாபவர்களுடன் இருக்க விரும்புகிறாள். தயவு செய்து உங்கள் தந்தையின் பேச்சைக் கேளுங்கள். தோணியில் ஏறுங்கள். இல்லாவிட்டால் நீங்கள் சிரத்தை இல்லாத நாத்திகர்களுடன் தங்கிவிடுவீர்கள். மரணத்தின் சுழியில் சிக்கிக்கொள்வீர்கள்."

அவன் பிள்ளைகள் தங்கள் தந்தையின் பேச்சைக் கேட்க முடிவு செய்தார்கள். தோணியில் ஏறினார்கள். ஆனால் மூத்த மகன் கானன் மட்டும் தன் தாயுடன் தங்கிவிட முடிவு செய்தான். அவன் சொன்னான், "ஓ, என் தந்தையே, என் தொப்புள் கொடியைப் புதைத்தது இங்கேதானே? என்னை வளர்த்த இந்த நிலத்திற்கு முதுகைக் காட்டி, எல்லா உயிரினங்களின் ஜோடிகளையும் சேர்த்துக்கொண்ட உன் தோணியில் நான் எதற்காக ஏறவேண்டும்?"

தன் மகனின் அந்த வாதத்தைக் கேட்ட நோகன், மறுபடியும் சொன்னான். "என் மகனே, கேள், இன்று இறுதித் தீர்ப்பின் நாள். அதனால் உயிரோடிருக்கும் எல்லா ஜோடிகளும் – மனிதர்கள், விலங்குகள் எல்லாம் ஒரே தோணியில் தஞ்சமடைந்திருக்கின்றன. இந்த வெள்ளத்தில் இந்தத் தோணியை விட்டால் எங்கும் தங்கமுடியாது. இதை விட்டால் வேறு எங்கும் உயிர் தப்பமுடியாது."

ஆனால், அவன் மகன் பதிலளித்தான். "ஓ, என் தந்தையே அந்த நெரிசலில் பிழைத்து வாழ்வதைவிட தனிமையில் சாவது மேல். பிரளயம் சூழ்ந்த தண்ணீர் மீது அதிசய விலங்குகளை

நிறைத்துக்கொண்டு தோணியில் வாழ்வதைவிட நான் என் வீட்டிலேயே மூழ்கி மரணிப்பது மேல்."

தன் மனைவியும், மூத்த மகனும், பூமியில் தங்க முடிவு செய்து, அசிரத்தையுடன் நாத்திகர்களுடன் தங்கள் வாழ்க்கையை இணைத்துக்கொண்டதைப் பார்த்து நோகன் துயரமடைந்தான்.

தோணி வெள்ளத்தில் மிதக்கத் தொடங்கியது. பல ஆண்டுகளாக தான் வாழ்ந்துவந்த, தனக்குத் தஞ்சமளித்த வீட்டை நோகன் திரும்பிப் பார்த்தான். அதனிடமிருந்து கடைசியாக விடைபெற்றான். தன் வீட்டைக் காப்பாற்றிய பெரிய நுழைவாயிலைப் பார்த்தான். அதை தன் மூதாதையர்கள் கட்டியதை நினைவுகூர்ந்தான். அது இப்போது தனித்து நிற்கிறது. அதை ஏறும் வெள்ளம் சூழ்ந்திருக்கிறது. அவன் மனைவியும் மகனும் தங்களைக் காப்பாற்றிக்கொள்ள மேற்கூரையை ஏறியிருக்கிறார்கள்.

ஆனால், அவன் பார்க்கப் பார்க்க, அவன் வீடு முழுதுமாகக் காணாமல் போனது. தண்ணீர் உயர, உயர மேலெழும்பியது.

வேகமாக மழை வந்தது. திடீரென்று ஆகாயம் தன் எல்லாக் கதவுகளையும் திறந்து கடலையே கொட்டியதுபோல இருந்தது. முழு இரவும், முழுப் பகலும் மழை பொழிந்தது. தினம், தினமும் மழை கொட்டியது. அது நீண்ட காலம், பயங்கரமாக தொடர்ந்து மழை சிந்தியது. பகல், இரவுகள், வெளிச்சம், இருட்டு, ஒரு நாளுக்கும் மற்றொரு நாளுக்கும் இருக்கும் இடைவெளி, எந்த வேறுபாடுகளும் தெரியவில்லை. உலகமே கண்மறைந்து, பூமி இருக்கவே இல்லை என்பதைப்போலத் தோன்றியது.

அப்போது இது நடந்தது. இத்தனை நாள் தோணியில் அமைதியாக இருந்த காக்கை கலவரமடைந்தது. அது தன் சிறகுகளை அடித்துக்கொண்டது. 'கா-கா என்று கரைத்தது. சன்னல் வழியாக வெளியே பறந்துபோனது. ஆனால், அது வானை ஒரு சுற்றுச்சுற்றி திரும்பவும் தோணிக்கு வந்து சேர்ந்தது. ஆனால், அந்த நிகழ்வால் ஒரு செய்தி உறுதியானது. பூமி முழுவதும் நீர் சூழ்ந்திருக்கிறது. எங்கேயும் காலூன்ற ஒரு சிறிய காய்ந்த நிலமும் மீதமில்லை என்பது.

சற்று நேரத்திற்குப் பிறகு எலி ஜோடிகள் பொறுமை இழந்தன. வெளியே போக ஏதாவது சிறிய ஓட்டை இருக்கிறதா என்று தோணி முழுதும் தேடின. எந்த இடுக்கும் தென்படாதபோது அவை தோணிக்குக் கீழே துளை போடத் தொடங்கின. அவை பயந்துபோயின. தண்ணீரில் மிதக்கும் தோணியில் ஏற்படும் அந்த விரிசல் உலகின் உயிரினங்களின், மிருகங்கள், பட்சிகளின் விலங்குகளின் மறுபடைப்பிற்காக மீதமிருப்பவை. உயிருடன் இருக்கும் அந்த உயிர் மாதிரிகளை அந்த ஓட்டை உடனே அழித்துவிடலாம்.

அவை எல்லாம் ஒன்றாக நோகனிடம் சென்றன. எலிகளின் அந்த நாசவேலையை உடனே நிறுத்தச் சொல்லவேண்டும் என்று கேட்டுக்கொண்டன. ஆனால் நோகன் சொன்னான், “என்னை மன்னித்துவிடுங்கள், நான்தான் இந்தத் தோணியில் அவற்றுக்கு இடமளித்தவன். அவை தங்கள் இயல்புக்கு எதிராக நடந்துகொள்ளாதவைகள். ஓட்டைகளைப் போடுவது, குடைவது அவற்றின் இயல்பு. அவற்றால் தங்களின் குணத்தை மாற்றிக்கொள்ள முடியாது.”

ஆனாலும், நோகன் அந்த எலிகளுக்குக் குடைவதை நிறுத்தச் சொல்லிச் சொன்னான். ஆனால், அவை அவன் பேச்சைக் கேட்கவில்லை. நோகன் அருகே இருந்த சிங்கத்தின் முகத்தின் முன் தன் கையை வீசினான். ஆனால், அதன் அருகே இருந்த பூனை மூக்கை விரித்துக்கொண்டு தாவி வந்தது.

உடனே எலிகள் மீது பாய்ந்து அவற்றை தின்றுவிட்டது. தோணியில் இருந்த எல்லா விலங்குகளும் பூனையைப் பாராட்டின. தங்களை அழிவிலிருந்து காப்பாற்றிய பூனைக்கு நன்றி தெரிவித்தன.

சற்று நேரத்திற்குப் பிறகு, புறா தன் சிறகை அடித்துக்கொண்டது. வெளியே பறந்தது. அது தோணிக்குத் திரும்பிவந்தபோது, அதன் அலகில் ஒரு ஆலிவ் மரத்தின் பச்சைக் குச்சி இருந்தது. எல்லோரும் புரிந்துகொண்டார்கள் வெள்ளம் வற்றத் தொடங்கி இருக்கிறது. ஆனால், சில நொடி கழித்து அவர்கள் பார்க்கிறார்கள். அந்தப் புறா தன் இடத்திற்குச் சென்று உட்காருவதற்கு முன்பே, பூனை பாய்ந்து அதைப் பிடித்துத் தின்றுவிட்டது.

"எப்படிப் பூனை அந்த வேலையைச் செய்துவிட்டது?" என்று எல்லா விலங்குகளும் வியப்படைந்தன. "அது ஆலிவ் குச்சியைத் தின்றுவிட்டது! இப்போது பூமியில் நமக்கு காய்ந்த இடம் எங்கே இருக்கிறது என்று சொல்ல யார் உயிருடன் இருக்கிறார்கள்? நாம் திரும்பவும் வெள்ளத்திலேயே தொலைந்துபோவோம்."

தோணிக்குள் தாங்கமுடியாத வெப்பம் கலந்த ஈரத்தில் எல்லோரும் தவித்தார்கள். ஆனால் பூனை மட்டும் நிம்மதியாகத் தூங்கிக்கொண்டிருந்தது.

5

வெள்ளநீர் இன்னும் ஆர்ப்பரித்துக்கொண்டே இருந்தது. அடர்ந்த இருட்டில், மேலே இருக்கும் ஆகாயம் கரைந்து தண்ணீராகக் கீழே பொழிவதுபோலத் தோன்றியது. தாங்கள் தங்கள் வீட்டை என்று விட்டார்கள் அல்லது எத்தனை நாட்களாக ஆர்ப்பரிக்கும் இந்த நீரலை மீது மேலும் கீழும் வீசப்பட்டு மிதக்கிறார்கள் என்று அவர்களால் நினைத்துப்பார்க்க முடியவில்லை.

"நாம் என்றாவது திரும்பும் வாய்ப்பு உண்டா?"

"எங்கே?"

"வீட்டிற்கு...?"

"...?"

அந்தத் தோணியில் இருக்கும் எல்லோரும் மற்றொரு முறை தீவிரமான ஆதங்கத்திற்கும், அதிர்ச்சிக்கும் உள்ளானர்கள். வீடு. அந்தச் சொல்லே, புயல் மரத்தைத் தலைகீழாக பெயர்த்தெடுத்து வீசுவதைப்போல, அவர்கள் அறிவை பிய்த்துச் சிதறடித்தது.

"எந்த வீடு நண்பர்களே? வெளியே பாருங்கள். உங்களுக்கு எங்காவது, ஏதாவது நகரம், கட்டிடம் போன்ற சிறிய அடையாளங்களாவது தெரிகின்றனவா? உத்னபிஷ்டமன் தன் சொந்தக் கைகளால் தன் வீட்டை இடித்து நாசப்படுத்தித் தோணியைக் நிறுவிக்கொண்டான் என்று உங்களுக்கு கில்கமேசன் சொல்லவில்லையா?"

"உத்னபிஷ்டன் சரியானதைச் செய்யவில்லை."

"இருக்கலாம், ஆனால் அவன் முடிவில் அவன் பிரபுவை சாந்தப்படுத்தினான். பூமியில் எழுந்த எந்தச் சத்தமும், பிரபுவின் நித்திரியைக் கெடுக்கவில்லை."

6

மார்க்கண்டேயன் சன்னல் வழியாக வெளியே பார்த்தான். எல்லா இடங்களிலும் இருட்டு நிறைந்திருந்தது. இருட்டும், ஆர்ப்பரிக்கும் தண்ணீரும்.

அனந்தநாகனின் விசாலமான தலை வெளியே தூக்கி தண்ணீர் மீது பரவியபோது மார்க்கண்டேயன், உடனே பின்னால் சரிந்துகொண்டு கூவினான். "நாராயண – நாராயண."

இருட்டு எல்லா இடங்களிலும் சூழ்ந்திருந்தது. ஆனால், கடவுளின் எழுச்சி தண்ணீர் மீது பரவி இருந்தது; ஆம் அந்தத் தண்ணீர்க் கடல்; எல்லையில்லாமல் பரவிக்கொண்டது போலத் தெரிந்தது. கரைகளே இல்லாத தண்ணீர் வெள்ளம். அந்த உக்கிரமான, ஆர்ப்பரிக்கும் எல்லையற்றத் தண்ணீருக்கு தொடக்கமும் முடிவும் இருக்கவில்லை – காலம், பரப்பு எல்லைகள் இருக்கவில்லை.

7

அவர்கள் எந்த நாள் தங்கள் வீட்டை விட்டு வந்தார்கள். எத்தனை காலமாக, இலைகளைப்போல, இந்த விசாலமான தண்ணீர் கடலில் மிதக்கிறார்கள் என்ற அறிவும், பரிவும் யாருக்கும் இல்லை.

ஆனால், அப்போது காக்கை மற்றொருமுறை படபடத்தது. தன் சிறகுகளை அடித்தது. வெளியே பறந்துபோனது. ஆனால், அதே சமயம், அது திரும்பி வரவில்லை.

அவர்கள் சன்னல் வழியாக வெளியே பார்த்தார்கள். மழை நின்றிருந்தது. ஆனாலும் பூமியின் முகத்தைத் தண்ணீர்த் திரை

மறைத்திருந்தது. பிரவாகத் தண்ணீர் ஆர்ப்பரிப்பைத் தவிர வேறு எந்த ஒலியும், சத்தங்களும் யாருக்கும் கேட்கவில்லை.

பறந்து சென்ற காக்கையின் சுவடே இல்லை. 'காக்கை – புத்திசாலிப் பறவை. அது திரும்பி வராது.'

"நல்லது, முடிவாக பக்கத்திலேயே முழுமையாகக் காய்ந்த பூமி இருப்பது தெரிகிறது. எங்கள் தோணியும் ஒரு கரையைக் கண்டுவிடும்."

"ஓ, சகபயணிகளே, கடவுள் அருள் மீதமிருக்கும் ஒரு சிறிய நிலப்பரப்பு இன்னும் மீதமிருக்கிறது என்று நினைத்தீர்களா? நாம் ஆழமான தண்ணீர் கடலால் சூழப்பட்டிருக்கிறோம். நமக்கு கடவுள் ஆசி கிடைக்கும், காய்ந்த நிலப்பகுதி நிலைக்கு நம்மை கொண்டுசெல்ல வழிகாட்ட யாரும் இல்லை. நம் நோகன், நோகன் இருந்தால்...

அப்போது...!

"நோகன்"

"நோகன் இப்போது நம்முடன் இல்லை."

"இல்லை..இல்லை.. இது பொய்."

பயத்தால் ஒருவரையொருவர் பார்த்துக் கொண்டார்கள், கேட்டுக் கொண்டார்கள். "நோகன் எங்கே?"

"எங்கே இருக்கிறான் நோகன்?"

8

அப்போது, ஹதீம்தாய் கலாம் அறநூலிலிருந்து சிலவரிகளை உச்சரித்தாள்.

"ஓ, சகப் பயணிகளே..."

"ஓ, என் மக்களே! துணிவை இழக்காதீர்கள். பொறுமையாக இருங்கள். கடவுள் பூமி மீது வீசிய திரைக்குப் பின்னால் என்ன ஒளிந்திருக்கிறது என்று பார்ப்பீர்கள். என்னையே எடுத்துக் காட்டாகப் பாருங்கள். நான் படகோட்டியே

இல்லாத தோணிகளில் பல வெள்ளம் நிறைந்த நதிகளில் பயணித்திருக்கிறேன்.

நான் கொஹெஞ்ஜா மலை★யைத் தேடிக்கொண்டிருந்தேன். அப்போது எனக்கு என்ன நடந்தது என்பதை கவனமாகக் கேளுங்கள். ஆதங்கத்துடன் இருந்தேன். என்னுடையை சிந்தனைகளில் மூழ்கி இருந்தேன். அப்போது, என் முன் உயரமான அழகான மலையைக் கண்டேன். நான் அதன் திசையில் நடக்க முடிவு செய்தேன். மூன்று நாட்களுக்குப் பிறகு நான் மலை அடிவாரத்தை அடைந்தேன். ஒரு கல்லை எடுக்க முயன்று குனிந்தேன். அப்போது அந்தக் கல்லின் அடியில் நிலத்திலிருந்து இரத்தம் பீச்சிக்கொண்டு வந்தது. நான் வியப்படைந்தேன். ஆனால் அந்த இரகசியத்தை தெரிவிக்க அங்கே யாரும் காணவில்லை.

நான் அந்தப் பக்கம் பார்த்தேன். மலைக்குக் கீழே ஒரு நதி ஓடிக்கொண்டிருந்தது. அந்த நதி வெள்ளத்தால் நிறைந்திருந்தது. அதன் மற்றொரு கரை தெரியவில்லை. அதிசயமடைந்து நான் எனக்குள்ளேயே சொல்லிக்கொண்டேன்,

'ஓ, கடவுளே... நான் எப்படி இந்த நதியைக் கடந்து செல்வது?" அந்தக் கணம், ஒரு தோணி என் திசையை நோக்கி வருவதைப் பார்த்தேன். ஒரு படகோட்டி தோணியை நடத்திக்கொண்டிருக்கலாம் என்று நினைத்தேன். ஆனால், அது நான் நின்றுகொண்டிருந்த இடத்தை வந்தடைந்தபோது, அந்தத் தோணியில் யாரும் இல்லை. நான் அதிர்ச்சியடைந்தேன். நான் கடவுள் நாமத்தைச் சொல்லிக்கொண்டு தோணியில் ஏறினேன். அந்தத் தோணியின் மூலையில் ஒரு மூட்டையைப் பார்த்தேன். எனக்கு மிகவும் பசியாக இருந்தது. நான் அந்த மூட்டையைக் கையில் எடுத்தேன். அதைத் திறந்தேன். அதில் இரண்டு சூடான ரொட்டிகளும், வேகவைத்த மாமிசத் துண்டுகளும் இருந்தன. வியப்புடன் எனக்கு நானே சொல்லிக்கொண்டேன், 'ஓ, கடவுளே... எந்த அடுப்பிலிருந்து இந்த சூடான ரொட்டிகள் வந்தன?' அப்போது எனக்குத் தோன்றியது. ஒருவேளை அந்தப் படகோட்டி அவனுக்காக அந்த ரொட்டிகளை சுட்டிருக்கவேண்டும். மற்றவர் உணவை சாப்பிடலாமா

★ ஒரு புராணக்கதை மலை.

கூடாதா என்ற கவலை என்னை வாட்டியது. அப்போது ஒரு மீன் தண்ணீரிலிருந்து தன் தலையைத் தூக்கிச் சொன்னது –'ஓ, ஹதீம்தாய், இந்த ரொட்டிகளும், மாமிசத் துண்டுகளும் உனக்கான பங்கு. எந்த பயமும் சங்கோசமும் இல்லாமல் அவற்றை நீ உண்ணலாம்' என்று அந்த மீன் தண்ணீரில் மூழ்கி மாயமானது. அந்தத் தோணியை நான் இருந்த இடத்திற்கு யார் அனுப்பினார்கள், அந்த உணவை எனக்கு யார் அளித்தார்கள். யார் இந்த மீன் என்பது புரியாமல் நான் வியப்படைந்தேன்."

9

"மீன்!" எல்லோரும் இந்த சொல்லைக் கேட்டு அதிர்ச்சி அடைந்தார்கள். எல்லோரும் அதை மறந்து போனார்கள். முதலில் மனு முனிவர் குழப்பத்திற்கு ஆளாகி இருந்தார். பிறகு தோணியை மீனின் மீசை ஒன்றுக்குக் கட்டினார்.

எல்லோரும் வெளியே பார்த்தார்கள். இன்னும் கடும் இருள் சூழ்ந்திருந்தது. அவர்களைச் சுற்றி வெள்ளநீர் ஆர்ப்பரித்துக்கொண்டே இருந்தது. ஆனால், எங்கேயும் மீனின் சுளிவே இல்லை.

"நமக்கு அது தெரியாது."

"அந்த மீனைப் பாருங்கள் – நம் தோணியை அதன் மீசை ஒன்றுக்குக் வலுவாகக் கட்டினோம்." எல்லோரும் இருட்டில் கூர்ந்து பார்த்தார்கள். அவர்கள் கண்ணுக்குத் தெரிந்தது ஒளிரும் கயிறு மட்டுமே. ஆனால் மீன் எங்கேயும் தெரியவில்லை. அதன் சுளிவே இல்லை.

"நண்பர்களே, கடைசிக் கணம், தோணியைச் சுற்றி பாம்பைப்போல மிதக்கும் கயிறாவது இன்னும் இருக்கிறதே."

"ஆனால், மீன் கண்ணுக்குத் தெரியவில்லை. இதுதான் எங்கள் கவலைக்கும் அதிர்ச்சிக்கும் காரணம்."

அவர்கள் எல்லாம் அச்சமடைந்தார்கள். சந்தேகத்திற்கு ஆளானார்கள். வெகு காலத்திற்கு முன்பு நடந்த நிகழ்வை நினைத்துக்கொண்டார்கள். ஆனால், அவர்களால் அந்த இரகசியப் புதிருக்குத் தீர்வுகாணவே முடியவில்லை.

தோணி மிதந்துகொண்டே இருந்தது. சுற்றிலும் இருட்டு நிறைந்திருந்தது. ஜலப் பிரவாகத்தின் ஆர்ப்பரிப்பைத் தவிர அவர்களுக்கு மற்ற எந்தச் சத்தமும் கேட்கவில்லை.

- 1987

இந்துஸ்தானிலிருந்து ஒரு கடிதம்

என் அன்பான கமரன்,

உன்னைக் கடவுள் என்றென்றும் ஆசீர்வதிக்கட்டும். நீ தீர்க்காயுசுடன் வாழவேண்டும். நீ உன்னதக் கொள்கைகளை கடைபிடித்து வாழவேண்டும்! நீ எனக்கு உயிரைவிடவும் மேலானவன். உன்னை மறுபடியும் பார்க்க மிகவும் விருப்புகிறேன். உன்னிடமிருந்து கடித்தைத்தை எதிர்பார்த்து ஆவலுடன் இருக்கிறேன். அதை உன்னால் கற்பனை செய்து பார்க்க முடியாது. உன்னைப் பற்றி சிலரிடமிருந்து செய்தியைச் சேகரிக்கவும், இங்கே இருந்து உனக்குக் கடிதத்தை அனுப்பிவைக்கவும் பல முறை முயற்சி செய்தேன். ஆனால், துரதிருஷ்டத்தால் எல்லா முயற்சிகளும் தோற்றுப்போயின; நான் உன் விலாசத்தைக் உரையின் மீது எழுதி, இப்ராகிம் மகன் யூசுஃப் கையில் கொடுத்தேன். அவன் கராச்சிக்குப் போவதாக இருந்தான். ‘கராச்சியில் அதை அஞ்சலில் சேர்த்துவிடு’ என்று அவனிடம் சொல்லி இருந்தேன். அவனிடம் வேண்டியும் இருந்தேன். எனக்கு உன் பதில் எளிதாகச் சேர அவன் விலாசத்தையே குறித்து அனுப்பிவை என்று உனக்கு அந்தக் கடிதத்தில் அவன் விலாசத்தையும் எழுதி இருந்தேன்.

உன் பதில் அவனுக்குக் கிடைத்ததும், ‘எனக்கு அதை சேர்த்துவிடு’ என்றும் அவனிடம் கேட்டுக் கொண்டேன். அவன் உனக்குத் தெரிந்திருக்க வேண்டும். இப்போது குவைத்தில் இருக்கிறான்.

நிறைய பணம் சம்பாதித்திருக்கிறான். அது அவன் தலைக்கு ஏறி இருக்கவேண்டும். அதனால் அவன் தன் கடமையை மறந்திருக்கலாம். நான் அனுப்பிய கடிதத்தை அஞ்சல் பெட்டியில் சேர்த்தானா இல்லையோ, உன் பதில் வந்ததா இல்லையா எதையும் என்னிடம் சொல்லாமல் செருக்கில் மிதக்கிறான். அதனால்தான் பிறகு, ஷேக் சாதிக் ஹசன் மகன், இங்கிலாந்துக்குப் புறப்பட்டபோது, அவன் வசம் மற்றொரு கடிதம் எழுதிக் கொடுத்து, உனக்கு, 'லண்டனில் இருந்து போஸ்ட் செய்' என்று கேட்டுக்கொண்டேன். ஆனால், அந்த தடிமாட்டுப் பையனும் கூட, 'கடிதத்தைப் தபால் பெட்டியில் போட்டானா இல்லையா' என்று எதையும் என்னிடம் சொல்லவில்லை. என்ன செய்வது, இந்தக் காலம் நம் காலத்தைப்போல அல்லவே.

நான் இம்ரானைப் பற்றி மிகவும் ஆதங்கத்துடன் இருக்கிறேன். அவன் கராச்சி வந்து சேர்ந்தானா இல்லையா என்பதே தெரியாது. அங்கே சேர்ந்திருந்தால், குறைந்தது, எங்களுக்குச் செய்தியாவது தெரிவித்திருக்கலாமே!

போர் முடிந்து எட்டோ, பத்தோ வாரங்கள் கடந்த பிறகு இம்ரான் வந்திருந்தான். அப்போதுதான் குளிர் காலம் தொடங்கி இருந்தது. நான் என் கட்டிலை வராந்தாவிலிருந்து உள்ளே அறைக்கு மறுபடியும் மாற்றினேன். ஒருநாள், நடு இரவில், யாரோ கதவைத் தட்டினார்கள். எனக்கோ அதிர்ச்சி, ஆதங்கம். இந்த நேரம் கெட்ட நேரத்தில் யார் கதவைத் தட்டுகிறார்கள் என்ற வியப்பு. நான் கதவைத் திறந்தேன். என் முன்னால் வந்து நின்ற மனிதனை தலையிலிருந்து, கால்வரை முழுமையாகப் பார்த்தேன். முதலில், எனக்கு அவன் அடையாளமே தெரியவில்லை. ஆனால்... பிறகு எனக்குப் புரிந்தது, அவன் வேறு யாரும் அல்ல. எனக்கு அடையாளம் தெரியாத அளவிற்கு அவன் மாறி இருந்தான். நான் அவனை இறுக்கமாக அணைத்துக்கொண்டேன், பிறகு கேட்டேன், "பேட்டா, நாங்கள் உன்னை இந்த உருவமெடுக்க வேண்டும் என்று பாகிஸ்தானுக்கு அனுப்பவில்லையே. அட... நீ உன்னை என்ன செய்துகொண்டாய்!" ஆனால், அந்த வார்த்தைகளைச் சொன்னதற்காக உடனே நான் பச்சாதாபப்பட்டேன். 'இதோ, இவன் உன் மகன்' என்று அவனை கடவுள் எங்கள் பாதுகாப்பிற்கு அளித்தானே, அப்படிப்பட்டவன் திரும்பி

வந்திருக்கிறானே அது போதுமல்லவா? எந்தக் கடினமான சூழ்நிலை, சந்தர்ப்பங்களிலும் மனிதன் கடவுளுக்கு நன்றியைத் தெரிவிக்க வேண்டுமல்லவா. நாம் என்றும் ஆண்டவன் விருப்பத்திற்கு மாறாக முனங்கக்கூடாது அல்லவா. ஒருவேளை முனங்கினால், அந்த நாத்திகப் பேச்சு அவனுக்கு சாபமாக மாறி, அவனை அடித்துவிடுமே. பலவீனமான மனம்கொண்ட மக்கள், கடவுள் மீது உறுதியான நம்பிக்கை இல்லாத மக்கள், ஆண்டவனை நிந்தித்து, இதுபோல யோசித்து பல பாவச்செயல்களை செய்கிறார்கள். ஆனால், நாம் நடக்கும் நிகழ்வுகளுக்காக என்றும் கடவுளைத் தூற்றக்கூடாது. எல்லாவற்றையும் நாம் அமைதியான மனத்துடன், மௌனமாக பொறுத்துக்கொள்ளவேண்டும். சர்வ வல்லமை படைத்த, விவேகியான கடவுளின் கோபத்திற்கு நாம் என்றும் பயப்படவேண்டும். எல்லாம் கடவுளின் இச்சைதானே!

உன் சாச்சி (சித்தி), இந்த இம்ரானைப் பார்த்ததும் திகைத்துப்போனாள். அவனைத் தழுவிக்கொண்டு, உரக்க அழுதாள். நான் அவனிடம் எந்தக் கேள்விகளையும் கேட்கக்கூடாது என்று முடிவு செய்திருந்தேன். ஆனால், அவளால் தாங்கிக்கொள்ள முடியவில்லை. பெண்ணல்லவா? சொல், நீ எதற்காக உன் மனைவியை அழைத்துக்கொண்டு வரவில்லை? எதற்காகத் தனியாக வந்தாய்? உன் பிள்ளைகளை எங்கே விட்டுவிட்டு வந்தாய்?" அவள் கேள்விக்கு மேல் கேள்விகளை ஒரே மூச்சில் கேட்டாள். அந்தக் கேள்விகளால் இம்ரான் முகம் வாடியது. அவன் வெளிறிப்போனான். உன் சித்தியும் நானும் ஆதங்கமடைந்தோம். பிறகு வலியை ஏற்படுத்தும் அந்த விஷயத்தை அவன் இருக்கும்வரை மறுபடியும் பேசுவதில்லை என்று முடிவு செய்தோம்.

இம்ரான் எங்களுடன் மூன்று நாட்கள் தங்கினான். அந்த நாட்கள் அதிசயமான நாட்கள்! அவன் வாய் திறந்து ஒரு வார்த்தை கூட பேசவில்லை. ஒருமுறை கூட சிரிக்கவில்லை. ஏதோ ஆழ்ந்த சிந்தனையில் தன்னை இழந்திருந்தான். அமைதியாக உட்கார்ந்திருந்தான். மூன்றாம் நாள், என் அப்பா, உன் தாத்தா, ஜானிசாகேபின் கோரியை(சமாதி)யைப் பார்க்கவேண்டும் என்று சொல்லி, உட்கார்ந்த இடத்தில் இருந்து எழுந்தான். நான் அவன் தலையைக் கோதி ஆசீர்வதித்தேன். "மகனே, நீ உன் தாத்தா சமாதியின் முன் மண்டியிட்டு கடவுளிடம் வேண்டிக்கொள்ள

வேண்டுமப்பா. அவர் இறந்து இருபத்தி ஐந்து ஆண்டுகள் ஆகிவிட்டன. ஆனால், நீ பகலில் அங்கே போவது சரியல்ல. நீ இதே மண்ணில்... இங்கேயே பிறந்தவன், நீ இந்த மண்ணைச் சேர்ந்தவன். யாராவது உன்னை அடையாளம் கண்டுகொள்ளாமல் இருப்பார்களா?" அவன் வலிக்கச் சிரித்தான். "சாச்சாஜான்,(சித்தப்பா) உங்கள் வீட்டை அடையும் முன், நான் இந்த வட்டாரத்துத் தெரு வழியாகத்தான் நடந்து வந்தேன். உங்கள் மண்ணின் ஒரு அணுவுக்கும் நான் யார் என்று தெரியவே இல்லை."

அன்று மாலை, நான் இம்ரானை என் அப்பாவின் சமாதிக்கு அழைத்துக்கொண்டு போனேன். அதன் அருகே இருந்த, எங்கள் குடும்பத்தார்கள் நிரந்தரமாகப் படுத்திருந்த புதிய கபர்★களை அவனுக்குக் காட்டினேன். பழைய சமாதிகளை என் உதவி இல்லாமல் உடனே அடையாளம் கண்டுகொண்டான். இருட்டு நெருங்க சமாதிகளை அடையாளம் காண்பது சிரமம். என் அப்பா, உன் தாத்தா, ஜானிசாகேப் கோரி★யின் அருகே வந்தபோது, இம்ரான் மிகவும் உணர்ச்சிவசப்பட்டான். என் கண்களிலும் நீர் நிறைந்தது. அந்தக் கல்லறை பழையது, விரிசல் விட்டிருந்தது. அதன் அருகே இரவு மல்லிகை மரம், வெகு காலத்திற்கு முன்பே பட்டுப்போய்விட்டது. உனக்கு நினைவிருக்கலாம், ஜானிசாகேபுக்கு இந்த வேப்பமரத்தின் மீது அதிக அன்பு இருந்தது. அவர் தோட்டத்தில் இதுபோன்ற பல மரங்களை நட்டு, மிக அக்கறையுடன் பராமரித்து வந்தார். அவற்றில் எத்தனை பூக்கள் விடும் என்றால், எங்கள் வீட்டுப் பெண் பிள்ளைகள் அவர்கள் துப்பட்டாவுக்கு வண்ணம் பூச இந்தப் பூக்களைப் பயன்படுத்தினார்கள். சிறப்பான தருணங்களில் சமையல்காரர்கள் அதன் பூக்களை பிரியாணியை மணக்கவைக்கப் பயன்படுத்தினார்கள். ஆனால், அந்த மரங்களை மிகவும் கவனமாகப் பார்த்துக் கொள்ளவேண்டும். ஆனால், எனக்கு, தற்போது அவை எல்லாவற்றையும் தனியாகப் பார்த்துக்கொள்ள முடியவில்லை. ஜானிசாகேப் அருகே மட்டும் ஒரே ஒரு மரம் வெகு காலமாக உயிருடன் இருந்தது. ஆனால், போருக்கு முன்னே வந்த கடும் மழையாலும், வெய்யிலாலும் அது அழிந்துவிட்டது. இப்போது, எங்கள் தோட்டத்திலாகட்டும்,

★ *சமாதி*

★★ *கல்லறை*

மயானத்தில் ஆகட்டும் இரவு மல்லியின் ஒரு மரம் கூட உயிருடன் இல்லை.

அல்லாவின் தயவால் நாங்கள் இன்னும் எங்கள் தோட்டத்தைக் காப்பாற்றிக் கொண்டிருக்கிறோம். அது எங்கள் கோரிகளுக்கு அருகிலேயே இருக்கிறது. தோட்டமும் சமாதிகளும் ஒன்றின் மற்றொரு பகுதியாகவே இருப்பதால். கடந்த இருபத்தி ஏழு ஆண்டுகளாக பல மரங்கள் காய்ந்து சரிந்து விட்டன. அவற்றுடன் பல நினைவுகளும் சாய்ந்துவிட்டதைக் காணலாம். இப்போது எங்கள் தோட்டத்தில் மரங்கள் இல்லை. தோட்டமே கோரியைப்போலத் தெரிகிறது. இன்னும் மீதமிருக்கும் சில அரைஜீவன் மரங்கள் கல்லறையைப்போலத் தெரிகின்றன. அய்யோ, இம்ரானுக்கும் எங்கள் தோட்டத்தின் நிலமை தெரிந்துபோனதே. ஒருவேளை அவன் காரச்சி வந்து சேர்ந்திருந்தால், உனக்கு இந்தச் செய்தியைச் சொல்லியிருக்கலாம்.

இம்ரான் மறுநாள் புறப்பட்டான். முதல்நாள் இரவை ஜானிசாகேபின் கோரிக்குப் பக்கத்திலேயே கழித்தான். நானும் கூட இரவு முழுதும் அவன் அருகிலேயே உட்கார்ந்திருந்தேன். விடிந்ததும், பறவைகள் தங்கள் கூச்சலைத் தொடங்கியதும், அவன் உடல் நெளித்து, எழுந்தான். தனக்குப் புறப்பட அனுமதி அளிக்கவேண்டும் என்று வேண்டினான். நான் ஆதங்கத்துடன் அவனைக் கேட்டேன். "எதற்காக நீ அங்கே போகவேண்டும்? எப்படியும் நீ திரும்பி வந்திருக்கிறாய். இங்கேயே எதற்காக நீ தங்கிவிடக்கூடாது?

இயலாமையால் அவன் பதில் சொன்னான். இல்லை... என்னை அடையாளம் கண்டுகொள்பவர்கள் யாருமே இங்கே இல்லை. நான் சொன்னேன்: 'மகனே, அதுதான் உனக்குப் பாதுகாப்பு – யாரும் உன்னை அடையாளம் கண்டுகொள்ளாததே உனக்குப் பாதுகாப்பு.' அவன் அந்தப் பேச்சை ஒத்துக்கொண்டது போலத் தெரியவில்லை. புறப்பட்டுத்தான் ஆகவேண்டும் என்றபோது, 'மகனே, எங்கே என்று போவாய்?' அவன் பதிலளித்தான்: 'எங்காவது, எங்கே என் கால்கள் என்னை இட்டுச் செல்கின்றனவோ அங்கே'. அவன் பேச்சால் நான் புரிந்துகொண்டது அவ்வளவுதான். ஆனால், அவன் அதை என்னிடம் நேரடியாகச் சொல்லவில்லை. முதலில்

காட்மண்டுவிற்குப் போய் அங்கே இருந்து கராச்சிக்குப் போவது அவன் நோக்கம். நான் வருத்தப்பட்டேன். அவன் பிடிவாதத்தையும், அவன் இங்கே இருக்கும் செய்தி பரவினால் நடக்கக்கூடிய விளைவையும் ஆலோசித்து, நான் அவனுக்குப் புறப்பட அனுமதி அளித்தேன். என் தோளில் கட்டியிருந்த தாயத்தை எடுத்து அவன் தோளில் கட்டினேன். அவன் பாதுகாப்பாக இருக்கட்டும் என்று கடவுளிடம் வேண்டிக்கொண்டேன்.

அவன் புறப்படும் முன், எல்லையைத் தாண்டியவுடன், எனக்குச் செய்தி அனுப்பிவை என்று அவனிடம் கூறினேன். அவன் போன நாளிலிருந்து இதுவரை அவனைப் பற்றிய எந்தச் செய்தியும் என் காதுக்கு எட்டவில்லை.

இங்கே, எங்களுக்கு பாகிஸ்தான் செய்திகள் எதுவும் கிடைப்பதில்லை. ஒருவேளை சில செய்தித் துணுக்குகள் காதில் விழுந்தாலும், நான் அதை நம்புவதில்லை. ஒருநாள், நம் ஷேக் சித்திக்கி ஹசன் இந்தச் செய்தியைச் சொன்னார். பாகிஸ்தானில் எல்லோரும் சோசியலிஸ்ட் ஆகிவிட்டார்கள். அங்கே சமத்துவம் இருக்கிறது. ஒரு சேர் வெங்காயம் இப்போது ஐந்து ரூபாய் விலையாக உள்ளது என்று. அந்தச் செய்தியை கேட்ட உடன் என் நெஞ்சம் நொந்துபோனது. ஆனால், நான் எனக்கு நானே சொல்லிக்கொண்டேன், ஷேக்சாகேப் பழைய காங்கிரஸ்காரர் ஆனதால், அவர் பாகிஸ்தானைப் பற்றி இதுபோலான செய்திகளைத் தவிர வேறு சொல்லமாட்டார். அவர் சொல்வதை நான் நம்பக்கூடாது என்று கொண்டேன். சில நாட்களுக்குப் பிறகு அந்த கெட்ட செய்தியை மறுக்கும் மற்றொரு செய்தியைக் கேட்டேன். பாகிஸ்தான் என்று பீற்றிக்கொள்கிறார்களே, அந்த மிர்ஜாயி★களை முஸ்லிம்கள் அல்ல என்று அறிவித்திருக்கிறதாம். அந்தச் செய்தியை ஷேக்சாகேபுக்கு நான் சொன்னபோது, அதை மறுக்கும் சாட்சிகள் எதுவும் அவரிடம் இல்லை. பாகிஸ்தான் மீது அல்லா கருணை காட்டட்டும். இதுபோலான நற்செயல்களுக்காக அதை அவன் பாராட்டட்டும்! நாம் எல்லாம் இப்போது நாத்திகரின் நடுவே இருக்கிறோம். நமக்கு நம் குரலை உயர்த்த முடியாது. நம் ஹவேலி (மாளிகை) அருகிலேயே இப்படியானவர்கள் இப்போது ஒரு மசூதியைக்

★ ஒரு வகை பாரம்பரிய ஆடை அணியும்

கட்டி இருக்கிறார்கள். அவர்கள் ‘ஆமென்’ என்று உரக்கச் சொல்லும்போது, நாம் வாயை மூடிக்கொண்டு அமைதியாக இருக்கவேண்டும்.

ஆம், ஷேக்சாகேப், ஒரு முறை உன் செய்தியை என்னிடம் சொல்லி இருந்தார். நீ ஒரு சொந்த வீட்டைக் கட்டிய செய்தியைச் சொல்லி இருந்தார். உன் கூடத்தில் சோஃபாவும், டிவியும் இருக்கிறதாம். அதைக் கேட்டு எனக்கு மிகவும் மகிழ்ச்சியானது. ஆகாமல் இருக்குமா நீயே சொல். கடவுள் பெரியவன். இங்கே நீ எதை விரும்பினாயோ அது உனக்கு அங்கே கிடைத்திருக்கிறதே.

நம் ஹவேலி பாழடைந்துவிட்டது. கூரையை தூக்கி நிறுத்தி இருக்கும் தூண்கள் பழுதாகிப்போயின. கடந்த அடைமழையில் அவை வளைந்துவிட்டன. தீவான்கானே(கூடம்) மோசமான நிலைமையில் இருக்கிறது. மேலே பார்த்தால் உனக்கு வானம் தெரியும். உனக்கு நன்றாகத் தெரியும் எங்கள் பொருளாதார நிலமை முழுமையாக சீரழிந்து விட்டது. உன்னால் ஏதாவது சிறிய தொகை அனுப்ப முடிந்தால், ஜானிசாகேப் கோரியை மராமத்துச் செய்யமுடியும். கூடாரத்தின் மேற்கூரைக்கு சிமெண்ட்காரை பூசமுடியும். அதைத் தவிர மற்ற இடங்களை உடனே பழுது பார்க்கவேண்டிய அவசியமில்லை.

ஹவேலியின் கோர்ட் கேஸ் இன்னும் முடிவாகவேண்டி இருக்கிறது. 1947இல் நம் ஊரைவிட்டு அங்கே புறப்பட்டுப்போன போது, உன் அப்பா, என் அன்பான அண்ணன், அந்த வழக்கைப் பற்றிய எல்லா ஆவணங்களையும் என் வசம் ஒப்படைத்திருந்தான். கடவுள் தயவால், நான் இதுவரை வழக்கு விசாரணைக்கு வந்த எல்லா நாட்களும் தவறாமல் கோர்ட்டுக்கு ஆஜராகி இருக்கிறேன். நல்ல ஒரு வக்கீலையும் நியமனம் செய்திருக்கிறேன். ஆண்டவன் மனது வைத்தால், இந்த வழக்கு விரைவில் முடிவிற்கு வரலாம். நம் சார்பாகவும் தீர்ப்பும் வரலாம். ஆனால், எமன் எப்போது வருவான் என்று சொல்ல முடியுமா, சொல்?

அவன் எப்போது வேண்டுமென்றாலும் வந்துவிடுவான். நான் போனபிறகு யார் இந்த வழக்கை எடுத்து நடத்துவார்கள் என்பதுதான் என் ஆதங்கம். நான் எந்தத் திசையயைப் பார்த்தாலும் இருட்டுத்தான் தெரிகிறது.

என் மகன் அக்தர், அவன் நடத்தையைப் பற்றி நான் என்ன சொல்ல? அவன் தன் பெயரை 'ஆஷிக்'★ என்று மாற்றிக்கொண்டான். ரேடியோ நிலையங்களுக்குச் சென்று அங்கே நாடகங்களைப் படிக்கிறான்; கலிதா என் சின்னத் தம்பியின் மகள். அவள் துரதிருஷ்டம் என் தம்பி சில நாட்களுக்கு முன் இறந்துபோனான். ஒரு இந்து வக்கீலைத் திருமணம் செய்துகொண்டிருக்கிறாள்! இப்போது எந்த வெட்கமும் இல்லாமல் சேலை உடுத்துகிறாள், பொட்டு வைத்துக்கொள்கிறாள்! பாகிஸ்தானில் இருக்கும் நம் குடும்பத்தைப் பற்றி, என்னை விட நீ அதிகம் சொல்லலாம். ஆனால், நான் கேள்விப்பட, அப்பாஜான் மகள், நர்கீஸ், எவ்வளவு சின்னவளாக இருந்தாள் அந்தப் பெண், இப்போது தனக்கு வேண்டியவனை தானே தேர்ந்தெடுத்துக்கொண்டு, அப்பா அம்மாவுக்கும் சொல்லாமல், திருமணம் செய்துகொண்டாள். அதுவும் ஒரு வகாபியை!★★அதுமட்டுமல்ல, நர்கீஸ் கூட படுதா அணியாமல், அவள் மகன் காரில் திமிராக உட்கார்ந்து போகிறாளாம்! வெட்கத்தைவிட்டு ஜவுளிக் கடைகளுக்குபோய் எல்லார் முன்னாலும் பேரம் பேசுகிறாளாம். அதுவும் ... அங்கே... பாகிஸ்தானில்...

அய்யோ, கடவுளே, இதை எல்லாம் கேட்டு, பார்த்து, எழுதும் துர்பாக்கியம் எனக்கு. இதை எல்லாம் பார்ப்பதைவிட எனக்கு எதற்காக இன்னும் சாவு வரவில்லை? உன் அப்பா-என் பெரியண்ணன், என் தம்பி இதை எல்லாம் பார்க்கும் சிரமத்தை அனுபவிக்கவில்லை. அவர்கள் இருவரும் சீக்கிரமே, என்றால் சரியான நேரத்திற்குப் இந்த உலகைவிட்டுப் போய்விட்டார்கள். அல்லாவின் கருணை! நான் உன் தாத்தாவின் ஜானிசாகேப், என் தம்பி இருவரின் சமாதிக்கும் பிரார்த்தனை செய்யப்போவேன் அல்லவா – அப்போதெல்லாம் நான் என் அன்பான பெரியண்ணனையும் நினைத்துக்கொள்வேன்.

நாம் எவ்வளவு நல்ல காலத்தில் வாழ்கிறோம்! தற்போதைய நாட்களில் எனக்கு அடிக்கடி உன் தாத்தா ஜானிசாகேப் கோரிக்குச் சென்று பிரார்த்தனை செய்ய முடிவதில்லை. நம்

★ *காதலன்*

★★ *சவுதி அரேபியா மூலத்து சன்னிகளின் சம்பிரதாய முஸ்லிம் தனிக் குழு.*

குடும்பத்துக் கோரிகள், ஒரே இடத்தில், ஒன்றாக வாழ்ந்த நம் குடும்பத்து சமாதிகள் – இப்போது மூன்று வெவ்வேறு நாடுகளில் சிதறிப் போயிருக்கின்றன.

நான்தான், ஆம் நான்தான் என் பெரிய அண்ணன் – உன் அப்பாவை 'தயவு செய்து நீ காராச்சிக்குப் போ' என்று சொல்லி இருந்தேன். இங்கே இருந்து அவன் புறப்பட்டுப் போக முடிவு செய்தான். அப்போது சொல்லி இருந்தேன், 'நீ போகவேண்டும் என்று முடிவு செய்துவிட்டாய் அதனால் – போ நம் கமரனுடன் நீ வாழவேண்டும். அங்கே போவது சரிதான்' என்று சொல்லி இருந்தேன். ஆனால், அவன் உன் தம்பியை அதிகமாக நேசித்தான். அதனால், அவன் பாங்க்ளாவுக்கு போய்விட்டான். அவனுடைய அந்த எதிர்பாராத மரணம் நமக்கு அதிர்ச்சியை ஏற்படுத்தியது. ஆனால், எனக்கு இப்போது உறுதியாகத் தெரியும். அவனுடைய சாவு கடவுளின் கருணைக்கு ஒரு அபாரமான சாட்சி. நம் அண்ணன், உன் அப்பா, மிகவும்... என்ன, அதி மிகவும் பரிசுத்தமான இதயம் கொண்டவன்! அதனால்தான் இந்த சிரமமான தீய நாட்களை பார்க்கக் கடவுள் அவனை விட்டுவைக்கவில்லை. என்னைப் போன்ற பாவிகளை மட்டும் ஆண்டவன் உயிரோடு இருக்கவைத்து, 'உன்னைப் போன்றவர்கள், இதுபோலான நாட்களில்தான் வாழவேண்டும்' என்று சபித்திருக்கவேண்டும்.

இப்போது நம் உணவுத் தட்டுகளை பாதுகாக்க நிழல் தந்த நம் முன்னோர்கள் இப்போது நம்முடன் இல்லை. இப்போது நம் குடும்பம் இந்துஸ்தானிலும், பாகிஸ்தானிலும், பாங்க்ளா தேசத்திலும் சிதறிக் கிடக்கிறது. இப்போது, நான் என் சமாதியின் அருகே நின்றிருக்கிறேன். இதுவரை நம் குடும்பத்து பாரம்பரிய வரலாற்றுக் கௌரவத்தைக் காப்பாற்றுவது இந்த மூத்தவனான என் புனிதக் கடமை. ஆனால், இப்போது அதை உனக்கு நான் கைமாற்றவேண்டி இருக்கிறது. இப்போது நீதானே நம் குடும்பத்திற்கு மூத்தவனாக இருக்கிறாய்.

ஆனால், நான் நம் பரம்பரை சரித்திரத்தை என் நினைவின் ஆற்றலால் மட்டுமே சொல்லமுடியும். என் அண்ணன், உன் அப்பா குடும்பத் தகவல்களை, நம் வம்சத்து வரலாற்றை வம்சவிருட்சத்து கதைகளை தன்னுடன் டாக்காவுக்கு எடுத்துச் சென்றிருந்தான். அங்கே இருந்த அவன் குடும்ப உறுப்பினர்கள் கொல்லப்பட்டு சமாதி சேர்ந்தபின், நம் குடும்பத் தகவல்களும் அவர்களுடன் புதைக்கப்பட்டுவிட்டது.

இம்ரான் இங்கே வெறுங்கையுடன் வந்திருந்தான். நம் குடும்பத்திற்கு ஏற்பட்ட பெரிய துயரம் நாம் நம் வரலாறு, பரம்பரையை இழந்துவிட்டது. நம் வம்சத்து மூதாதையர்கள்-உனக்குத் தெரியுமா, மதிப்பிற்குரிய நபிகள் வம்சத்தில் பிறந்தவர்கள். கடவுள் பெரியவன், எப்படிப்பட்ட சிரமம், துயரங்களின் தருணத்திலும், அவர் நம் குடும்ப வரலாற்று தகவல்களை பொறுப்புடன் காப்பாற்றி வந்தார். ஆனால், நாம் நம் குடும்ப வரலாற்றை இழந்துவிட்டு, அவமானம், துயரத்திற்கு ஆளாகிவிட்டோம். இப்போது, நம் பெரிய பரம்பரைக் குடும்பம் துரதிருஷ்டத்தை அனுபவிக்கிறது. நமக்கு இப்போது நமக்கே உரிய சொந்த இடமும் இல்லை. நாம் மதிக்கக்கூடிய இதிகாசமும் கிடையாது. எல்லாம் சின்னாபின்னமாகி அழிந்து ஒரு துயர யுகத்திற்கு சாட்சிகளாக இருக்கிறோம். நம் குடும்பத்துச் சிலர் இந்தியாவில் இறந்தார்கள்; சிலர் பாங்க்ளா தேசத்தில் காணாமல் போனார்கள். மற்ற சிலர், தலைக்கு மேல் ஒரு கூரைக்காக, பாகிஸ்தானில், அங்கே இருந்து இங்கே, இங்கே இருந்து அங்கே அலைந்து கொண்டிருக்கிறார்கள். நம் தார்மீக நம்பிக்கைகள் களங்கமடைந்துவிட்டன. தூய முஸ்லிம் அல்லாத பழக்க வழக்கங்களால் அது மாசுபட்டு விட்டது. நம்மில் சிலர், நம் சமூகத்தின் வெளியே, வெவ்வேறு இஸ்லாம் பழக்க வழக்கங்களைக் கடைபிடிக்கும் குழுக்களுடன் திருமண உறவை வளர்க்கிறார்கள். இது இதுபோலவே அதிக நாட்களுக்கு நடந்தால், நம் வம்சமே முழுமையாக இல்லாமல் போகும். நம் மூதாதையர்கள் எங்கே இருந்து வந்தார்கள், அல்லது நாம் யார் என்று நமக்கு நினைவுப்படுத்த ஒருவனும் இருக்கமாட்டான்.

அதனால், நான் உனக்குத் தெரிவிக்க விரும்புகிறேன். என் அன்பு மகனே, நாம் புனிதமான, புகழ்வாய்ந்த சையத் வம்சத்து வாரிசுகள். நாம் நபிகளின் சிறிய பேரன் ஹுன்யாசின் தலைமுறையைச் சேர்ந்தவர்கள். இது உனக்குத் தெரிந்திருக்கட்டும். நம் குடும்பத்து வேர்கள் ஹஜ்ரத் இமாம் மூசா கர்ஜனிடமிருந்து துளிர்விட்டது. ஆனால், நாம் மூல இஸ்லாமிலிருந்து மாறுபட்ட ரப்ஜி★அல்ல. நாம் சஹிஹுல்-அகித-ஹனீஃபி முஸ்லிம்கள். நாம் நபிகள் முகமத் 'குடும்பத்தார்கள்'. அவரின் உண்மையான தொண்டர்கள்.

★ *ஷியா முஸ்லிம்களின் ஒரு குழு*

உன் தாத்தா ஜானிசாகேப் மொஹரமின் ஆஷூரா★ நாட்களில் பிரார்த்தனைப் பாயில் நாள் முழுதும் நோன்பு இருந்து, பிரார்த்தனை செய்வார். வெகுகாலமாக நம் குடும்பத்தில் இருந்த அவருடைய ஜபமணி ஆஷூரா நேரத்தில் சிகப்பாகிவிடும். ஜானிசாகேப் எங்களிடம் பெருமையாகச் சொல்லியதுண்டு. அந்த ஜபமணி நம் வம்சத்தின் மூதாதையரான சயிதான ஹஜ்ரத் இமாம் சாகேப் குதிரையிலிருந்து இறங்கி முதல் முறையாக பூமியின் மீது கால் வைத்தாரே, அந்த இடத்தில் இருந்து வந்ததாம். அந்த ஜபமணி சிகப்பாகும் போது, நம் தாத்தா, மெய்மறந்த நிலைக்குப் போய்விடுவாராம். ஒரு விதமான சன்னதம் அவர் உடம்பை நிரைத்துவிடும். ஆனால், அவர் தம் நெஞ்சை வேகமாக அடித்துக்கொண்டு அழமாட்டார். மொஹரமில் அப்படிச் செய்வது தகாது என்பது அவர் எண்ணமாக இருந்தது. ஆனால், அந்த நாட்களில் பெரிய பெரிய வாணலிகளில் கிச்சடி தயார் செய்து, ஏழைகளுக்கும் இல்லாதவர்களுக்கும் கொடுப்பார். ஆனால், பிரிவினைக்குப் பிறகு எங்களிடம் தங்கியது ஒரே ஒரு கடாய். கடந்த ஆண்டு அதுவும் இல்லாமல் போனது. இப்போது எங்களிடம் ஒரு சிறிய பாத்திரத்தில் கடலை வேகவைத்து ஏழைகளுக்குக் கொடுக்கும் அளவுக்கு மட்டுமே வசதி இருக்கிறது. வரும் ஆண்டுகளில் எங்கள் பொருளாதார நிலை எப்படி இருக்கும் என்பது அல்லா ஒருவனுக்கு மட்டுமே தெரியும். ஒவ்வொரு பொருளும் நாளுக்கு நாள் விலை ஏறிக்கொண்டே இருக்கிறது. எங்கள் வாழ்க்கை ஒவ்வொரு நாளும் துயரமாகிக்கொண்டே இருக்கிறது. எங்களுக்கு பாகிஸ்தானில் வெங்காய விலை என்னவென்று தெரியும். ஆனால், பேட்டா, என்றும் இந்தப் பேச்சை நினைவில் வைத்துக்கொள். ஒருமுறை விலை ஏறிவிட்டால் அது கீழே இறங்குவதில்லை. ஒருமுறை ஒழுக்கம் கெட்டுப்போனால் அது திரும்பாது? அல்லவா? அப்படித்தான்! விலைகள் உயரும், ஒழுக்கம் கெடும் நாட்களை நீ பார்க்காமல் இருக்க வேண்டும் என்று நானும் பிரார்த்தனை செய்கிறேன். அப்படி ஒரு காலம் வந்தால், ஆண்டவனிடம் உண்மையான நம்பிக்கை வைத்தவர்கள், தவம் செய்யவேண்டும், புனிதக் குரானை படிக்க வேண்டும். அப்படியான நாட்கள் வரும் என்று அப்போதே கடவுள் நமக்கு பல அறிகுறிகளைக் காட்டியுள்ளார்.

★ *மொஹரமின் பத்தாவது நாள்*

விவேகிகளால் மட்டுமே அப்படிபட்ட அறிகுறிகளைத் தெளிவாக புரிந்துகொள்ள முடியும்.

மொத்தத்தில், எங்கள் குடும்பத்தில் நான் சிறியவனாக இருந்தபோது ஒன்றாக வாழ்ந்துகொண்டிருந்த நம் குடும்பத்தின், அங்கங்கே சிதறிப்போன நம் குடும்பத்தின் வரலாற்றைச் சொல்லிக்கொண்டிருந்தேன். ஜானிசகேபின் கடைசிக் காலம் நெருங்கிக் கொண்டிருந்தது. ஆண் பிள்ளைகள் எங்கள் மூன்று பேரையும் அவர் அருகில் அழைத்து, தன் சமாதியின் மீது, அதைச் சுற்றியும் மல்லிகைப் பூவைப் பரப்ப வேண்டும் என்று சொல்லி இருந்தார்.

பிறகு, அவர் தந்தை சையித் ஹதிம் அலி, அவரிடம் சொன்னார், அவர் தந்தை சையித் ருஸ்தும் அலி அவரிடம் மௌனமாகச் சொல்லி இருந்தார். நம் வம்சத்தின் முழு வரலாற்றையும் எங்களிடம் சொல்லி இருந்தார். 1857இல் கிளர்ச்சி நாட்களில் எழுத்தில் இருந்த நம் வம்ச வரலாறின் வெகுபாகம் நாசமாகிவிட்டது. அப்போது நம் முன்னோர்கள், பயிஸ்காலாவில் இருந்த தங்கள் வீட்டை விட்டு வருடக்கணக்காக புகலிடம் தேடிக்கொண்டு ஓரிடத்திலிருந்து மற்றொரு இடத்திற்கு அலைந்துகொண்டே இருந்தார்கள்.

நம் முன்னோர்களுக்குக் காட்டவேண்டிய மரியாதையால் நான் இதை உனக்குச் சொல்லிக்கொண்டிருக்கிறேன். நாம் மூலத்தில் இஸ்பஹான் இல் இருந்து வந்தவர்கள். நாடு கடத்தப்பட்ட ஹூமாயூன் மன்னன், தான் இழந்த நாட்டைத் திரும்பவும் அடைவதற்காக, தன் இராணுவத்துடன் இஸ்பஹானைத் தாக்கினானாம் நம் தலைமுறையான மன்சூர் மகமத் அந்தக் காலத்தில் பேரிச்சை பழ வியாபாரம் செய்துகொண்டிருந்தாராம். அவர் பெரிய ஞானக் கடல். அவர் இந்துஸ்தானுக்கு வந்தார். அவரை எல்லோரும் சமயஒளி என்றே மதித்தார்கள். அக்பராபாதில் இருக்கும் அவர் கோரி இன்றைக்கும் ஒரு புனித இடம்.

திருமணமாகாத பெண்கள், அவர் சமாதிக்கு அருகே இருக்கும் மண்ணை எடுத்து தங்கள் வகிடில் பூசிக்கொண்டால், ஒரு ஆண்டில் அது சிந்தூர் (குங்குமம்) ஆக மாறிவிடும். அப்படி இருந்தது அவருடைய மகிமை! பிள்ளைகள் இல்லாத பெண்கள், தங்கள் சேலை முந்தானையில் கொஞ்சம் புனித

மண்ணைக் கட்டிக்கொண்டு போனால், அடுத்த ஆண்டு அவர்கள் கையில் ஒரு குழந்தையுடன் திரும்புவார்கள். தர்காவின் கப்ருக்கு பச்சைத் துணி போர்த்துவார்கள். ஷகஜகான் மன்னன் ஆண்டபோது நம் மரியாதைக்குரிய முன்னோர்களின் தலைமுறை அக்பராபாதை விட்டு ஜகனாபாதில் வசிக்க வந்தார்கள். 1857இல் கிளர்ச்சி நடந்தபோது, அவர்கள் அங்கே இருந்து ஓடிப்போகவேண்டியதானது.

அப்போது நம் முன்னோர்களான ருஸ்தும் அலி ஒரே ஒரு நாணயத்தைக்கூடத் தன்னுடன் எடுத்துச் செல்லவில்லை. ஆனால், ஓலைச்சுவடில் எழுதிய நம் வம்சாவளி ஆவணத்தை, தன் இடுப்பில் கட்டிக்கொண்டு, தன் குடும்ப வரலாற்றுப் பத்திரத்தை கையில் பிடித்துக்கொண்டு ஓடினாராம். ஆனால், வழியில் துரதிருஷ்டவசமாக, அவரை கொள்ளையர்கள் தாக்கினார்கள். நடந்த சண்டையில், அவர் கையில் இருந்த ஆவணங்கள் கிழிந்து போயின.

ஆனால், கடவுள் அருளால், வம்சாவளியை எழுதிவைத்த ஆவணம் தப்பித்துக்கொண்டது. வியப்பு என்ன என்றால் அதில் ஒரு எழுத்துக்கூட அழிந்துபோகவில்லை.

வேட்டைக்குக் குறியான தேசாந்தரிகள் போல புழுதி நிறைந்த பாதையில் நடந்துகொண்டு, நம் முன்னோர்கள், நாம் இங்கே இருக்கும் இந்த இடத்தில் வந்து தங்கினார்கள். இந்த மண் அவர்களை வரவேற்றது. அவர்கள் இங்கேயே வீடு கட்டிக்கொண்டார்கள். மண் கருணை காட்டும்போது, அது மென்மையாகவும், இனிமையாகவும் – காதலியின் மடியைப்போல, அம்மாவின் முந்தானையைப்போல நம்மை வரவேற்கும். ஒருவேளை அது சினங்கொண்டு கொடூரமானால் ஒரு அரசனைவிட அதிக கடினமாகவும், பிசினாறிக் கஞ்சனைவிட அதிக கீழ்த்தரமாகவும் நடந்துகொள்ளும். எது உண்மை என்றால், இந்த மண், இந்த நிலம் நம் குடும்பத்தை வெகுகாலம் பெருந்தன்மையுடன் நடத்தியது. வளர்த்து ஆளாக்கியது. நம் குடும்பத்தை தன் இதயத்தில் வைத்துக்கொண்டு போஷித்தது. நாம் வளர்ச்சி அடைவதை, வளர்வதை தாயைப்போல அக்கறையுடன் பார்த்து மகிழ்ந்தது. தன் எல்லாப் பிள்ளைகளையும் அணைத்துக்கொண்டு, ஒரு நொடியும் தன் கண்ணை விட்டு மறையவிடாமல் அன்பான அம்மாவைப்போல காத்தது.

பிரிவினைக்கு முன், நம் குடும்பத்தில் மூன்று பேர்கள் மட்டும் வீட்டைவிட்டுப் போயிருந்தார்கள். அஷ்ரஃப் அலி பாய், ஃபாரூக் பாய், பியாரே மியா. அஷ்ரஃப் அலி பாய் என் பெரியப்பா மகன், கிப்லா பாயை விடவும் ஒரு வயது பெரியவன்.

அதனால், அவன் உனக்கு உறவில் தாத்தாவாகவேண்டும். கடவுள் அருளால், அவர் அரசாங்கத்தில் டெபுடி கலெக்டர். பல ஜில்லாக்களில் சேவை செய்தார். தனக்கு வந்த பல பரிசுகளை அவர் எங்களுக்கு அனுப்பிவைப்பார். அவர் தம்பி, ஃபாரூக் பாய் என் வயதை ஒத்தவன். அவர் காட்டு இலாகாவில் வேலை செய்தார். தங்கள் இளமைப் பருவத்தில் மத்திய பிராந்தத்தில் சேவை செய்தார்.

நம் ஹவேலியில் அந்த பெரிய பெரிய அலங்கார மேசை நாற்காலிகள் இருந்தனவே, அவற்றை எல்லாம் அவர்தான் அனுப்பியது. அந்த இரு சகோதரர்களும் நம் குடும்பத்துப் பெருமைக்குரியவர்கள். அவர்கள் வாழ்க்கையின் இளமையை வெளியே கழித்தாலும், கடைசி நாட்களில் இதே இடத்தில், இந்த நிலத்தின் அன்பான அணைப்பில் தங்கிவிட்டார்கள்.

பியாரே மியா, கடைசி. நம் பூஃபி அம்மா★வின் மகன். அவர்கள் அன்புடனும் சலுகையுடனும் வளர்ந்தார்கள். அவர் ஒரு ஒழுக்கம் கெட்ட மனிதராக வளர்ந்து எல்லா ஏழு பாவச் செயல்களையும் பழகிவிட்டார்.

நம் குடும்பத்தில் தடைசெய்த பயாஸ்கோப் பார்த்தவரில் அவர்தான் முதலாமவர். ஒருமுறை அவர் என்னை இந்த கவர்ச்சிக்குத் தள்ளினார். நான் மாதுரியைப் பார்த்தபோது என் மனம் கிளர்ச்சியுற்றது. ஆனால் நான் என்னைக் கட்டுப்படுத்திக்கொண்டேன். பிறகு என்றும் அவருடன் போகவில்லை. பியாரே மியாவுக்கு நாடகம் என்றால் மிக விருப்பம். நம் பேட்டைக்கு பயாஸ்கோப் வந்தபிறகு அவர் அதன் பணிவான தொண்டராகிவிட்டார்.

‘பம்பைக்கி பில்லி’ படம் பார்த்த பிறகு அவர் நடிகை சுலோசனா மீது பைத்தியமாகிவிட்டார். ஒருநாள் அவர் அம்மாவின் தங்க

★ அப்பாவின் தங்கை – அத்தை

வளையல்களைத் திருடிக்கொண்டு பம்பைக்கு ஓடிவிட்டார். ஜானிசாகேப் அவருக்குச் சொல்லி அனுப்பினார். "இனிமேல் உனக்கு இந்த வீட்டில் இடமில்லை. பெரியசாகேப், நான் உயிருடன் இருக்கும்வரை என்றென்றும் நீங்கள் எங்கள் வீட்டுக்குள் அடி எடுத்து வைக்கக்கூடாது. இது கட்டளை." பாம்பேயில் ஒரு நாட்டியக்காரப் பெண் நடிகை சுலோசனாவை சந்திக்கவைக்கிறேன் என்று அவரை ஒத்துக் கொள்ளவைத்தாள். சொல்லவேண்டுமா, அவள் அவருக்கு சுலோசனாவை காட்டக்கூட இல்லை. அவரை தன் வலையில் சிக்கவைத்துத் திருமணம் செய்துகொண்டாள். இப்படி அவர் தன் இளமையை பம்பையில் கழித்தார். அவருக்கு பூஃபிஅம்மா இறந்தது தெரிந்தது. எப்படியோ அவசரமாக வீட்டுக்குத் திரும்பிவந்தார். அப்போது அவருக்கும் வயதாகிவிட்டது. முகத்தில் நீண்ட வெள்ளைத் தாடி இருந்தது. கையில் ஜபமணியும் இருந்தது. வந்தவர் தன் அம்மாவை நினைத்துக்கொண்டு ஓ என்று கதறி அழுதார். என்னவானாலும் பூஃபிஅம்மாவின் செல்லப் பிள்ளையல்லவா. சொல்? நாங்கள் எல்லாம் சேர்ந்து 'நீங்கள் எங்கேயும் போகவேண்டாம் இங்கேயே இருங்கள்' என்று கட்டாயப்படுத்தினோம்.

ஆனால், ஜானிசாகேப் அனுமதி இல்லாமல் நான் இங்கே இருக்க முடியாது. அது அவர் கட்டளை என்றார். ஜானிசாகேப் எப்படித்தான் அனுமதி அளிப்பார்? விதி, அவர் அப்போதே இந்த உலகத்தை விட்டுப்போய்விட்டார். இருந்திருந்தால் அனுமதித்திருப்பாரோ என்னமோ? ஆனால், இப்போது அவருக்கு அனுமதி அளிப்பவர் யார்? பெரியவர்கள் பேச்சுக்கு மரியாதை அளிக்கும் பரம்பரை நம்முடையது, அல்லவா. இளமையில் பியாரேமியா வழி தவறி இருக்கலாம். ஆனால், இப்போது அவர் பரம தெய்வபக்தராக இருக்கிறாரே. அப்பாவின் பேச்சுக்குக் கட்டுப்படுவது இந்த நிலத்தின் பரம்பரை அல்லவா! சொல், இராமன் கதை கேட்டிருக்கிறாய் அல்லவா நீ?

அதனால், பம்பைக்கு திரும்பிப்போக முடிவு செய்தார். அது 1947 ஆம் ஆண்டு. இரயில்கள் தாக்கப்பட்டன. இரயில்களைக் கொள்ளையடித்தார்கள். 'அந்த நேரத்தில் போகவேண்டாம். சற்று பொறுத்து நிலமை சரியான பிறகு போகலாம்' என்று நாங்கள் மன்றாடினோம். ஆனால் அவர் எங்கள் பேச்சைக் கேட்கவேண்டுமே?

அவர் இரயில் ஏறினார். ஆனால், பம்பை போய்ச் சேரவே இல்லை. வழியில் அவருக்கு என்ன ஆனது என்று யாருக்குத் தெரியும்?

1947 இன் கலவரத்தில் பியாரேமியா எங்கள் குடும்பத்தின் முதல் தர்ப்பணம். அதன் பிறகு நம் குடும்பத்தில் யார் யார் எப்போது இறந்துபோனார்கள் என்று பட்டியல் போட்டு வைத்திருக்கிறேன். முப்பத்தியொரு பேர் ஆயுள் முடிந்து ஆண்டவனிடம் போய்ச் சேர்ந்துவிட்டார்கள். ஏழு பேரை இந்தியாவில் இந்துக்கள் தியாகிகளாக ஆக்கினார்கள். பதினான்கு பேரை நம் முஸ்லிம் சகோதரர்களே, பாகிஸ்தானில் அல்லாவிடம் சேர்த்துவிட்டார்கள். அதில் பதினான்காம் நபர், தேர்தலில் மொத்ரிமா ஃபாதிமா ஜின்னாவை ஆதரித்ததற்காக, ஆயூப்கானின் குண்டர்கள் அவரைச் சுட்டுக் கொன்றார்கள். பத்துப்பேர் மேற்குப் பாகிஸ்தான் பாங்க்ளாவில் இறந்தார்கள். இந்தப் பட்டியலில் நான் இம்ரான்மியாவை இன்னும் சேர்க்கவில்லை.

ஒரு மனிதன் கடவுள் கருணை மீது நம்பிக்கையை இழந்துவிடக்கூடாது. உன் தம்பி இம்ரான்மியா, என் இரத்த மாமிசத்தின் ஒரு பகுதியாகவே இருந்தான். அவன் இன்னும் உயிருடன் இருக்கிறான். ஒருவேளை இதுவரை அவன் கராச்சி வந்து சேராவிட்டால், அவன் காட்மண்டுவிலே இருகிக்கிறான் என்று என் உள்மனம் சொல்கிறது.

ஆம், காட்மண்டு என்றவுடன் எனக்கு நினைவிற்கு வந்தது. ஃபாரூக்பாய் மகன், ஷராஃபத் எங்களைப் பார்க்க வந்திருந்தான். அவன் டாக்காவிலிருந்து தப்பித்துக்கொண்டு காட்மண்டுவிற்கு போக இருந்தான். வழியில் எப்படியோ தப்பித்துக்கொண்டு, எங்களைக் காண இங்கே வந்திருந்தான். அவன் கலங்கியவனைப்போலத் தெரியவில்லை. அவனுக்கு பயமே இல்லை.

அவன் இங்கே இருந்தபோது, துணிவுடன் தினமும் பயாஸ்கோப் பார்க்கப் போவான். இங்கே இருந்து புறப்படும் நாள், காட்மண்டுவுக்குப் போகிறேன் என்று முதலில் சொன்னவன், பிறகு பம்பை போகிறேன் என்று தன் மூட்டைமுடிச்சைக் கட்டினான். ‘ஏன் இந்த மாற்றம்?’ என்று நான் கேட்டபோது, என்ன சொன்னான் தெரியுமா? அவனுக்கு ராஜேஷ்கன்னாவைப்

பார்த்துப் பேசவேண்டுமாம். அவன் இவனுடைய மோஸ்ட் பேவரைட் ஹீரோவாம். நான் கேட்டேன், "முட்டாளே, பில்லி மோரியா என்ற ஏ. பில்லிமோரியாவுக்கு அந்த ராஜேஷ்கன்னா சமனானவனா. நீ அவனைப் பார்த்தே ஆகவேண்டும் என்று என்ன பிடிவாதம்?' ஆனால், அவன் என் பேச்சைக் கேட்கவேண்டுமே? என் வார்த்தைக்கு எங்கே மதிப்புக் கொடுப்பான்? பம்பை போகும் இரயிலை ஏறிவிட்டான். பிறகு எனக்கு ஸ்ரீலங்காவிலிருந்து, 'நான் சுகமாக இருக்கிறேன்' என்று ஒரு கடிதம் போட்டான். எந்த விதி அவனை அங்கே தள்ளிக்கொண்டு போனதோ எனக்குத் தெரியாது. நான் ஷராஃபத்தைப் பார்த்து அல்லாவுக்கு நன்றி சொன்னேன். ஆனால் அவனுடைய இதுபோன்ற தாந்தோனித்தனம் எனக்குப் பிடிக்கவில்லை. ஆனால் என்ன செய்ய. காலம்... மாறிவிட்டதே.

பாகிஸ்தான் போனபிறகு நம் குடும்பத்துப் பெண்களும் வெகுவாக மாறிவிட்டார்கள் என்று நான் கேள்விப்பட்டேன். எல்லாப் பெண்களும் தங்களுக்குத் தேவையான, நபரை, அதுவும் அவர்கள் முஸ்லிம்களாக இருந்தாலும், நாம் பரம்பரை பரம்பரையாக நம்பி வந்த இஸ்லாம் பிரிவிற்கு மாறுபட்ட மனிதர்களையும், தாங்களாகவே தேர்ந்தெடுத்து திருமணம் செய்து கொண்டிருக்கிறார்களாம்! நாட்டுப் பிரிவினைக்கு முன்பு, நம் குடும்பத்திற்கு இப்படி அவப்பெயர் வாங்கிக்கொடுத்த ஒரு நிகழ்வு இங்கேயும் நடந்துவிட்டது. ஆனால், நாங்கள் அதற்கு தந்திரமாக தீர்வு கண்டோம்.

ஒருமுறை, எங்கள் சின்ன பூஃபி அம்மாவின் மேற்கூரை மீது ஒரு காற்றாடி வந்து விழுந்தது. அநேகமாக இது உனக்குத் தெரிந்திருக்கும். ஒரு குமரிப்பெண் இருக்கும் வீட்டின் மீது பட்டம் பறந்து வருவது, கூடத்திற்குள் கல் வந்து விழுவது, நல்ல அறிகுறி அல்ல. சின்ன அத்தையின் மகள் கதீஜா அப்போதுதான் பெரியவளாக இருந்தாள். சின்ன அத்தை இந்தச் செய்தியை ஜானிசாகேப் கவனத்திற்குக் கொண்டுவராமல் இருப்பாளா? அதுவும், அது எதேச்சையாக வந்து விழுந்த காற்றாடி அல்லவே. அதில் ஒரு சிறிய கடிதம் கட்டியிருந்தது. ஜானிசாகேப் வெந்நீரைப் போலக் கொதித்துப் போனார். யாருக்காவது கோபம் வராமல் இருக்குமா, நீயே சொல். மேற்கூரை பிய்ந்துபோவதுபோல அவர் கத்தினார். கூவினார். 'ரஜா அலியா மகனுக்கு நம் மேற்கூரை மீது

பட்டத்தை வீசுமளவுக்கு துணிவு வந்துவிட்டது' ஆனால், சின்ன அத்தை அவருக்கு எல்லா விஷயத்தையும் விவரமாகச் சொன்ன பிறகு, அவர் அமைதியானார். அவருக்கு வேறு வழியே இல்லை, கதீஜாவை அந்தப் பொறுக்கிக்கு திருமணம் செய்து கொடுக்கவேண்டியதானது. அவளை அந்த புதிய வீட்டிற்கு அனுப்பவேண்டியதானது. நம்மைப்போன்ற பெரிய பரம்பரைக் குடும்பத்துப் பெண் மருமகளாக வருவதை ரஜா அலி கனவிலும் எண்ணிப் பார்த்திருக்கமாட்டான். அந்த பேச்சு வந்தவுடன், மறுபேச்சில்லாமல் ஒத்துக்கொண்டான். ஆனால், கடைசி நேரத்தில், நிக்கா (திருமணம்) இடத்திலேயே 'ஷிகா'★வை எல்லோர் முன்னிலையிலும் படிக்கவேண்டும் என்று வற்புறுத்தினான். 'ஷிகா' தெரியுமல்லவா உனக்கு... இப்படிப்பட்ட சம்பிரதாயங்களை சாதாரணமாக நடைமுறை வழக்கத்திலேயே முடித்துவிடுவார்கள். ஆனால், அவன் அது வெறும் பேச்சிலிருந்தால் போதாது, திருமண ஒப்பந்தம் எழுத்து மூலமாகவும் பதிவாகி, எல்லோர் முன்னிலையிலும் படிக்கவேண்டும் என்று பிடிவாதம் பிடித்தான். ஜானிசாகேப், தன்னுடைய செருக்கை, கௌரவத்தை ஒதுக்கிவைத்து, தனக்கு ஏற்பட்ட அவமானத்தை முழுங்கிக்கொண்டு, அவன் சொன்ன ஷரத்துக்கு ஒத்துக் கொள்ளவேண்டியதானது. அந்தத் திருமண விளைவு மகிழ்ச்சியாக இருக்கவில்லை. அவளுக்குப் பிறந்த குழந்தைகள் எதுவும் சரியில்லை. அதில் பாதி குட்டை வால் காடைகளானால், மற்றவை நெட்டைவால் கௌதாரிகளானார்கள். ஒரு மகன் கியாரவின் ஷரீஃப் தர்க்காவில் நேர்ச்சிக் கடனை சேகரிப்பவனாகவும், மற்றொருவன் அஜதாரி செய்யும் மொகரமில் அழும் வேலையைச் செய்கிறான். இருவரும் சரியாக இல்லை. முன்னேறவில்லை. அவர்களை விடு, இப்போது நம் குடும்பத்திலும் பலர் காடை, கௌதாரிப் பறவைகளாகி விட்டனவே!

நம் வம்சாவளி ஆவணமும் நாசமானது. நம் வம்ச சங்கிலியும் நிரந்தரமாக துருப்பிடித்துவிட்டது. இனிமேல், நம் வம்சம் மற்றதைவிட மாறுபட்டது என்று யார் மதிப்பார்கள்? யாரும் இல்லை விடுங்கள். உண்மை சொல்லவேண்டும் என்றால், மரத்திலிருந்து உதிர்ந்த, இந்தப் பெரிய வம்சத்தார்கள் காற்றுக்கு உதிர்ந்து, சிதறி விழுந்து கடைசியில் மண்தூசியைப்போல

★ *திருமண ஒப்பந்தப் பத்திரம்*

நாமும் ஆகிவிட்டோம். நாம் எல்லோரும், நம் குடும்ப உறுப்பினர்கள் எல்லோரும்.

அன்பானவனே, இந்த உதிர்ந்து காய்ந்துபோன இலைகளைப் பற்றி துயரப்பட இருப்பவன் தற்போது நான் ஒருவன் மட்டுமே. மற்றவர்கள் யாருக்கும் வேண்டாம் - எதுவும் வேண்டாம். அவரவர் சிரமங்களே அவர்களுக்குப் பெரிது. குடும்பத்தைப் பற்றி சிந்திக்க அவர்களுக்கு நேரம் எங்கே இருக்கிறது? அந்தக் காலம் ஒன்றிருந்தது, அந்த செழுமையான நாட்கள். நம் குடும்பம் சீரும் சிறப்புமாக இருந்தது. வளர்ச்சி அடைந்திருந்தது. அங்கங்கே உதிர்ந்துபோன இலைகள் ஒவ்வொன்றையும் கணக்கு வைக்க நமக்கு நேரம் இருந்தது. பொறுமை இருந்தது.

நம் குடும்பத்து ஆவணம் மட்டுமல்ல, உயிரோடிருப்பவரின் வாழ்க்கையின் எல்லா விவரங்களும் நமக்குத் தெரிந்திருந்தது. வெவ்வேறு நாடுகளுக்குப் போய், அங்கே நிலைத்த, நம் குடும்பத்தின் எல்லா உறுப்பினர்களின் பெயர்களையும், விலாசங்களையும் நான் ஒரு புத்தகத்தில் எழுதி பத்திரமாக வைத்திருக்கிறேன். வெறும் விலாசம், பெயர்கள் மட்டுமல்ல. அவர் வாழ்க்கையின் எல்லா விவரங்களும் பதிவாகி இருக்கிறது. அந்த ஆவணத்தை விரைவில் உனக்கு அனுப்பிவைக்கிறேன். அதில் பல மகத்துவமான, யாருக்கும் தெரியாத செய்திகள் இருக்கின்றன.

யாருக்குத் தெரியும் எதிர்காலத்தில் எனக்கு என்ன நடக்கும் என்று? இரவு முழுவதும் வெறும் எண்ணெயை உறிஞ்சிக்கொண்டு, விடியக் காலையில், மங்கலாக எரியும் விளக்கைப்போல நான் இப்போது இருக்கிறேன். தீபஒளி அணையத் தொடங்கி இருக்கிறது. என் கண்கள் மூடிக்கொள்ளத் தவிக்கின்றன. இப்போது நீ மட்டுமே இருப்பது. இந்த கதியற்ற குடும்பத்து புதிய ஒளியாக, இருட்டில் பதறும் நம்மவர்களுக்கு வெளிச்சமாக இருக்க வேண்டியது இப்போது உன் கடமை. அது உண்மை... வெகு தொலைவாக சிதறிப்போன இலைகள் மறுபடியும் மரத்தை வந்து சேர்வதில்லை என்பதை நமக்கு அனுபவம் கற்பித்திருக்கிறது. சிதறிச் சின்னாபின்னமான குடும்பம் திரும்பவும் என்றும் ஒன்று சேராது. ஆனால், அதற்காக நாம் முயன்று பார்ப்பது நம் கடமை. அதனால்,

நம் குடும்பத்து தேசாந்தரிகளுக்கு நீ ஒரு வழிகாட்டியாக இருக்க முயலவேண்டும். யார் வழி தவறிவிட்டார்கள் என்பதைத் தேடு. இப்போது எல்லைகள் திறந்திருக்கின்றன. இப்போது முன்னைப்போல கெடுபிடிகள் இல்லை. தயவுசெய்து, எங்களைப் பார்க்க ஒருமுறையாவது வா. எங்களுக்கு உன் முகத்தைக் காட்டு. எங்கள் முகத்தையும் பார். நீ உன் மனைவியை அழைத்து வரவேண்டும் என்று உன் சின்னம்மா விரும்புகிறாள். பேட்டா, ஆம், தனியாக வரவேண்டாம். நீங்கள் இருவரும் வந்தால், உங்களுடன் உங்கள் பிள்ளைகளும் வருவார்கள் அல்லவா. அவர்களையும் நாங்கள் ஒருமுறையாவது பார்க்க முடியுமே. யார் சிகப்பு, யார் கருப்பு என்று கிண்டல் செய்யலாமே? அப்படியே... இன்னொரு செய்தி, பாகிஸ்தானில் நம் குடும்பத்தைச் சேர்ந்த அதிகப் பேர் வசிக்க வந்திருக்கிறார்கள். நான் அவர்கள் எல்லோர் பெயரையும் நம் குடும்ப வரலாற்றில் எழுதி வைத்திருக்கிறேன் – அதுமட்டுமல்ல, அவர்கள் பிறந்த தேதிகளை குறித்து வைத்திருக்கிறேன். ஆனால், என்ன செய்ய, அவர்கள் எப்படி இருப்பார்கள் என்று குறித்துவைக்க முடியாதே?...

என் புத்தகத்தில் இன்னும் வெற்று இடம் மீதமிருக்கிறது. உன்னால் மட்டும் அதை நிறைவு செய்ய முடியும். அதனால், கடந்த மூன்று அல்லது மூன்றரை ஆண்டுகளில் நம் குடும்ப உறுப்பினர்களில் யார் இறந்துபோனார்கள், யார் யார் பிறந்தார்கள் என்ற விவரங்களை அனுப்பிவை. ஒவ்வொருவருக்கும் தனித் தனியாக எழுத என்னால் முடியாது. தற்போது இங்கே கடிதங்களை யாரும் பரிசோதிப்பதில்லை. சுதந்திரமாக எழுத முடியும். போஸ்ட் கார்டிலும் கூட. ஆனால் இதற்கு முன் டெலக்ராமுக்கு எவ்வளவு கட்டணம் ஆனதோ, இப்போது போஸ்ட் கார்டுக்கும் கூட அதே செலவுதான் ஆகிறது. எல்லாம் விலை உயர்ந்துவிட்டது! சரி, அங்கே கதீஜாவின் கடைசி மகள் தன் கணவனை விவாகரத்து செய்துவிட்டு, குடும்பக் கட்டுபாடு இலாகாவில் வேலைக்குச் சேர்ந்திருக்கிறாளாமே? இது உண்மையா? அவள், தன் சொந்த வாழ்க்கையை நாசமாக்கிக்கொண்டாள். என்ன செய்வது. ஆகட்டும் அது அவளுக்கு விட்டது. ஆனால், மற்றவரின் வாழ்க்கையில் அவள் எதற்கு மூக்கை நுழைக்கவேண்டும்? ஆம், அன்பு மகனே, நம் வம்சம் முழுமையாக நாசமாகிவிட்டது என்பது எனக்கு உறுதியாகிறது. அதை விடு, மற்றவர்கள்

குடும்பக் கதைகள் நம் கதைகளைவிடவும் அசிங்கம் என்று கேள்விப்பட்டிருக்கிறேன். ஆனால், சிலநாட்களுக்கு முன் எனக்கு யாரோ சொன்னார்கள், கராச்சியில் நம்மவன்... அந்த இப்ராகிம் கோதுமை மாவில் கலப்படம் செய்து, நிறையப் பணம் சம்பாதித்து, மற்றொரு அரைமில் திறந்திருக்கிறானாம். இனி, நம் ஃபயாசுத்தீன்... இங்கே கிழிஞ்சலுக்கும் கதி இல்லாமல் இருந்தவன், போதுமான அளவு கருப்புப்பணம் சம்பாதித்து, நிறைய வீடுகளைக் கட்டிக்கொண்டிருக்கிறானாம். அய்யோ..கடவுளே, எப்படிப்பட்ட காலம் வந்துவிட்டது? நாங்கள் இப்படி எல்லாம் நடக்கும் என்று நினைத்ததே இல்லை. ஊகிக்கக்கூடக் கிடையாது. அதுவும் நம் குடும்ப உறுப்பினர்களிடமிருந்து. ஒருவேளை ஜானிசாகேப் உயிரோடு இருந்திருந்தால்... தற்கொலை செய்துகொண்டிருப்பார். இல்லை என்றால், அப்படிப்பட்டவர்களைக் கொன்று போட்டிருப்பார். இப்படி எல்லா வம்சங்களும் பாகிஸ்தானில் தங்கள் தங்கள் பரம்பரையை இழந்துவிட்டனவோ என்னமோ? அது உண்மையாகவும் ஒரு விசித்திரமான, அசாமானியமான நாடாகத்தான் இருக்கவேண்டும்...! நாம் தலைமுறை தலைமுறையாக இந்த 'ஹிந்த்' நிலத்தில் வாழ்ந்தவர்கள். நாங்கள் நல்ல நாட்களையும் பார்த்திருக்கிறோம். கெட்ட நாட்களையும் பார்த்திருக்கிறோம். கடவுள் அருளால், நாம் இங்கே முகலாயர்கள் காலத்தில் ஆட்சியும் புரிந்திருக்கிறோம். ஆங்கிலேயர்கள் காலத்தில் அடிமைகளாகவும் ஆகியிருக்கிறோம். ஆனால், என்றும் நம் வம்சப் பரம்பரை கௌரவத்தையும், அதன் பெருமையையும் கைவிட்டதில்லை. ஆனால், பாகிஸ்தானில், வெறும் கால் நூற்றாண்டில், மக்கள் தங்கள் எல்லா சுயமரியாதைகளையும், தங்கள் வம்ச வரலாற்றையும், பரம்பரையையும் மறந்துவிட்டார்கள் என்று கேட்டு வருத்தமாக இருக்கிறது. இருக்கட்டும் அது அவரவர்களின் கர்மம். அவர்கள் எப்படி வேண்டுமென்றாலும் இருக்கட்டும், மகிழ்ச்சியுடன் இருக்கிறார்கள் என்று நம்புகிறேன்.

உன்னிடம் நான் சொல்லவேண்டியது நிறையவே இருக்கிறது. ஆனால்... எழுதவேண்டியது எத்தனை இருக்கிறது என்றால்... இந்தக் கடிதத்தால் அதை நிறைத்துக்கொள்ள முடியாது. ஆனால் தற்போதைக்கு இது போதும். நீங்கள் எல்லாம் எப்படி இருக்கிறீர்கள், எப்போது இங்கே வருகிறீர்கள் என்பதைத் தெரிவிக்கவும். நான் இப்போது இந்தக்

கடிதத்தை முடிக்கவேண்டும். எனக்கு நமாஜு★க்கான நேரம் நெருங்கிவிட்டது. அதுவும் அல்லாமல், நாளை கோர்ட்டில் விசாரணை இருப்பதால், நான் எல்லா ஆவணங்களையும் ஒழுங்குப்படுத்திக்கொள்ள நேரம் தேவை. இது நாணூற்றி இருபத்தி ஏழு – எத்தனை சொல், நாணூற்றி இருபத்தி ஏழாவது முறை நான் கோர்ட்டுக்கு ஆஜராவது. கடவுள் அருளால் – இன்ஷா அல்லா-அல்-அஜீஸ் இந்த முறையும் அதே எச்சரிக்கையுடன், அக்கறையுடன் ஆவணங்களை எடுத்து வைத்துக் கொள்ளவேண்டும்.

எனக்கு சிலநேரம் தோன்றும், என்னை உயிரோடு இருக்கவைப்பதே இந்த வழக்கு என்று. அதை விட்டால், உன் சித்தப்பாவின் வயதான இந்த உடம்பில் எந்தத் தெம்பும் இல்லை. வாழவேண்டும் என்ற விருப்பமும் கூட. நான் பிறந்ததில் இருந்து இதுவரை அதிகமாகவே வாழ்ந்துவிட்டேன்.

இப்படிக்கு

உன் சோட்டேஅப்பா

தேதி: 28, ரமலான் – உத்- முபாரக் - 1394, ஹிஜரி

குர்பான் அலி

முதாபீக் – 15 அக்டோபர், 1974 ஏ. டி.

- 1978

★ தொழுகை

முழுமையான ஞானம்

மனோகரன் ஒரு பாதையில் நடக்கத் தொடங்கினான். ஆனால், வந்தடைந்ததோ முழுமையாக மற்றொரு பாதையாக இருந்தது. அவன் பிறந்தது பிராமணனாக. ஆனால், அவனுக்கு பால்யத்திலிருந்து படிப்பில் எந்த ஆர்வமும் இருக்கவில்லை. இப்படி, ஊதாரியாக காலத்தைக் கழித்துக்கொண்டிருந்த அவனைப் பார்த்து, இயல்பாகவே மிக சாது மனிதரான அவன் அப்பா, அவனை அழைத்துச் சொன்னார். “மகனே, நாம் பிராமணர்களப்பா, ஞானம் ஒன்றுதான் நம் செல்வம். விவேகம் நம் அணிகலன். ஒரு பிராமணனின் வாழ்க்கையே கல்வி, அறிவுத்தேடல்.”

தன் தந்தையின் இந்த மேன்மையான பேச்சு சூலத்து முனையைப்போல மனோகரனின் மனதைக் குத்திக் கலக்கியது. தன் வாழ்க்கையின் பாதை மாறவேண்டும் என்று முடிவு செய்தான். தன் விளையாட்டு, களியாட்டங்களை எல்லாம் விட்டுவிட்டான். நூல்களில் மூழ்கிப்போனான். வேதங்களைக் கற்றான். புராணங்களைத் திரும்பத் திரும்பப் படித்தான். இராமாயணம், மகாபாரதத்தை மனப்பாடம் செய்தான். மொத்தத்தில் எல்லாப் பெரும் காவியங்களையும் படித்துவிட்டான். புரிந்துகொண்டான். மிகக் குறைந்த காலத்தில் ஞானியானான். அதன் பிறகு தந்தையின் வார்த்தையைப் போலவே நடந்து ‘சாதித்து விட்டேன்’ என்ற பெருமையுடன் அப்பாவைப் பார்க்கப் போனான். அவர் பாதங்களில் நெடுஞ்சான்கிடையாக விழுந்து

வணங்கினான். எழுந்து, அப்பாவின் முன் பணிவாக கைகூப்பி நின்றான்.

மகன் முகத்தைப் பார்த்து அப்பா கேட்டார், “மகனே, என்னென்ன கல்விகளைக் கற்றாய்? எதை எல்லாம் ஆய்வு செய்தாய்?”

மகன் பதிலுரைத்தான், “அப்பா, எதுவெல்லாம் இதுவரை எழுத்தில் எழுதப்பட்டிருக்கிறதோ அதை எல்லாம் படித்து முடித்து விட்டேன்.”

“சரி, ஆனால், எழுதாமல் இருப்பதை, அட்சரங்களால் வடிவமைக்கப் படாததை?”

தந்தையின் இந்தக் கேள்வி மகனை கலவரத்துக்கு உள்ளாக்கியது.

தந்தை புன்னகைத்துக்கொண்டே, மறுபடியும் கேட்டார். “நூல்களில் இருப்பதைவிட அதிக விஷயங்கள் மனிதர்களின் மனதில் புதைந்திருக்கிறது. நூல்களிலிருந்தும் ஞானத்தை பெறலாம். உண்மை. ஆனால், ஒரு குருவிடமிருந்துதான் உண்மையான விவேகத்தைக் கற்கமுடியும்.”

தன் தந்தை இப்படிச் சொன்னதைக் கேட்ட மனோகரன், மறுபடியும் வீட்டை விட்டான். ஒரு உண்மையான ஆசான் கிடைப்பாரா என்று, ஒரு நகரத்திலிருந்து மற்றொரு நகரத்திற்கு தேடிக்கொண்டே அலைந்தான். பல ஞானபண்டிதர்களின், அறிஞர்களின் காலடியில் உட்கார்ந்தான். அவர்களிடம் சரணடைந்தான். பல அறிவு நிறைந்த சொற்பொழிவுகளைக் கேட்டான். ஆனால் எதிலிருந்தும் அவனுக்கு ஞானோதயம் ஏற்படவில்லை. மக்கள் நிறைந்த நகரங்களைத் துறந்தான். காட்டு வழியைப் பிடித்து நடந்தான். வனவாசிகளான சாதுக்கள், துறவிகளின் கால்களை வணங்கி அவர்களுக்கு சேவை செய்தான். ஆனால் எதனாலும் அவனுக்கு நிறைவு ஏற்படவில்லை. மறுபடியும் அடவிப்பாதையில் நடந்தான். அடர்ந்த கானகத்தின் நடுப்பகுதிக்கு வந்தான். வெயில் எரிக்க நடந்தான். கொட்டும் மழையில் நடந்தான். பயங்கரமான புயல் அடித்தபோதும் பயப்படாமல் நடந்தான். குளிரால் உடல் குடைந்தபோதும் நடந்தான். முன்னே முன்னே நடந்தான். வனத்துக்கு உள்ளே உள்ளே நடந்தான். முட்கள் குத்திய கால்கள்

இரத்தம் சிந்தினாலும் நடந்தான். பசி 'வயிற்றைக் கிள்ளினாலும் கண்டுகொள்ளாமல் நடந்தான். தன் உதடு, தொண்டை தாகத்தால் வறண்டுபோனாலும் நடந்தான்.

எதற்கும் கவலைப்படாமல், தன் தேகத்தைக் கவனிக்காமல் நடையைத் தொடர்ந்தான். உடலை வென்றிருந்தான் என்பது உண்மை, ஆனால் அவன் ஆன்மா மட்டும் அமைதி இழந்திருந்தது.

இப்படி எத்தனை யுகங்கள் காலங்கள் நடந்தானோ, கடைசியாக ஒரு பெரிய அரசமரத்துக் கீழே இருந்த கிணறருகே வந்து சேர்ந்தான். பார்த்தான், அந்தக் கிணற்றிலிருந்து ஒரு அழகான பெண், தண்ணீர் இறைத்துக்கொண்டிருந்தாள். அரசமர நிழலின் குளிர்ச்சி, குளிர்ந்த கிணறு, தண்ணீர் இறைக்கும் அழகான பெண்... பார்த்தவுடன், அவனுக்கு தாகம் எடுத்தது. தன் உடல் தண்ணீரை வேண்டுகிறது என்று மனோகரனுக்கு அறிவானது. தாகத்தால் துவண்டு கிணற்றுச் சுவருக்கு அருகே உட்கார்ந்தான்.

அவனைப் பார்த்த அந்த அழகான பெண், "ஓ, அறிமுகமில்லாதவனே, நீ யார்? இங்கே எதற்காக வந்தாய்?" என்று கேட்டாள்.

"ஓ, பெண்ணே... நான் வெகு தொலைவிலிருந்து நடந்து வந்திருக்கிறேன். எனக்கு தாகமாக இருக்கிறது."

"அதற்கென்ன... வா நான் உனக்குக் குடிக்கத் தண்ணீர் தருகிறேன்."

பெண், மனோகரனின் கைகளுக்குள் குளிர்ந்த தண்ணீரை ஊற்றினாள். அப்படித் தண்ணீர் ஊற்றத் தொடங்கியவள், ஊற்றுவதை நிறுத்த மறந்துபோனாள். அவள் பார்வை அவன் மீது பதிந்திருந்தது.

"போதும்... பெண்ணே."

அந்தக் குரலைக் கேட்ட பிறகுதான் அவளுக்குத் தெரிந்தது, அவன் தாகம் தணிந்துவிட்டது என்று. ஆனாலும், அவள் தண்ணீரை ஊற்றிக்கொண்டே இருந்தாள். தண்ணீர் ஊற்றுவதை நிறுத்தியவள், தன் குடத்தை அருகில் வைத்தாள்.

தன் முகம், கைகால்களைக் அலம்பிக்கொண்ட மனோகரனுக்கு புதிய உற்சாகம் வந்தது. எழுந்து நின்று புறப்படத் தயாரானான்.

“நீ புறப்பட்டுவிட்டாயா...?”

“ஆம்...”

“ஆகட்டும்... அப்படி என்றால் புறப்படு.” நிறைவற்ற குரலில் அவள் முணுமுணுத்தாள்.

அவன் தன் பார்வையிலிருந்து மறையும்வரை அவனையே பார்த்துக் கொண்டிருந்தாள் அந்தப் பெண். ஆனால், ஒருமுறை கூட, மனோகரன் திரும்பி அவளைப் பார்க்கவில்லை. அவன் தன்னுடைய கவலையில் தொலைந்திருந்தான். அவன் ஆன்மாவின் தேடல் அழியவில்லை. புறவு அவனைக் கைவீசி அழைத்தது.

தன் கவலையிலேயே மூழ்கி இருந்த மனோகரன், மற்றொரு அடர்த்தியான காட்டுக்குக்குள் நுழைந்தான். அங்கும் இங்கும் திரிந்து, கடைசியாக ஆரண்யத்தின் மையப் பகுதிக்குள் நுழைந்தான். அங்கே ஒரு அரசமரத்திற்குக் கீழே ஒரு கிழவர் தவம் செய்துகொண்டிருந்தார். அவர் தோல் முழுதுமாக வறண்டு, எலும்புகள் மட்டுமே ஒட்டிக்கொண்டிருந்தன. அவர் விலா எலும்புகளை எண்ணிவிடலாம். அவர் வெள்ளைத் தலை முடி நீண்டு பரவி இருந்தது. அவருடைய அடர்ந்த தாடியில் சடைவிழுந்திருந்தது. அவர் கண்கள் மூடியிருந்தன. மனோகரன் நினைத்துக்கொண்டான், தனக்கு உண்மையாகவும் ஒரு துறவி குருவாகக் கிடைத்திருக்கிறார். இயல்பான உற்சாகத்துடன் அவர் காலடியில் அமர்ந்தான். அந்த அறிமுகம் இல்லாதவனைப் பார்த்ததும், அந்தத் துறவியின் தலையை தங்கள் கூடுகளாக்கி வசித்துவந்த பறவைகள் சினத்தால் கத்தின. தங்கள் சிறகுகளை அடித்துக்கொண்டு எழும்பி பறந்துபோயின.

அந்தத் துறவி வேறு யாருமல்ல, உலகிற்குத் தெரிந்திருந்த, உலகமே மதிக்கும் சம்பூர்ணா நந்தாஜீ. சம்பூர்ணா நந்தாஜீ தன் கண்களை மெல்லத் திறந்தார். தன் தவத்தைக் கலைத்த மனோகரனை ஒருமுறை முறைத்துப் பார்த்தார். ஆனால், சில நொடியில் வாய் திறந்து, “மகனே, எதற்காக இங்கே வந்திருக்கிறாய்?”

"பிரபு, நான் உங்களிடம் ஒரு கேள்வியைக் கேட்க வந்திருக்கிறேன்."

"என்ன?"

"ஞானம்... ஞானம்... வேண்டும் எனக்கு."

"மூர்க்கனே... நீ உன் ஆழ்மனத்தில் உனக்குள்ளேயே அமைதியை அடைந்தால் மட்டுமே உனக்கு ஞானம் கிட்டும்."

"அப்படி என்றால், என்னை என்னுடன் அமைதியாக இருக்க உதவி செய்யவும்."

"சாந்தி...! நீ உன்னுடன் சாந்தியாக இருக்க உனக்கு வேறு யாரும் உதவ மாட்டார்கள். அமைதி நமக்குள்ளேயே ஊற்றுவது. துளிர்விட்டு வளர்வது. போ... அங்கே உட்கார்ந்துகொண்டு தியானம் செய்."

சூரிய வெப்பத்தில் நடந்து களைப்படைந்த மனோகரனுக்கு இந்த வார்த்தைகளால் உடனே தன் எல்லா வலுவும் மீண்டது போலத்தெரிந்தது. அவன் இதயம் மூச்சுவிட்டது. 'இப்போது உனக்கு உண்மையான குரு கிடைத்திருக்கிறார். கண்டிப்பாக உனக்கு ஞானம் கிடைக்கும்."

அவன் மறுபடியும் அரசமரத்தை நோக்கி நடந்தான். அதன் கீழே அமர்ந்தான். ஒருமுனைப்புடன் தியானம் செய்யத் தொடங்கினான். தன் மூச்சைக் கட்டுப்பாட்டில் வைத்துக்கொண்டான். கண்களை மூடிக்கொண்டான். ஆடை மீது தூசி படர்ந்திருந்தால் அதை உதறித் துடைத்துக் கொள்வதுபோல, தன் மனதிற்குள் பாய்ந்துவரும் எல்லா உலக சிந்தனைகளையும் ஒன்றுசேர்த்து வெளியே தள்ளினான். அவன் கற்பனைப் படலம் விரியத் தொடங்கியது. அதன் மீது ஒரு வடிவம் தோன்றியது. அதே வடிவம். அவன் தாகமாக இருந்தபோது, தண்ணீர் பருகக் கொடுத்த பெண் வடிவம். அவன் எண்ணம் கலங்கியது. மறுபடி மனதை பிடியில் வைத்துக்கொள்ள முயன்றான். ஆனால், அவளுடைய அழகான சித்திரம் மறைய ஒத்துக்கொள்ளவே இல்லை. அந்த ஓவியம் அவன் ஆன்மாவின் இணைபிரியாத பகுதியாகவே ஆனது.

அப்படியே... அதே நிலையில் ஒரு ஆண்டு கடந்துபோனது. மற்றொரு ஆண்டு உருண்டது. வருடங்களுக்குப் பின்னால் மற்றொன்று, அதைத் தொடர்ந்து இன்னும் ஒன்று. மனோகரனின் மனதிற்கு அமைதியே கிடைக்கவில்லை. அது எப்போதும் கலங்கியே இருந்தது. அவன் ஆன்மா என்றென்றும் நிம்மதி இல்லாத கூடாகவே இருந்தது.

சம்பூர்ணா நந்தாஜீ வெகு காலங்களுக்குப் பிறகு தன் கண்களைத் திறந்தார். மனோகரனைப் பார்த்தார். "குழந்தாய், எப்படி இருக்கிறாய் நீ?" கேட்டார்.

மனோகரன் தன் இரு கரங்களையும் கூப்பி, ஆசானை, வணங்கினான். தன் மனதைத் திறந்து வைத்தான். "என் மனம் அமைதி இழந்திருக்கிறது. என் ஆன்மா வலியால் துடிக்கிறது."

'எதற்காக?"

"காமம்."

"காமத்தை அழி."

"இல்லை, என்னால் முடியாது, அது என்னைக் கொல்லுகிறது."

"அது எப்படி உன்னைக் கொல்லும்?"

"நான் என் கண்களை மூடி மனதைத் தவத்தில் மையப்படுத்தத் தொடங்கும் போதெல்லாம், என் மனப் படலத்தில் ஒரு பெண்ணின் வடிவம் மூண்டு வருகிறது...'வா.. என் அருகே வா...' என்று என்னைக் கைவீசி அழைக்கிறது."

"நினைவிருக்கட்டும்... நீ அவள் அருகே சென்றால் நாசமாகி விடுவாய்"

"எப்படி?"

"அரசன் ஹரிசரணன் அழிந்ததுபோல அவனும் ஒரு பெண்ணைப் பார்த்து, அவளால் கவரப்பட்டு மெய்மறந்து போனான்."

"குருஜீ , அரசன் ஹரிசரணன் எப்படி பெண்ணால் கவரப்பட்டு, அழிந்துபோனான்?"

“அப்படி என்றால் கேள்... மன்னன் ஹரிசரணன் எப்படி ஒரு பெண்ணின் நிழலடியில் விழுந்தான் – எப்படி அந்தப் பெண் அவனை முழுமையாக நாசமாக்கினாள் என்ற கதையைச் சொல்கிறேன் கேள்.”

சூரிய ஒளியில் ஒரு சிறிய நிழல்

ஒரு காலத்தில் ஹரிசரணன் என்ற அரசன் இருந்தான். அவன் நாடு அமைதியாகவும், செழிப்புடனும் இருந்தது. தங்க நதிகள் அங்கே ஓடின. ஆண்களும், பெண்களும் மகிழ்ச்சியாக வாழ்க்கையை வாழ்ந்தார்கள். மக்களுக்கு தங்கள் மன்னன் என்றால் அதிக அன்பு. மிகவும் விரும்பினார்கள். அரசனுக்கு தன் அரசி என்றால் அதி விருப்பம். மிகவும் அன்பு. ராஜா ஹரிசரணுக்கு அவள் மீது அளவு கடந்த காதல். அவன் என்றும் மற்றொரு பெண்ணை தீய நோக்கத்துடன் பார்த்தவன் அல்ல.

இப்படி இருக்க, ஒருநாள், அந்த அரசன் தன் குதிரையில் ஏறி வேட்டைக்குப் போனான். காட்டுக்குள் போனதும் அங்கே ஒரு அழகான மான் அவன் கண்ணுக்கு விழவேண்டுமா? அது ஒரு மாயமான். தன் வில்லை ஏந்தினான். அம்பைத் தொடுத்தான். ஓடிக்கொண்டிருந்த மானுக்குப் பின்னால் வேகமாகச் சென்றான். ஆனால் அந்த மான் உடனே மாயமாகவேண்டுமா? மன்னன், அந்த மானை துரத்திக்கொண்டு வெகு தொலைவு வந்தான். ஆனாலும் மானைத் தேடும் முயற்சியைக் கைவிடவில்லை. பல காலம் மானைத் தேடிக்கொண்டே அலைந்தான். அப்போது, தொலைவில் மரங்களுக்குப் பின்னால், ஒரு நிழல் உருவம் நடப்பதுபோலத் தெரிந்தது. அரசன், ‘ஆம், அந்த மான்தான் நடக்கிறது’ என்று நினைத்தான். உடனே மீளக் குதிரை ஏறிப் பறந்தான். ஆனால், அவன் அந்த மரங்களை நெருங்கியபோது, அவனுக்கு அந்த அடர்ந்த பசுமை மறைவில் தெரிந்தது ஒரு அழகான பெண். அரசன் அவளைப் பார்த்ததும், தன் நிலையை இழந்தான். அவள் மீது மோகம் கொண்டான். தான் நின்ற இடத்திலேயே கல்லைப்போல அசையாமல் கண் சிமிட்டாமல் அவளையே பார்த்துக்கொண்டு நின்றான். அவர்களைப் பார்ப்பவர்கள் அங்கே யாரும் இல்லை. கற்சிலைபோலக் கண்டான்.

தன்னையே கண்சிமிட்டாமல் பார்த்துக்கொண்டிருந்த அரசனைப் பார்த்து அந்தப் பெண் “என்னை எதற்கு அப்படிப்

பார்க்கிறீர்கள்? உங்களுக்கு என்ன வேண்டும்?" என்று கேட்டாள்.

அரசன் பதிலளித்தான், "நான் சூரிய ஒளியின் வெப்பத்தில் வெகு தொலைவைக் கடந்துவிட்டேன். எனக்கு மிகவும் களைப்பாக இருக்கிறது."

"உங்களுக்கு என்ன வேண்டும்?"

"கொஞ்சம் நிழல்."

அவள் சிரித்தாள். பிறகு கேட்டாள் "அப்படி என்றால், நீ ஏன் உன் குதிரையிலிருந்து இறங்கி வரக்கூடாது? வந்து ஏன் இந்த நிழலில் படுக்கக்கூடாது?"

மன்னன் உடனே குதிரையிலிருந்து தரைக்குக் குதித்தான். மர நிழலில் அயர்ந்து படுத்தான். சூரியன் மறைந்தது. இரவு மெல்ல பூமி மீது முந்தானை போர்த்தியது. கருப்பு மேகங்கள் வான் முழுதும் பரவியது. அப்போது அந்தப் பெண் அவன் மீது தன் மோக வலையை வீசினாள். அரசன் தன் எல்லா அறிவையும் இழந்தான். அவள் மீது காமத்தால் குருடானான். அவளைத் தவிர வேறு எதைப் பற்றியும் சிந்திக்கும் வலுவை இழந்தான். சூரியன் எப்போது மறைந்தான், இரவு எப்போது வளர்ந்தது என்பதை மறந்தான்.

மறுநாள் காலை சூரியன் அரசனின் உடம்பைத் தன் கிரணங்களால் குத்தியபோது அரசனுக்கு விழிப்பு வந்தது. அதிர்ச்சியுடன் எழுந்தான். கண்ணைத் தேய்த்துவிட்டுப் பார்த்தான். ஆனால், எங்கேயும் எந்தப் பெண்ணும் காணவில்லை. மற்றொரு முறை அந்தத் திசை எல்லாம் தேடினான். வனத்து நீளஅகலத்தை எல்லாம் அலைந்தான். ஒரு முறை இந்தத் திசையிலும். மற்றொரு முறை அந்தத் திசையிலும் தேடினான். எங்கேயும் அவள் அவனுக்குத் தென்படவில்லை. அவள் மோகத்தால் களங்கமுற்றான். தன் வீடு, தன் நாடு எல்லாம் மறந்தான். மன நிம்மதியை இழந்தான். தூக்கத்தைத் தொலைத்தான். காடு முழுவதும் கண்மண் தெரியாமல் அலைந்தான். அவளைக் உரக்கக்கூவி அழைத்தான். "எங்கே இருக்கிறாய் என் இனிய நிழலே? நான்

உனக்காக சூரிய வெப்பத்தில் அலைகிறேன்" என்று கத்திக் கூவி அழுதுகொண்டே திரிந்தான்.

ஆசான் சொன்ன கதையை மனோகரன் மந்திரத்துக்குக் கட்டுப்பட்டவனைப்போலக் கேட்டான். கேட்ட பிறகு வெகு நேரம் மௌனமாக அமர்ந்திருந்தான். அந்தக் கதை வழியாக குருஜி முன்வைத்த பிரச்சினையை புரிந்துகொள்ள முயன்றான். ஆனால் அவனுக்கு எதுவும் புரியவில்லை. கடைசியாகக் கேட்டான் "குருஜி, இந்தக் கதை எனக்குப் புரியவே இல்லை. இந்தக் கதையைக் கேட்ட பிறகு என் மனம் மேலும் அமைதி இழந்துவிட்டது." சம்பூர்ணா நந்தாஜீ மறுபடியும் பேசினார்.

"குழந்தாய், இந்தக் கதையின் இரகசியம் உனக்குப் புரியாவிட்டால் நான் உனக்கு மீள விவரிக்கிறேன். 'ஒரு குரு இப்படிச் செய்யாதே என்று எச்சரித்திருந்தார். அதையே செய்த மாணவனின் கதை தெரியுமா உனக்கு?"

"இல்லை ஆசானே, எதைச் செய்யக்கூடாது என்று அந்த குரு தடை செய்திருந்தார்? அந்த மாணவன் என்ன செய்தான்?"

சம்பூர்ணா நந்தாஜீ பதில் சொன்னார்.

"நீ அந்தக் கதையைக் கேட்டதில்லையா, அப்படி என்றால் அதைக் கேள், சொல்கிறேன்."

இப்படி அவர் ஒரு மாணவனின், அவனுடைய பண்டித குருவின் கதையைச் சொல்லத் தொடங்கினார்.

பண்டித குருவும் – அவர் மாணவனும்

ஒரு மாணவன், ஞானியும், அறிஞரும் ஆன குருவிடம் சென்றான். "ஓ.. ஞானியே எனக்கு கல்வி கற்றுக் கொடுங்கள்."

அந்த அறிஞர் சொன்னார்: "மகனே, நான் உனக்குக் கற்றுத்தர முடியும். அதற்கு ஒரு நிபந்தனை இருக்கிறது. அது என்னவென்றால், நீ எந்தப் பெண்ணுடனும் பேசக்கூடாது."

மாணவன் வியப்படைந்தான். 'என்ன நிபந்தனை இது?' கேட்டான். "ஞானியே, ஒருவேளை நான் பெண்ணிடம் பேசினால் என்னவாகும்?"

அறிஞரான அந்த பண்டிதர் சொன்னார், "நீ பெண்ணுடன் பேசினால், அவள் உன்னைப் பார்த்து புன்னகை புரிவாள்."

"அவள் என்னைப் பார்த்து புன்சிரிப்புச் சிரித்தால் என்னவாகும்?"

"நீ அவளைப் பார்த்துப் பதிலுக்குப் புன்னகை செய்வாய்."

"நான் அவளைப் பார்த்து பதிலுக்குப் புன்சிரித்தால் என்னவாகும்?"

"அவள் உன்னைத் தீட்சண்யமான காமக் கண்களுடன் பார்ப்பாள். அப்போது நீ அவளால் கவரப்படுவாய்."

"அவள் என்னை தீட்சண்யமான காமக் கண்களுடன் பார்த்து, நான் அவளால் கவரப்பட்டால் என்னவாகும்?"

"நீ அவள் பின்னால் ஓடிப்போவாய்."

"நான் எப்படி அவள் பின்னால் ஓடமுடியும். ஓ அறிஞரே தெளிவாகச் சொல்லுங்கள்."

"அது உஷைக்குப் பின்னால் பிராஜபதி ஓடிப்போனது போல."

"பிராஜபதி, உஷைக்குப் பின்னால் எதற்காக ஓடிப் போனான்?"

"பிராஜபதி, தீவிரமாகக் காமக் கண்களுடன் அவளையே பார்த்துக்கொண்டு, அவள் பின்னால் போனான். இதைப் பார்த்து அவள் மானாக மாறினாள். பிராஜபதி தானும் மானாகி அவள் பின்னால் ஓடினான். அவளைப் பிடித்துக்கொண்டான். அவளுடன் இணைந்தான். பிறகு அவள் மயிலாக உடம்பை மாற்றிக்கொண்டாள்.

அவனும் மயிலாகி, அவள் பின்னால் பறந்துகொண்டே போனான். அவளைப் பிடித்துக் கொண்டான். அவளுடன் சேர்ந்தான். பிறகு அவள் ஒரு பசுவாக மாறினாள். பிராஜபதி காளை வடிவம் எடுத்தான். அவள் பின்னால் ஓடினான். அவளைப் பிடித்துக்கொண்டான். அவள் கைக்குக் கிடைத்ததும் அவளைத் தரையில் தள்ளிவிட்டான். அவள் உடலுடன் ஒன்றானான். உஷை நூறு மாறுபட்ட உடல்களையும் மாறுபட்ட வடிவங்களையும் பெற்றாள். பிராஜபதியும் அத்தனை

தேகங்களையும், வடிவங்களையும் அடைந்தான். நூறு முறையும் அந்த வேறுபட்ட தேகங்களுடன் அவள் உடலுடன் சேர்ந்தான்.”

மாணவன் அந்தக் கதையைக் கேட்டபின், வெகு நேரம் அந்தக் கதையிலேயே மூழ்கிப்போனான். சிந்தனையில் ஆழ்ந்தான். அந்த ஞானி சொன்ன கதையின் புதிர் அவனுக்குப் புரியவே இல்லை. இப்படி எப்படி நடக்கும் என்று விளங்கவும் இல்லை.

ஆனால், அந்த மாணவன் வசித்துவந்த வீட்டுக்கு அருகிலேயே ஒரு பெண் வசித்துவந்தாள். அவள் பெயர் சரஸ்வதி. மாணவன் அவள் பக்கம் தன் கவனத்தைத் திருப்பவே இல்லை. ஆனால், அன்று அவளைப் பார்த்தான். அவளிடமிருந்து தன் கண்ணை அகற்றவே முடியவில்லை.

மாணவன் தனக்குத்தானே சொல்லிக்கொண்டான், ‘நான் அவளிடம் பேசுகிறேன். என்ன நடக்குமோ பார்க்கலாம்.’

அவன் அவளை பேச்சுக்கு இழுத்தான். அவள் பேசாமல் அவனைப் பார்த்து புன்னகைத்தாள். இவனும் பதிலுக்குச் சிரித்தான். இவன் புன்னகைப்பதைப் பார்த்து அவள் வெட்கத்தால் தன் முகத்தைத் தன் கைகளால் மூடிக்கொண்டாள். பிறகு மெல்ல முகத்தைத் தூக்கி அவனைக் கூர்ந்து பார்த்தாள்.

அவள் கண்கள் தீவிரமாக காமத்தைப் பொழிந்தன. அவள் தன்னை அப்படித் தீராக் காமக் கண்களுடன் பார்ப்பதைக் கண்டான். அவனும் தீவிரமாக மோகத்திற்கு ஆளானான். காட்டில் காய்ந்த இலைகள் மீது காற்றுவீசி மெல்லச் சத்தம் எழும்போது மான்கள் அதிர்ச்சி அடைவதைப்போல, அவன் கண்களில் பொங்கிய காமத்தைக் கண்டு அவள் அஞ்சினாள். உடனே எழுந்து ஓடத் தொடங்கினாள். வியப்பால், அவள் எழுந்து ஓடத் தொடங்கியதும், காமத்தால் உத்வேகம் கொண்ட அவன் அவள் பின்னால் ஓடத் தொடங்கினான்.

மறுநாள் அந்த ஞானியான குரு, தன் மாணவனுக்காகக் காத்திருந்தார். ஆனால், அந்த மாணவன் வரவே இல்லை. ஏனென்றால், அவன் சரஸ்வதியைத் தொடர்ந்து கொண்டிருந்தான்.

சரஸ்வதி பல வடிவங்களாகவும், உருவங்களாகவும் மாறினாள். ஆனால். அந்த மாணவன் அவளுக்குச் சளைத்தவனாக

இருக்கவில்லை. அவள் எந்த எந்த உருவங்களை, எந்த எந்த வடிவங்களை எடுத்தாளோ, மாறினாளோ இவனும் அதே உருவங்களுக்கும் வடிவங்களுக்கும் மாறினான். அவள் மானானால் இவனும் மானானான். அவள் மயிலானால் இவனும் மயிலாக மாறினான்."

இந்தக் கதையைக் கேட்ட, மனோகரன் மறுபடியும் குழப்பத்திற்கு உள்ளானான். வெகு நேரம் இந்தக் கதையை புரிந்துகொள்ள மௌனமாகவே அமர்ந்திருந்தான். பிறகு கேட்டான், "குரூஜீ, எனக்கு ஒன்றும் விளங்கவில்லை. என் ஆன்மா மேலும் நிம்மதியை இழந்துவிட்டது."

கருணைக் குரலுடன் குரூஜி சொன்னார், "ஆகட்டும் குழந்தாய், நான் உனக்கு மற்றொரு முறை புரியவைக்க முயற்சி செய்கிறேன். விசுவாமித்திர முனிவரின் தவம் எப்படி பங்கப்படுத்தப்பட்டது என்ற கதை நீ கேட்டிருக்கலாம் அல்லவா?"

மனோகரன் பதில் சொன்னான், இல்லை குரூஜி... தயவு செய்து அந்தக் கதையைச் சொல்லுங்கள்."

"ஆகட்டும். அப்படியே ஆகட்டும். உனக்குத் தெரியாவிட்டால் அந்தக் கதையைச் சொல்கிறேன். கேள்."

சம்பூர்ணா நந்தாஜி மனோகரனுக்காக, விசுவாமித்திரத் துறவியின் தவம் நாசமான கதையைப் பற்றி சொல்லத் தொடங்கினார்.

விசுவாமித்திரர் தவம் நாசமானது

அது ஒரு காலம். விசுவாமித்திரர் மிகத் தீவிரமாகத் தவம் செய்து கொண்டிருந்தார். தேவர்களுக்கெல்லாம் நடுக்கம் உண்டானது. ஒருவேளை இத்தனைத் தீவிரத்துடன் இப்படித் தவம் செய்வதை விசுவாமித்திரர் தொடர்ந்தால், அவரும் தமக்குச் சமனான, சரிசமானமான தேவனாகி விடுவார் என்ற பயம் வாட்டியது. எல்லா தேவர்களும் ஒன்று சேர்ந்து ஒரு அவசரக் கூட்டம் கூடினார்கள். எப்படி இந்த விசுவாமித்திரன் தேவனாவதைத் தடுப்பது என்று தங்களுக்குள்ளேயே சர்ச்சைகள் செய்தனர். தீர்க்கமான பேச்சுக்களுக்குப் பிறகு, ஒரு தேவன், ஒரு அழகான பெண் ஒருத்தியால் மட்டுமே விசுவாமித்திரரின் தவத்திற்கு பங்கம் ஏற்படுத்த முடியும் என்று பரிந்துரை செய்தார்.

“ஒரு பெண்ணா? அது எப்படி?”, மற்ற தேவர்களின் ஆர்வமும் கேள்வியுமாக இருந்தது.

“நண்பர்களே, மனிதனுக்கு இருக்கும் ஒரே ஒரு பலவீனம் என்னவென்றால், அது பெண். ஒரு பெண்ணிடம் இரும்பைப்போல உறுதியான ஆணும் மெழுகைப்போலக் கரைந்துவிடுவான்.”

தேவர்களுக்கு அந்த பேச்சின் சூட்சுமம் புரிந்தது.

மேனகை என்ற அப்சரஸ் இடம் போனார்கள். பூலோகம் சென்று விசுவாமித்திரரை மோகவலையில் சிக்கவைத்து, அவர் தவத்தை நாசப்படுத்த வேண்டும் என்று வேண்டினார்கள்.

சரி, இத்தனை தேவர்கள் வந்து என்னைப்போன்ற ஒரு பெண்ணிடம் வேண்டிக்கொள்கிறார்கள், - மேனகை சம்மதித்தாள். தேவலோகத்திலிருந்து பூமிக்கு இறங்கி வந்தாள். நேரத்தை வீணடிக்காமல், நேராக விசுவாமித்திரர் தவம் செய்யும் வனத்திற்குச் சென்றாள். தியானத்திலிருந்த அவரிடம் நெருங்க வெட்கத்துடன் அடி எடுத்து வைத்தாள். இனிமையாகப் பாடினாள். மெல்ல அவரை ஸ்பரிசித்து, மெய்யை மெல்லத் தடவினாள். விசுவாமித்திரர் மெல்லக் கண்ணைத் திறந்தார். முன்னால் ஒரு பெரும் அழகுக் குவியல். மோகமான பெண். மேனகை நெளிந்து, ஒய்யாரமாக் தன் தேகத்து வளைவு சுளிவுகளை அவர் முன்னால் திறந்து வைத்தாள். இதுவரை தவத்திலேயே நிலையாக இருந்த விசுவாமித்திரரின் மனோதிடம் சஞ்சலமடைந்தது. வெகுகாலமாக அவர் அழுத்திவைத்திருந்த காமங்கள் உத்வேகம் பெற்றது. தான் எடுத்துக்கொண்ட துறவி விரதத்தை மறந்தே விட்டார். கிளர்ச்சிகொண்ட அவர் மனம் கலங்கி ஊசலாடியது. மேனகையிடம் சொன்னார், “ஓ.. பெண்ணே, உன் உப்பிய மார்பு குதிப்பது என் இதயத்தை சிதறடித்து விட்டது. வா- ஒன்றாக இணைந்துவிடலாம்.”

மேனகை கோபமடைந்தவளைப்போல நடித்தாள்.

“என்ன சொல்கிறீர் முனிவரே? இங்கே மறைவிடமும் இல்லை, தடுப்பும் கிடையாது. வானில் இருக்கும் தேவர்களும், பூமியின் உயிரினங்களும் நம் புணர்ச்சியைப் பார்க்காமல் இருக்குமா?”

“ஓ.. அழகான பெண்ணே? அதைப் பற்றிக் கவலைப்படாதே. நான் இப்போதே என் தவ வலிமையால் தலைமீது ஒரு கூரையை நிறுவுகிறேன்.” விசுவாமித்திரர் தன் விரலை மேலே தூக்கினார். ஆகாயத்தில் மிதந்துகொண்டிருந்த மோடங்களுக்கு சங்கேத மொழியால் கட்டளையிட்டார். அது வானை முழுதும் மூடிவிட்டதால், கீழே நடப்பதை எல்லாம் தேவர்களிடமிருந்து மூடி மறைத்தது. மீள கட்டளையிட்டார். சில மோடங்கள் அவர்களைச் சுற்றி வளைத்து ஒரு சுவரை நிறுவின. விசுவாமித்திரர் தன் உடலை மேனகையின் உடலுடன் இணைத்தார்.

அதனால் ஏற்பட்டது தீராத விளைவு. விசுவாமித்திரரின் நீண்ட கால முயற்சி வீணாகிவிட்டது. அவர் தவம் நாசமானது. தனக்கு விரைவில் கிடைக்க இருந்த முழுமையான தெய்வீக ஆற்றலை இழந்துவிட்டார்.

மனோகரனுக்கு இந்தக் கதையைச் சொன்ன பிறகு சம்பூர்ணா நந்தாஜீ மௌனமானார். இப்போதாவது மனோகரனுக்கு ஞானத்தின் நுணுக்கங்கள் புரிந்திருக்கும் என்று நினைத்தார். ஆனால், மனோகரன், எந்த எதிர்வினையும் காட்டாமல், நீண்ட காலம் ஏதோ சிந்தனையில் மூழ்கிவிட்டான். கடைசியாக வாய்திறந்து; “குரூஜி எனக்கு ஒன்றும் புரியவில்லை. என் ஆன்மா இந்தக் கதையைக் கேட்டு மேலும் அமைதியை இழந்துவிட்டது.”

இப்போது குரூஜி தன் பொறுமையை இழந்துவிட்டார். ‘மூர்க்கனே உனக்குப் பல கதைகளை எடுத்துக்காட்டி உன்னைத் தெளிவுபடுத்த முயன்றேன். உனக்கு ஒன்றும் புரியவில்லை. ஏனென்றால், உன் மனம் காதல், காமத்தால் களங்கமடைந்திருக்கிறது. உனக்குப் புரியாவிட்டால் என்னை விட்டுவிடு. அந்தப் பெண்ணிடம் போ. அவள் உனக்குப் புரியவைப்பாள்.”

இது குருவின் கட்டளை என்று கொண்ட மனோகரன், வில்லிலிருந்து விலகிப் பாய்ந்துவரும் அம்பின் வேகத்தில் ஆரண்யத்தை விட்டு ஓடிவந்தான். நாட்கணக்காக நடந்த பாதையை சில மணிகளிலேயே நடந்து முடித்தான். சில மணிகள் கடந்த பாதையை சில நொடிகளில் கடந்தான்.

நேராக கிணறுக்கு அருகே வந்தான். அந்தப் பெண் கிணற்றுச் சுவர் மீது சாய்ந்து உட்கார்ந்திருந்தாள். யாருடைய வரவையோ ஆவலுடன் எதிர்பார்ப்பதைப்போல, அந்தப் பெண் உட்கார்ந்திருந்தாள். மனோகரனைப் பார்த்ததும், அவள் முகம் ஒளிரியது. மகிழ்ச்சியுடன் சொன்னாள், "முடிவில் திரும்பி வந்தாய்."

"ஆம், அழகியே ... திரும்பி வந்துவிட்டேன்."

"எதற்காக?"

"எனக்குத் தாகமாக இருந்தது. அதனால் திரும்பிவிட முடிவு செய்தேன்."

அவன் அவள் அருகிலேயே அமர்ந்தான். அவளையே தாகக் கண்களுடன் பார்த்தான். வேண்டினான்.

"ஓ.. இனிய நீரின் நதியே எனக்குத் தாகமாக இருக்கிறது."

அந்தப் பெண், ஆர்ப்பரிக்கும் வெள்ளம் நிறைந்த நதியைப்போல எழுந்தாள். மகாநதி கங்கையில் மிதந்துபோனதுபோல எண்ணம் எழுந்தது. சூரியன் மறைந்தான்; இரவு படர்ந்தது. பிறகு விடிந்தது. மீள இரவு சூழ்ந்தது. இப்படி சூரியன் ஆயிரம் முறை உதயமாகி, மூழ்கினான். சில நேரம் அடர்ந்த இருட்டு இரவை சூழ்ந்தால், சில இரவுகளை நிலவு ஒளிரச் செய்தது. கோடைகள் கழிந்தன. குளிர் காலம் கடந்துபோனது. நாட்கள் உருண்டன. காலம் வேகவேகமாகப் பறந்துபோனது.

ஒருநாள் மனோகரனின் பிரக்ஞை நடுங்கியது. குத்தியது. தூக்கத்திலிருந்து எழுந்தவனைப்போல சுற்றிலும் பார்த்தான். தன் தந்தை தனக்குச் சொன்ன வார்த்தை நினைவிற்கு வந்தது. காதுகளில் கார்வையாக ஒலித்தது. மனோகரன் தனக்குத் தானே சொல்லிக்கொண்டான், "நான் ஒரு பாதையில் நடந்தேன் ஆனால் வேறொரு வழியில் நடந்துவிட்டேன்."

தன்னிரக்கமும் துயரமும் அவனை வாட்டியது. அந்தப் பெண்ணைத் துறந்தான். காட்டுத் திசையில் மீள நடந்தான். பாரமான கால்களை எடுத்து வைத்தான்.

தன்பாட்டிற்குத் தான் தவம் செய்துகொண்டு, அதே இடத்தில் அதே மரத்திற்குக் கீழே சம்பூர்ணா நந்தாஜீ அமர்ந்திருந்தார். ஆனால் அவர் முகத்தில் முதலில் பார்த்த அமைதி தெரியவில்லை. அவர் மனம் நிம்மதி இழந்திருந்தது. அவர் மனதில் நடக்கும் போராட்டம் அவர் முகத்தில் தெரிந்தது. அதிசயச் சிந்தனைகள் அவர் மனதைக் கலக்கியது. 'தெய்வீகத் தன்மையை விரைவில் அடையும் நேரத்தில், விசுவாமித்திரரின் மனம் சஞ்சலமடைந்து, அவருடைய துறவி சங்கல்பம் தளர்ந்தது எதனால்?'

'அவருக்கு மகத்துவமான சித்தி கிடைத்திருந்தது. தேவர்களும் பயந்திருந்தார்கள். ஒரு பெண்ணின் சிறு பார்வைக்கு தெய்வீகத் தன்மை அடையும் வாய்ப்பை எதற்காக இழந்தார்? அந்தப் பெண்ணின் பார்வை தன்னைக் கவிழ்க்க ஏன் விட்டார்?'

சம்பூர்ணா நந்தாஜீ மனதிற்குள் இப்படி சினம்கொண்ட வாக்குவாதங்கள் நடந்துகொண்டிருந்தன.

தமக்குத் தாமே சொல்லிக்கொண்டார். 'விசுவாமித்திரர் இப்படிச் செய்தது சரியல்ல.' இப்படி சொல்லிக்கொண்ட உடன், தன் எண்ணம் சரியா, தவறா என்ற குழப்பம் வாட்டத் தொடங்கியது.

'விசுவாமித்திரர் அவருக்கு எது தகும். எது தடை என்பதை பிரித்துப் பார்க்கும் விவேகத்தை இழந்திருக்கலாம். ஆம் அப்படித்தான் நடந்திருக்கும். ஆனால், அப்படியான பெரும் சாதகர்கள்...'

இதுபோன்ற கேள்விகள் அவரை வாட்டியபோது சம்பூர்ணா நந்தாஜி முனிவர் பராசரரின் கதையின் நிகழ்வு நினைவிற்கு வந்தது.

மக்களை யமுனா நதியின் அக்கரைக்கும் இக்கரைக்கும் கடக்கவைக்கும் தோணியை சத்யவதி நடத்திக்கொண்டிருந்தாள். அதில் அடுத்த கரையை அடையவேண்டிய பராசர முனிவர் அவளைப் பார்த்த உடன் அவளுக்கு வசமாகிவிட்டார்.

பராசரர் சத்யவதியிடம் சொன்னார், "ஓ... பெண்ணே... நீ தோணிக்கு துடுப்புப் போடும்போது உன் தொடைகள் கொழுத்த மீனைப்போல துடிக்கின்றன. வா என்னுடன் புணர்வுக்கொள்."

பாவம் சத்யவதிக்கு வெட்கம் வந்தது. தோணிக்குத் துடுப்புப் போடுவதை மறந்துபோனாள். அந்தத் தோணி கவிழ இருந்தது. அவள் வாழ்க்கையே அபாயத்தில் இருந்தது. என்ன செய்வதென்று அவளுக்குத் தெரியவில்லை. பராசரரின் கோரிக்கையை அவள் எப்படி ஏற்றுக்கொள்வது? ஆனால் அதை நிராகரித்தால் அந்த முனிவரை அவமானப்படுத்துவதாகும். ஒருவேளை அவர் என்னை சபித்துவிட்டால் விளைவு கடினமாகிவிடுமே?

மிகுந்த பயத்துடன் நடுங்கிக்கொண்டே அவள் வாய் திறந்தாள். "ஓ.. முனிவரே! நான் உன் அடிமை. சேவகி. நாம் இருவரும் தோணியில் இணைந்தால், யமுனா நதியின் இரண்டு கரைகளிலும் நின்றிருக்கும் முனிவர்கள் பார்க்காமல் இருப்பார்களா?"

சம்பூர்ணா நந்தாஜீ ஆழ்ந்த சிந்தனைக்குள்ளானார். "பெண்ணின் பார்வைக்கே பல துறவிகள் நாசமாகிவிட்டார்கள். அந்த முனிவர் உலகைத் துறந்தவர். மனிதர்கள் வசிக்கும் நகரங்களைத் துறந்தவர். அடர்ந்த காடுகளில் தனியாக தவம் செய்தவர். தன் மனதிலிருந்து எல்லாக் காமங்களையும் துரத்தி அடித்தவர். எல்லா வகையான பிரமைகள், உறவுகளில் இருந்து விடுபட்டவர். ஆனால் ஒரு பெண்ணின் பார்வைக்கு அத்தனையும் நாசமாகிவிட்டது. எதற்காக அப்படி நடக்கின்றன?"

சம்பூர்ணா நந்தாஜீ அந்தக் கேள்விகளுக்கு பதில் கண்டுகொள்ள முயன்றார்.

அந்தக் கேள்விக்கு பதில் தேடப் போராடப் போராட அந்தக் கேள்வி அவரை வீழ்த்தியது. தன் மன அமைதியை, தன் ஆன்மாவின் சமநிலையை இழந்துபோனார். இந்தக் காட்டில், இந்த பூமியில் வலுவாக வேரூன்றிய அரசமரத்தைப்போல ஞான மலையைப்போல, நிலையாக, சிறிதும் அசைக்கமுடியாமல் அவர் பல ஆண்டுகளாக உட்கார்ந்திருக்கிறார். அரசர்கள், பேரரசர்கள், ஆசிரமவாசிகள், சாதுக்கள், ஆத்திகர்கள், நாத்திகர்கள், ஞானிகள், மூடர்கள் எல்லோரும் அவரிடம் வந்து அவருக்கு சரணடைந்தவர்கள். அவர் பேச்சைக் கேட்டு மன அமைதி, மகிழ்ச்சி, ஞான அமிர்தத் துளிகளைப் பெற்றுக்கொண்டு திரும்பினார்கள்.

ஆனால், இப்போது, இந்த அரசமரத்தின் வலுவான வேர்கள் அசைகின்றன.

"குருஜீ நான் திரும்பி வந்துருக்கிறேன்."

அவரிடம் ஓடிவந்த மனோகரன் அவர் முன்னே நின்றிருக்கிறான்.

தன் மாணவனைப் பார்த்த சம்பூர்ணா நந்தாஜீ தன் கண்களை நம்பவில்லை. மனோகரன் தன்னைவிட்டுப் போனபோது, அவன் ஆன்மா போராட்டங்களின் களமாக இருந்தது. அவன் மனதில் பல துயரங்கள் நிறைந்து கிடந்தன. ஆனால் இப்போது அவன் முழுமையாக மாறிவிட்டது போலத் தெரிகிறான். தன் மீது முழு பிடிப்பிருக்கும், தன்னைத் தானே மீளப் பெற்ற, அமைதியான மனிதனைப் போலத் தெரிகிறான். சிரமங்களுக்கு பதிலாக அவன் முகத்தில் மகிழ்ச்சி தெரிகிறது.

மனோகரன், சம்பூர்ணா நந்தாஜீயின் காலடியில் உட்கார்ந்தான். அவன் மனம் தெளிவாக இருந்தது. அவன் மனப்போராட்டங்களும் முடிவடைந்திருந்தன. இப்போது ஞானம், விவேகம் பெற்றுக்கொள்ள அவன் மனநிலை தயாராக இருந்தது. அவனைப் பார்த்துக்கொண்டே சம்பூர்ணா நந்தாஜீ குழப்பமடைந்தார். எப்படி எதிர்வினை செய்வது என்று அவருக்குத் தெரியவில்லை. சலனமில்லாத மலையைப்போல ஒரே இடத்தில் பல ஆண்டுகளாக அமர்ந்திருந்த அவர், எழுந்துவிட்டார். அவர் மனதில் உண்டான வேதனை, சங்கடம், போராட்டம் அவர் முகத்திற்குக் கண்ணாடி பிடித்தது. அவர் மனோகரனிடம் சொன்னார், "மாணவனே! நீ இப்போது இங்கே உட்கார்ந்துகொள். நான் புறப்படுகிறேன்."

மனோகரனுக்கு அதிர்ச்சியாக இருந்தது. இடி விழுந்தது போலானது. குருவின் வார்த்தைகளை நம்பவே முடியவில்லை. ஆசானின் முகத்தைப் பார்த்து முழுமையாகக் குழம்பிப்போனான். கேட்டான், "குரூஜீ... நான் உங்கள் காலடியில் அமர்ந்து, விவேகத்தைப் பெற வந்திருக்கிறேன். நீங்கள் எப்படி என்னை விட்டுச் செல்லமுடியும்? உங்களுக்கு இன்னும் செய்யவேண்டிய பயணம், யாத்திரை என்ன மீதமிருக்கிறது?"

"ஞானம் பெரும் பயணம்."

“ஞானம் அடையும் யாத்திரை?” மனோகரனுக்கு மேலும் வியப்பு. கேட்டான், “நீங்கள் பெரும் ஞானி. அப்படியான நீங்கள் இன்னும் ஞானத்தைத் தேடி அலையவேண்டுமா?”

சம்பூர்ணா நந்தாஜீ கோபத்துடன் பதிலளித்தார்.

“இந்த உலகத்தில் யாராவது முழுமையான ஞானத்தை இதுவரை பெற்றிருக்கிறார்களா? மனிதர்கள் இதற்காக நிரந்தரமாகப் போராடவேண்டும். முயற்சி செய்யவேண்டும். வேண்டவேண்டும்.”

சம்பூர்ணா நந்தாஜீ தான் அம்ர்ந்திருந்த இடத்தில் மனோகரனை அமர்த்தினார். காட்டிலிருந்து வெளியே வந்தார். யமுனையை நோக்கி நடந்தார். யமுனைக் கரையில் நடக்கையில் அங்கு தவம் செய்துகொண்டிருந்த பல முனிவர்களைப் பார்த்தார். ஆனால் அவர் யாரையும் கவனிக்கவில்லை.

அவர் நதிக்கு நடுவே மிதந்துகொண்டிருந்த தோணியை எதிர் நோக்கிக் கொண்டிருந்தார்.

- 1960

நடைமேடை

சிறிது நேரத்திற்குப் பிறகு அவனுக்கு மிகவும் சலிப்பாக இருந்தது. படித்துக் கொண்டிருந்த புத்தகத்தை மூடினான். கண்களைத் தேய்த்துக்கொண்டான். சோம்பேறிக் கண்களால் அங்கும் இங்கும் பார்த்தான். எல்லாம் குவியலாக விழுந்து கிடக்கின்றன. படுக்கைகள், பெட்டிகள், மூட்டைகள், பைகள், வெவ்வேறு வடிவத்து மூட்டைகளில் திணித்து வைத்த பொருட்கள். இவற்றுக்கு நடுவே சிலர் அடங்கியிருந்தார்கள். சிலர் தங்கள் லக்கேஜ் மீது உட்கார்ந்திருந்தார்கள். எல்லோருக்கும் களைப்பாக இருந்தது. அசையாமல் உட்கார்ந்திருந்தார்கள். நிசப்தம்... அமைதி.

வெள்ளைச் சீருடை அணிந்த ஒருவன் நடைமேடை மீது நடப்பதைப் பார்த்தபோது, அவன் அருகே வேகமாக ஓடினான். ‘பாபு சாகேபா... ஏதாவது வண்டிவரும் செய்தி இருக்கிறதா?’ பணிவாகக் கேட்டான்.

“இல்லை... இதுவரை இல்லை...” உணர்ச்சி இல்லாமல் பதிலளித்தான்.

“எப்போது எதிர்பார்க்கலாம்?” மீள மெல்லிய தொனியில் கேட்டான்.

“ஒன்றும் சொல்லமுடியாது” வெறுப்பான குரலில் பதில் சொன்னான்.

வெள்ளைச் சீருடை சாகேப் மறைந்ததும், தன் படுக்கை மூட்டை மீது சாய்ந்துகொண்டு உட்கார்ந்திருந்த மற்றொரு பயணி கேட்டான், "ரயில்வே பாபு ஏதாவது சொன்னாரா...?"

"வண்டியைப் பற்றி ஏதாவது செய்தி இருக்கிறதா என்று கேட்டேன். அவர் ஒரு செய்தியும் இல்லை என்று சொன்னார்." பிறகு மீள நிசப்தம். அமைதி.

சாம்பல் வண்ண சட்டை அணிந்தவன் மிக சலிப்புடன் அமைதியாக இருந்தான். இவனுக்கு, அவன் வெகு நேரமாக அப்படியே உட்கார்ந்திருந்தது மிகவும் வியப்பாக இருந்தது. முதலில் கெட்ட செய்தியைக் கேட்டான். உடனே எல்லோரும் துயரமடைந்தார்கள். அதில் அவன்தான் அதிக ரகளை செய்தவன். திடீரென்று அவன் கண்முன் நடந்த நிகழ்வுகளின் காட்சி விரியத் தொடங்கியது.

"என்ன, இன்று வண்டி புறப்படாதுபோல...?"

"இல்லை."

"இல்லை, அது புறப்படாது."

"அது எப்படி... எப்படி முடியும்...?"

"சாகேப் எங்களுக்குத் தெரிந்த எல்லாச் செய்திகளையும் உங்களுக்குத் தெரிவித்திருக்கிறேன்."

வியப்புடனும், அதிர்ச்சியுடனும் அங்கங்கே இருந்த பயணிகள் ஒருவரை ஒருவர் இயலாமையால் பார்த்துக்கொண்டு நின்றார்கள்.

"இது விசித்திரமாக இருக்கிறதே... சாகேப், வண்டி அவ்வப்போது தாமதமாக வரும் என்பது எங்களுக்கும் தெரியும். ஆனால், வண்டி ரத்து செய்யப்பட்டிருக்கிறது என்பதை நாங்கள் இப்போதுதான் முதன் முறையாகக் கேட்கிறோம்."

தொடக்கத்தில் பயணிகள் குழப்பத்திற்கு ஆளாகி இருந்தார்கள். அதிர்ச்சியடைந்திருந்தார்கள். இயலாமையலிருந்தார்கள். நிலையத்து நடைமேடையில் எல்லா இடங்களிலும் சத்தம். பாஸ்போர்ட்களை, பெட்டிகளை, பைகளை சோதனை செய்துகொண்டிருந்த மேசைக்காரன் மீது எல்லோரும் ஒன்றாகப்

பாய்ந்தார்கள். ஆனால் தங்கள் இருக்கைகளில் உட்கார்ந்திருந்த குமாஸ்தாக்கள், பாஸ்போர்ட்களைப் பார்ப்பதற்கோ, பொருட்களை சோதிப்பதற்கோ எந்த ஆர்வத்தையும் காட்டவில்லை.

சாம்பல் வண்ணச் சட்டை மனிதன் கூட்டத்தைக் கிழித்துக்கொண்டு, வழி செய்துகொண்டு, அந்த மேசைகளுக்கு அருகே வந்தான். உயர்த்த குரலில் கத்தினான். “மிஸ்டர், என் விசாவின் கெடு இன்றோடு முடிகிறது.”

“சரி, அதற்கு நாங்கள் என்ன செய்யமுடியும். நாங்கள் அதற்குப் பொறுப்பல்ல.”

“நீங்கள் அல்லாமல் – வேறு யார்?”

“இந்த... ஆளை மறந்துவிடுங்கள் – நாம் இவர் மேலதிகாரியிடம் பேசலாம்.” ஒரு பயணி பரிந்துரை செய்தான்.

“ஸ்டேஷன் மாஸ்டர் எங்கே இருக்கிறார்?” சாம்பல் வண்ணச் சட்டை கேட்டான்.

பாஸ்போர்ட்டைப் பரிசீலிக்க இருந்த ஆள், ரயில்வே தண்டவாளத்துப் பக்கம் விரலைக் காட்டினான். “போங்க... போங்க... அங்கே போங்க – அவரிடமே பேசுங்கள்.”

சாம்பல் வண்ணச் சட்டைக்காரன் அந்தப்பக்கம் தபதப என்று அடி எடுத்து வைத்துக்கொண்டு நடந்தான். மேடையில் இருந்த மக்கள் கூட்டம் முழுதும் அவனை வேகவேகமாகப் பின்தொடர்ந்தது. எல்லோரும் ஸ்டேஷன் மாஸ்டர் அறைக்குள் முட்டிமோதிக்கொண்டு நுழைய முயன்றார்கள். எல்லோரும் தங்கள் விசா முடிய அதுதான் கடைசி நாள் என்று உரக்கக் கத்திக் கூவினார்கள்.

பார்க்கப் பார்க்க பயணிகளின் புதிய கூட்டம் நுழையத் தொடங்கியது. இரும்புக் கதவுக்குப் பின்னால் நின்றிருந்த காவல்காரனுக்கு, அவர்கள் தங்கள் பாஸ்போர்ட்களைத் தூக்கிக் காட்டிக் கொண்டிருந்தார்கள். அவர்கள் முதுகுக்குப் பின்னே பாரமான லக்கேஜுகளை சுமந்துகொண்டு கூலியாட்கள் அதே அறைக்குள் நுழைந்தார்கள்.

அவர்கள் எல்லாம் உத்வேகமாகவும், ஆத்திரமாகவும் இருந்தார்கள். அவர்களுக்குக் கிடைத்த செய்திப்படி வண்டி புறப்பட இன்னும் சில நிமிடங்களே இருக்கின்றன. ஒருவரையொருவர் இடித்துக்கொண்டும், தள்ளிக்கொண்டும் பாஸ்போர்ட் பரிசோதனை மேசை அருகே வந்தார்கள். அந்த மேசை மீது தங்கள் பாஸ்போர்ட்களை வீசி எறிந்தார்கள். ஆனால், அவர்கள் எல்லோருக்கும் ஆச்சரியம் காத்திருந்தது. இப்போதுதான் துடப்பத்தால் பெருக்கி விட்டதுபோல மேசை சுத்தமாக இருந்தது. குமாஸ்தாக்கள் அவர்கள் பாஸ்போர்ட்டைக் ஏறெடுத்தும் பார்க்காதது வியப்பை அளித்தது. முதலில் குழப்பத்திற்கு ஆளானார்கள், பிறகு சினங்கொண்டார்கள்.

“என்ன! வண்டி இன்னைக்குப் புறப்படாது என்றா சொல்கிறார்கள்?”

“ஆம்.”

பைஜாமா, அலிகரி ஷேர்வாணி அணிந்த ஒரு கௌரவமான பெரியவர், அந்தப் பேச்சுக்களை பொறுமையுடன் கேட்டுக்கொண்டிருந்தார். பட்டைபட்டையாக கோடு போட்ட ஊதா சட்டை அணிந்த மற்றொரு இளைஞன், கூட்டத்திலிருந்து நுழைந்து அவர் முன்னால் வந்து நின்று, எதையோ சொல்ல விரும்பினான். அப்போது அந்த மரியாதைக்குரிய பெரியவர், அவனைத் தடுத்தார். தன் கைத்தடியை மேலே தூக்கி, முன் வந்து சொன்னார்.

“அய்யா துரை... அந்தப் பக்கத்திலிருந்து வந்திருக்கும் மக்களைப் பார்த்து நீ அவமதிக்கக்கூடாது, அது வெட்கக் கேடான விஷயம்.”

“அய்யா, பெரியவரே... நாங்கள் உங்களை அவமதிக்கவில்லை. நாங்கள் சொன்னது இதுதான் - இன்று வண்டி புறப்படாது என்று...”

“எதற்காக இன்று வண்டி புறப்படாது? இந்த எல்லாப் பயணிகளும் சட்டப்படி இங்கே அதிக நாட்கள் தங்கமுடியாது என்று உங்களுக்குத் தெரியாதா என்ன? என் விசா அவதியும் இன்றோடு முடிகிறது. என்ன ஆனாலும் சரி நான் இன்று எல்லையைக் கடந்தே ஆகவேண்டும்.”

“அதெல்லாம் சரிதான் அய்யா, ஆனால், இன்று வண்டி புறப்படாது... அது எப்படி சாத்தியம் நீங்களே சொல்லுங்கள். அந்தப் பக்கத்திலிருந்து வண்டி இன்னும் வரவில்லை.”

“ஓ, அதுவா விஷயம்? அப்படி என்றால் வண்டி தாமதமாகும் என்று நீங்கள் ஏன் சொல்லக்கூடாது?”

அதே நேரத்தில்... சாம்பல் வண்ணச் சட்டை போட்டவன் இன்னும் கோபத்திலேயே சீறிக்கொண்டிருந்தான். அவன் முன்பே தன்னுடன் வந்து புதிதாகச் சேர்ந்த பெரிய கூட்டத்துடன் இருந்தான்.

“சாகேப், இங்கே இருக்கும் அதிகாரிகளுக்கு எந்த அதிகாரமும் இல்லை. அவர்கள் மக்களை சிரமப்படுத்துபவர்கள். அவர்கள் யார் பேச்சையும் கேட்கமாட்டார்கள். சொன்னதையே சொல்லிக்கொண்டிருப்பார்கள்.”

“அவர் என்ன சொன்னார் என்று சொன்னீர்கள்...?”

“இன்று வண்டி புறப்படாது என்று சொன்னதையே திரும்பத் திரும்பச் சொல்லிக்கொண்டே இருக்கிறார்கள். அதே பேச்சு... அதே வார்த்தை... மீள மீள அதே பேச்சு...”

“மன்னிக்கவும், உங்களிடம் வத்திப்பெட்டி இருக்கிறதா?” பெஞ்சில் நாளிதழ் படிப்பதிலேயே மூழ்கியிருந்த மனிதன் கேட்டான்.

இவன் தற்போது கவலையாக இருந்த விஷயத்தை மறந்து, வத்திப்பெட்டியை சட்டைப் பையிலிருந்து எடுத்து, பத்திரிகை படித்துக்கொண்டிருந்த மனிதனிடம் கொடுத்தான்.

பத்திரிகை வாசித்துக்கொண்டிருந்தவன், தன் சட்டைப் பையிலிருந்து ஒரு சிகரெட்டை எடுத்து, பற்றவைத்துக்கொண்டான். ‘தேங்க்ஸ்’ என்று சொல்லி வத்திப்பெட்டியைத் திருப்பிக்கொடுத்தான். இவனுக்கும் ஒரு சிகரெட் புகைக்கவேண்டும் என்று தோன்றியது. தானும் சட்டைப்பையிலிருந்து ஒரு சிகரெட்டை எடுத்துப் பற்றவைத்துக்கொண்டான். பிறகு, தானும் படித்துக்கொண்டிருந்த புத்தகத்தை எடுத்தான், தான் படித்துக்கொண்டிருந்த பக்கத்தைத் தேடித் திறந்தான். பிறகு சுற்றி ஒரு பார்வை பார்த்தான்.

சினத்தால் கொதித்துக்கொண்டிருந்தவர்கள், கோபத்தால் கத்திக் கொண்டிருந்தவர்கள் எல்லோரும் களைப்படைந்து உட்கார்ந்துவிட்டார்கள். சாம்பல் வண்ணச் சட்டை மனிதன் தன் பெட்டி மீது சாய்ந்துகொண்டு உட்கார்ந்திருந்தான். வெகு நேரம் அவன் மௌனமாகவே இருந்தான். தூங்கி வழிந்துகொண்டிருந்தான். அவன் சாம்பல் வண்ணச் சட்டை சுருக்கமாக இருந்தது. மிகவும் அழுக்காக இருந்தது. ஷேர்வாணி அணிந்த மரியாதைக்குரிய பெரியவர் தன் சுருட்டிவைத்த படுக்கைமீது உட்கார்ந்திருந்தார். அழகாக செதுக்கப்பட்ட கைத்தடியின் பிடிமீது அவர் தாடை ஓய்வெடுத்துக்கொண்டிருந்தது. அந்தக் கைத்தடியை அவர் இரண்டு கையாலும் இறுக்கமாகப் பற்றி இருந்தார். மற்ற பயணிகள் தங்களிடம் இருந்த விரிப்புக்களை விரிக்க முடியாமல் களைப்படைந்திருந்தார்கள். வெறும் நிலத்தில் தங்களைப் பரப்பிக் கொண்டிருந்தார்கள்.

சினத்தால் அறிவை இழந்த மனிதர்கள் அதே வேகத்தில் அமைதியடைந்து விடுகிறார்களே? சூழ்நிலையின் கட்டாயத்துப் பொருந்திப்போகிறார்களே? இப்படியான அவன் சிந்தனைகள் உடனே கலைந்துபோயின. வண்டி ரத்தாகி இருக்கிறது என்று குழப்பமாகவும், பொறுமை இழந்தும் இருந்த பயணிகளின் மற்றொரு கூட்டம், பாரமான லக்கேஜுகளைச் சுமந்துகொண்டு வந்த கூலிகளுடன் அதே நடைமேடைக்கு வந்து சேர்ந்தார்கள். அநேகமாக கராச்சியில் இருந்து மற்றொரு வண்டி வந்திருக்க வேண்டுமென்று அவன் நினைத்தான்.

கராச்சியில் இருந்து வண்டி ரயில் நிலையத்தை வந்து சேர்ந்தவுடன், குழப்பத்திற்கு ஆளான, அடிக்கடி சிரமத்திற்கு உள்ளான சில பயணிகள் ரயில் நிலையத்து அந்த நடைமேடைக்கு அவசரமாக ஓடிவந்தார்கள். நிலவரத்தின் உண்மையான செய்தி அங்கே யாருக்கும் தெரியாது. வண்டி இன்று புறப்படாது என்று தெரிந்தபிறகு, அங்கும் இங்கும் திரிந்துகொண்டிருந்தார்கள். கிடைத்த கஸ்டம் அதிகாரிகளை முற்றுகை இட்டார்கள். திரும்பத் திரும்ப அதே கேள்வியை அவரிடம் கேட்டார்கள். கோபத்தால் எரிந்து விழுந்தார்கள். பிறகு அமைதியானார்கள். முடிவில் களைப்புடன் ஆசையை இழந்து அப்போதே ஆயாசமடைந்து விழுந்துகிடந்த பயணிகளுடன், எப்படியோ சின்ன இடத்தைத் தேடிக் கண்டுபிடித்து, தங்கள்

பிருஷ்டங்களை ஊன்றி, தங்களுடன் கொண்டுவந்திருந்த லக்கேஜ்களைப்போல, சுருங்கி, உயிரற்றுக் கிடந்தார்கள்.

சிதறி அங்கங்கே விழுந்திருந்த மற்ற பயணிகளுடன் கூட்டம் அங்கேயே தங்க, அந்த மனிதன் மற்றொரு சிகரெட்டைப் பற்றவைத்தான். தன் புத்தகத்தைத் திறந்தான். அப்போது ஒரு பயணி, சிகரெட்டை வாயில் வைத்துக்கொண்டு, ஒரு கூலியின் தலைமீது ஒரு சூட்கேசை சுமத்திக்கொண்டு, ரயில்வே நிலையத்து நடைமேடை மீது வேகமாக நடந்து வந்தான்.

நடைமேடை மீது பரவிக்கிடந்த பயணிகளைப் பார்த்து சலிப்புடன் தனக்குத் தானே சொல்லிக்கொண்டான். “இங்கே வண்டி வரும் அறிகுறி எதுவும் தெரியவில்லை.”

“சரி, ஆகட்டும், சூட்கேசை கீழே இறக்கிவை.”

கூலிக்காரன் போனபிறகு, அந்த சூட் அணிந்த சூட்கேஸ் பயணி அறிமுகமில்லாத சூழ்நிலையில் இருப்பவனைப்போல குழப்பமடைந்தான். தன் அருகே வந்த வெள்ளைச் சீருடை அணிந்தவனைப் பார்த்ததும், ஓடிப்போய் அவன் முன்னால் நின்று கேட்டான், “என்னை மன்னிக்கவும், தயவு செய்து வண்டியைப் பற்றி தாங்கள் ஏதாவது செய்தி சொல்லமுடியுமா?”

“எங்களுக்கு அதிக விவரம் தெரியாது.”

“என்னை மன்னித்துவிடுங்கள். நான் ஹைதராபாதை (பாகிஸ்தானில் இருக்கும்) விடும் முன் உங்கள் அலுவலகத்தில் விசாரித்தேன். இன்று வண்டி புறப்படும் என்று அவர்கள் தெரிவித்தார்கள்.”

“தங்களுக்கு தவறான செய்தி கொடுக்கப்பட்டிருக்கிறது.”

சூட்டுப் போட்ட, சூட்கேஸ்காரர் பொறுமை இழந்தார்.

“ஏ, பாபா, இங்கே சற்று பாருங்கள், நான் நாளை டில்லியில் இருக்கவேண்டியது மிகவும் முக்கியம். வண்டி இன்று புறப்படாது என்று முன்பே தெரிந்திருந்தால், நான் என் பயணப் பாதையை மாற்றி இருப்பேன். விமானம் ஏறி இருப்பேன். நான் நாளை தில்லி அடையாமல் இருந்தால், நான் அதிகமாக இழந்துவிடுவேன் என்பது உங்களுக்குக்

கண்டிப்பாகத் தெரிந்திருக்க சாத்தியமில்லை. எனக்கு ஏற்படும் நட்டங்களுக்காக நான் உங்கள் மீது வழக்குப் போடுவேன்.”

“விமானம் ஏறி இருப்பேன்” என்பதை எல்லோருக்கும் கேட்கும்படி உரக்கச் சொன்னான்.

“இழப்புக்காக எங்கள் மீது வழக்குப் போடுவீர்களா!”

அந்த சூட்டுப்போட்ட சூட்கேஸ்காரனை அடியிலிருந்து முடிவரை வெள்ளைச் சீருடைக்காரர் வெறுப்புடன் பார்த்து, எதுவும் பேசாமல் வேகமாக நடந்துபோனார்.

“நல்லாச் சொன்னீர்கள்.” அருகே அமர்ந்திருந்த பயணி அவரைப் பாராட்டினார். அப்படிச் சொல்லி தன் சட்டையைக் கழற்றி பக்கத்தில் வைத்தான். வெற்று மார்புடன், அநேகமாக தன் மார்பைப் பற்றிப் பெருமைப்பட்டுக்கொண்டு உட்கார்ந்திருந்தான்.

“இந்த மக்களிடம் இப்படி நடந்துகொள்வதுதான் சரியான வழி. இல்லை என்றால் அவர்கள் உங்களுக்குச் சரியான செய்தியைக் கொடுக்கமாட்டார்கள்.”

அந்த உரையாடலுக்குப் பிறகு, சூட்டுக்கார சூட்கேஸ்காரர் பிறகு என்ன செய்வது என்று தோன்றாமல் நின்றே இருந்தார். சற்று நேரத்திற்குப் பிறகு, தன் சூட்கேஸ் மீது உட்கார்ந்துகொண்டார். பிறகு மரியாதைக்குரிய ஷேர்வாணிப் பெரியவர் பக்கம் திரும்பினான்.

‘என்னை மன்னிக்கவும். நீங்கள் அந்தப் பக்கத்திலிருந்து வந்தவரைப்போலத் தெரிகிறீர்கள்!”

‘ஆம்.”

“தாங்கள் இன்றுதான் இங்கே வந்தீர்களா?”

“இல்லை, பாய், நாங்கள் அந்தக் காலம் தொடங்கிய நாட்களில் இருந்தே சிரமத்திற்கு ஆளானவர்கள்.”

“இது அதிசயம்!” சூட்டுக்கார சூட்கேஸ் மனிதன் சிறிது கலவரமடைந்தான். சற்று பொறுத்திருந்தான். பிறகு, தன் முன்னால் உட்கார்ந்திருந்த பத்திரிகை படித்துக்கொண்டிருந்த மனிதர் பக்கமாகத் திரும்பி,

“நீங்கள் இன்றுதான் இங்கே வந்ததா?”

“இல்லை, இல்லை. நான் லாகோரில் இருப்பது. இன்று வண்டி விடும் என்று தெரிந்திருந்தது. மிக கூட்டமாக இருக்கும் என்று நினைத்தேன். அதனால், இன்னும் வெளிச்சம் இருக்கும்போதே, சூரியன் உதயமாவதற்கு முன்பே இங்கே வந்துவிட்டேன். இதுவரை காத்திருக்கிறேன். வண்டி வரும் அறிகுறியே இல்லை.”

சூட்டுப்போட்ட சூட்கேஸ்காரர் அவனையே வெகுநேரம் பார்த்துக்கொண்டிருந்தான். இந்த சத்தத்தில் அவன் எப்படித்தான் புத்தகம் படிக்கிறான் என்று வியப்படைந்தான்.

“புரஃபசர் சாகேப், தாங்கள் எவ்வளவு நேரமாக இங்கே காத்துக் கொண்டிருக்கிறீர்கள்?”

அவன் தன் புத்தகத்தில் இருந்து தலையை எடுத்தான். பதில் சொன்னான். “அநேகமாக, உலகம் தொடங்கிய நாளிலிருந்து!” மீள தன் புத்தகத்திற்குத் திரும்பினான். சிறிது இடைவெளிக்குப் பிறகு, ஏறெடுத்துப் பார்த்து, ஓ.. இவரே... நீங்கள் தப்பான எண்ணத்துடன் இருக்கிறீர்கள். நான் எந்தக் காலேஜிலும் புரஃபசராக இல்லை.”

அந்த பதில் சூட்டுப்போட்ட சூட்கேஸ்காரனை மேலும் குழப்பத்திக்கு உள்ளாக்கியது. புத்தகத்து மனிதன் சொன்னது அவனுக்குப் புரியவில்லை. அவனுக்கு என்ன மறுபதிலளிப்பது என்றும் தெரியவில்லை. அந்தப் பேச்சுக்களின் பரிமாற்றத்திற்குப் பிறகு, அவனுக்கு மற்ற எந்தப் பயணிகளிடமும் பேசும் துணிவு வரவில்லை. அவன் மௌனத்திற்குச் சரிந்தான்.

புத்தகத்து மனிதன், தலையைத் தூக்கி, இப்போது மௌனமாக உட்கார்ந்திருந்த சூட்டுப்போட்ட சூட்கேஸ்காரன் மீது பார்வையைப் பதித்தார். அந்த மனிதன் இப்போது மென்மையாக இருந்தான். பிறகு இவன் விரைவில் களைப்படைந்து விழுந்துவிடுவான் என்று நினைத்துக் கொண்டான்.

மேலும் பயணிகள் வந்து சேர்ந்தார்கள். அதே சமயம் ஸ்டேஷன் மாஸ்டர் அந்த வழியாக வந்துகொண்டிருந்தார். சூட்டுப்போட்ட சூட்கேஸ் மனிதன், வேகமாக அவருக்குக் குறுக்கே நின்று கேட்டான். “ஜனாப்... வண்டியைப் பற்றி ஏதாவது செய்தி...?”

“எங்களிடம் எந்தச் செய்தியும் இல்லை.”

“வண்டி எப்போது விட்டது என்று தங்களுக்கு சிறிது ஊகமாவது இருக்கிறதா.”

“சூழ்நிலை இயல்பு நிலைக்கு வந்த பிறகு.”

“எந்தச் சூழ்நிலை இயல்பு நிலைக்கு வரவேண்டும்?”

“அது எனக்கென்ன தெரியும்? நான் என்ன கடவுளா அது தெரிந்திருக்க...?”

“ஒருமுறை சூழ்நிலை கெட்டுவிட்டால் அது இயல்பு நிலைக்குத் திரும்ப போதுமான நேரம் தேவை. உண்மையில் நடைமுறையில் அது இயல்பு நிலைக்குத் திரும்புவதே இல்லை.” – புத்தக மனிதன், புத்தகத் தாளைத் திருப்பிக்கொண்டே எகத்தாளமாகச் சொன்னான்.

“நீங்கள் என்ன சொல்கிறீர்கள்?” சூட்டுப்போட்ட சூட்கேஸ்காரன் பொறுமை இழந்தான்.

“ஒருமுறை சூழ்நிலை கெட்டுப்போனால், அது மறுபடி இயல்பான நிலைக்குத் திரும்புவதில்லை என்று சொன்னேன்.” அந்தப் புத்தக மனிதன் அதுபோலவே உரக்கச் சொன்னான். அந்தப் பேச்சு நாளிதழ் மனிதனின் சினத்தைத் தூண்டியது. “என்ன அப்படி ஒரு சட்டம் இருக்கிறதா?”

“இல்லை, அப்படி ஒரு சட்டமும் இல்லை. அது நான் கண்ட அனுபவம். மன்னிக்கவும் இதுபோலான விஷயங்களில் நீங்கள் பார்த்ததே அதிக மதிப்புள்ளதாக இருக்கலாமோ என்னமோ!” –

“இப்போது... இங்கே பாருங்க புரஃபசர் சாகேப்... உண்மையான செய்தி என்றால்...”

ஆனால், நாளிதழ் மனிதன் தன் பேச்சை முழுமை செய்வதற்கு முன்பே, அவன், பத்திரிகைக்காரனின் பேச்சைப் பாதியில் தடுத்தான். “ஜனாப்... நான் உங்களுக்கு அப்போதே சொன்னேன். நான் புரஃபசர் அல்ல என்று. நீங்கள் மறுபடியும் என்னை புரஃபசர் என்று அழைத்தால் அதன் விளைவை நீங்கள்தான் எதிர்கொள்ளவேண்டும்” இப்படிக் கோபமாக மிரட்டினான்.

நாளிதழ் மனிதன், அடங்கி உட்கார்ந்துவிட்டான். தன் கையிலிருந்த நாளிதழிற்குள் முகத்தைப் புதைத்துக்கொண்டான்.

அதே நடைமேடையில் சற்று நேரம் முழுமையாக அமைதியான மௌனம். நிசப்தம்.

அந்த அமைதியைக் கலைத்தது பான்பெட்டி அத்தை. அவள் தன் பான்பெட்டி (வெற்றிலைப் பெட்டி) யின் மூடியைத் திறந்தாள். தனக்குத்தானே முனங்கிக்கொண்டாள். "இந்தப் பான் எல்லாம் காலியாகிவிட்டது; இனி மெல்ல ஒன்றும் இல்லை."

அருகே ஒரு வயதான பெண்மணி உட்கார்ந்திருந்தார். பான்பெட்டி அத்தையின் பக்கம் திரும்பினார். அந்தப் பெண்ணின் முகம் பாதி மட்டுமே தெரிந்தது. மற்ற பாதி படுதாக்குள் மறைந்திருந்தது. அவள் வெக்கை, வெக்கை என்று தன் கையில் இருந்த பனை ஓலை விசிறியால் வீசிக்கொண்டிருந்தாள். பான்பெட்டி அத்தை கைநீட்டி, "பீபி, என் பாழாய்ப்போன வாய்க்கு கொஞ்சம் வேலை கொடுக்க பான் தருகிறீர்களா" என்று வேண்டினாள்.

பான்பெட்டி அத்தை இரண்டு வெற்றிலையை எடுத்துக்கொண்டாள். அவற்றிற்கு பொறுமையாக நாசூக்காக சுண்ணாம்பைத் தடவினாள். நடுவில் பாக்குத் தூள் வைத்தாள். ஒன்றைத் தன் வாயில் திணித்துக்கொண்டு மற்றொன்றை அந்த வயதானவளுக்குக் கொடுத்து எச்சரித்தாள்.

"இந்த... வாங்கிக்க.. பீபி, திரும்பக் கேக்கவேணாம். இதுதான் கடைசி வெத்தலை", என்றாள். பிறகு புகையிலைக் குச்சியை முறித்து ஒரு துண்டுகொடுத்தாள். "பல்வலிக்கு நல்லது, வாங்கிக்க" என்றாள்.

"ஆனால், பீபி நீங்க என்னைவிட தூரமாப் போகணுமே? தில்லியையும் தாண்டிப்போகணுமே. தில்லியிலிருந்து நீங்கள் முராதாபாதுக்குப் போகவேண்டிய வண்டியைப் பிடிக்கணும்... இல்லையா..!"

"பீபி... நான் அதப்பத்தி அப்புறமா யோசிக்கிறேன். இப்போது எப்படியாவது இந்த பாகிஸ்தானிலிருந்து வெளியே போகணும். இந்தப் பாழாப்போன தேசம் நம்ம காலுக்கு சங்கிலியைக் கட்டிப்போட்டதுபோல இருக்கு."

நாளிதழ் படித்துக்கொண்டிருந்தவன் பத்திரிகையை மடித்தான். மெல்லக் கொட்டாவி விட்டான். முனங்கினான்.

“இந்த எல்லா மக்களின் மீது அல்லா தயை காட்டட்டும்.”

சூட்டுக்கார சூட்கேஸ்காரன் பேச்சில் இணைந்தான்.

“இந்தக் குழப்பத்தில் நாளிதழ் படிக்க எனக்கு நேரம் கிடைக்கவில்லை. ஏதாவது முக்கியமான செய்தி?”

நாளிதழ்க்காரன் அவன் கைக்கு பத்திரிகையைக் கொடுத்துச் சொன்னான்: “அங்கே பிரளய காலம் வந்தது.” சற்று பொறுத்துச் சொன்னான், “அவர்கள் அகிம்சையின் மந்திரம் ஓதுகிறார்கள். கௌதம புத்தனை வழிபடுகிறார்கள்.”

“ஆனால், உண்மையில் புரஃபசர் சாகேப்... இதற்கு நீங்கள் என்ன சொல்கிறீர்கள்? தப்பாயிற்று, மன்னிக்கவும். நான் உங்களை புரஃபசர் என்று திரும்பவும் அழைத்துவிட்டேன்.”

புத்தக மனிதன் இப்போது புன்னகை செய்துகொண்டே பேசினான்.

“நீங்கள் இப்படி அழைத்தால் அதன் விளைவிற்கு நீங்கள்தான் பொறுப்பு... சரி, நீங்கள் என்ன சொல்லிக்கொண்டிருந்தீர்கள்?”

“அதை மறந்துவிடுங்கள்... சாகேப்... இந்தக் கேள்வியை எத்தனை பேரிடம் கேட்கவேண்டி இருக்கும் தெரியுமா?”

“ஜீ ...”

“நான் என்ன சொல்லிக்கொண்டிருந்தேன் என்றால் வாழ்க்கையின் கால அவதி மிகச் சிறியது. மீள மீள நாம் எத்தனை கேள்விகளைக் கேட்கமுடியும்?”

“இது சரியான பதிலில்லை. பாருங்கள், இது நழுவல்” நாளிதழ்காரன் சொன்னான். பிறகு மரியாதைக்குரிய ஷேர்வாணிப் பெரியவர் பக்கம் திரும்பினான். அவர் வெகு நேரமாக தன் கண்களை மூடியிருந்தார். இவன் அவர் பக்கம் திரும்பிய சத்தத்திற்கு விழித்து கண்களைத் திறந்தபோது கேட்டான்,

“ஜனாப்... இந்த இம்சை... கொலைபாதகங்களைப் பற்றி உங்கள் கருத்து என்ன?”

மரியாதைக்குரிய ஷேர்வாணிப் பெரியவர் தன் விரல்களால் தாடியைத் தடவிக்கொண்டார். பிறகு ஆழமான துயரக் குரலில் சொன்னார். “இந்த மனித இனத்தின் மீது ஆதிகாலத்திலிருந்தே ஒரு சாபம் வதைக்கிறது என்பதை விட்டால் வேறு என்ன சொல்ல முடியும். பாருங்கள்... கைன் தன் கூடப் பிறந்த ஆபெல் –ஐ கொலை செய்ததை புராணங்களே சொல்கின்றனவே? அன்று தொடங்கியது. இது... உலகம் உண்டான நாளிலிருந்தே இந்தக் கொலை, இரத்தபாதம் இன்றுவரை தொடர்கிறது. முன்னும் அது நிற்பதுபோலத் தெரியவில்லை.”

“மௌலானா”, புத்தக மனிதன் தன் புத்தகத்தை மூடிக்கொண்டே சொன்னான். “அந்தக் கொலைக்கு குறைந்தது ஒரு காரணமாவது இருந்தது.”

பத்திரிகை மனிதன் பொறுமையிழந்த குரலில் சொன்னான். “என்ன காரணமிருந்தது. சொல்லுங்கள் சாகேப்?”

“சாகேப், சில நேரம் பேரழகியை யாராவது பார்க்கலாம். அவளுக்காக அவன் சாகவும் செய்யலாம் அல்லது கொலையும் செய்யலாம்.” – அந்தப் பேச்சைச் சொல்லும்போது, பத்திரிகை மனிதனின் விரலில் இருந்த மோதிரத்தைப் பார்த்தான். அந்தக் கல்லில் ‘யா அலி’ என்ற எழுத்துகள் பொறித்திருந்தன. “உங்கள் மோதிரம் அழகாக இருக்கிறது. அது என்ன கல்?”

“தர் –இ – நஜஃப்... இது சுத்தமான தர் –இ – நஜஃப். இது அவ்வளவு எளிதாகக் கிடைப்பதில்லை. மிகவும் அதிசயம். இதை நான் மத்ஹஷ் இல் ஒரு நகை வியாபாரியிடமிருந்து வாங்கினேன். இது எனக்கு மிகவும் அதிர்ஷ்டம். ‘யா அலி’ எழுத்துக்கள் மிகவும் கலைநயமாகப் பொறிக்கப்பட்டிருக்கிறது.” செருக்குடன் இதைச் சொல்லி பேச்சை நிறுத்தினான். சற்று நேரத்துக்குப் பிறகு சொன்னான், “என்னை மன்னித்துவிடுங்கள், ஹஜ்ரத் அலி அர்த்தமில்லாத இம்சை, கொலைகளை எதிர்த்து நிற்கவில்லையா?”

“மௌலா அலியை புகழ்வதற்கு வார்த்தைகள் போதாது”. பத்திரிகை மனிதன் உற்சாகக் குரலில் பேசினான். “தன்னைக்

கொலை செய்ய வந்தவர்களுக்கு அவர் சர்பத் கொடுத்தவர். வரலாற்றில் அதுபோல மற்றொரு மாதிரி இல்லை. பெரும் கருணையுள்ளம் படைத்தவர் அவர்."

"ஆம், நீங்கள் உண்மையைச் சொல்லுகிறீர்கள். நீங்கள் பரம சத்தியத்தைச் சொல்லுகிறீர்கள்." மரியாதைக்குரிய ஷேர்வாணிப் பெரியவர் குரல் சேர்த்தார். சற்று முன்னும் பின்னும் பார்த்து பிறகு பேச்சைத் தொடர்ந்தார்.

"அது நடந்தது இப்படி, கடந்த வாரம் கராச்சியில் நான் ஒரு அப்பாவியிடம் பேச்சில் இறங்கிவிட்டேன். உயிரைக் காப்பாற்றிக்கொள்வதற்காக அவன் ஈரானிலிருந்து ஓடிவரவேண்டி இருந்தது."

பத்திரிகை மனிதனுக்கு அந்தப் பேச்சுப் பிடிக்கவில்லை. தன் பக்குவமில்லாத மனதின் ஏளனத்தை கொட்டிவிட்டான். "நீங்கள் இப்போது என்னிடம் சொல்ல இருந்தீர்கள், கடந்த மாதம் நீங்கள், ஒரு அகமதியனிடமும் பேச்சில் தொடங்கி இருந்தீர்கள்!"

வயதான மரியாதைக்குரிய ஷேர்வாணிப் பெரியவர் மனம் திறந்து சிரித்தார். அந்தக் குத்தல் பேச்சுக்கு சினம் கொள்ளாமல் சொன்னார்.

"இல்லை, சாகேப்... எல்லா எழுபத்தி மூன்று பிரிவுகளிடமும் பேச்சில் ஈடுபடும் நோக்கம் எனக்கில்லை. அதனால் நான் உங்களுக்குச் சொன்னது. இந்தப் பேச்சை இத்துடன் விட்டுவிடுவோம். இப்போது நம் முன் இருப்பது ஒரே ஒரு பிரச்சினை தானே?"

"என்னது..?" பத்திரிகை மனிதன் தீவிரமான குரலில் கேட்டான்.

"அந்த பிரச்சினை என்றால்... இதுதான் ...மற்றது எதுவும் இல்லை. அந்தப் பிரச்சினை... இங்கே இருந்து வண்டி எப்போது புறப்படும்? அவ்வளவுதான்!"

திடீரென்று பத்திரிகை மனிதனின் முகம் மாறியது. "சாகேப்... இவ்வளவு தாமதமானதே அதிகம். நாம் எல்லோரும் எப்படிச் சிக்கலில் மாட்டிக்கொண்டிருக்கிறோம்! பாருங்கள், நம் எல்லோரையும் பாருங்கள், நாம் சங்கடத்தில்

மாட்டிக்கொண்டிருக்கிறோம், இந்த வண்டி... இந்தப் பாழாப்போன வண்டிக்காக காத்துக்கொண்டிருக்கிறோம். தலைக்கு மேலே கூரைகூட இல்லை. எந்த ஒரு உதவியும் கிடையாது. 1947 இல் வீடுகளை இழந்து நிலையில்லாமல் அந்தப் பக்கத்திலிருந்து இந்தப் பக்கத்திற்கும், இந்தப் பக்கத்திலிருந்து அந்தப் பக்கத்திற்கும் அலைந்து கொண்டிருந்த அதே, அதே காட்சி" பிறகு, சற்று நேரத்திற்குப் பிறகு, சிறிது தன்னை ஆற்றிக்கொண்டு சொன்னார், "ஆனால், சாகேப், எனக்கு உங்களைப் பார்த்து பெரும் வியப்பாக இருக்கிறது. நீங்கள் எதுவும் நடக்காததுபோல அமைதியாக இருக்கிறீர்கள். நாங்கள் இங்கே வந்தபிறகு பார்க்கிறேன். நீங்கள் அமைதியாகப் புத்தகம் படித்துக்கொண்டே இருக்கிறீர்கள்."

"ஹஜ்ரத், உங்களிடம் உண்மை சொல்லவேண்டும் என்றால், நான் வெகு தொலைவு பயணிக்கவேண்டும். அங்கேயும் கூட, இது போலவே வண்டி தாமதமாகத்தான் ஓடும். நான் இரயில் நிலையத்து நடைமேடை மீது காத்திருக்கத்தான் வேண்டும் என்றால், எந்த பிளாட்ஃபாரம் ஆனால் என்ன? எல்லாம் ஒன்றுதான்... காத்துத்தான் இருக்கவேண்டும் என்றால் எல்லையின் எந்தப் பகுதியாக இருந்தால் என்ன? காத்திருக்க வேண்டும்... அவ்வளவுதானே!"

பத்திரிகை மனிதன் பரிகாசம் செய்தான்.

"கண்டிப்பாக வேறுபாடு இருக்கிறது. புரஃபசர் சாகேப். அந்தப் பக்க இரயில் நிலையத்து நடைமேடையில் புத்தகம் படிக்க உங்களுக்கு நேரமாவது இருக்கிறது."

சற்று தொலைவில் ஒரு சுங்க அதிகாரி, பொறுமை இழந்த பயணிகளை சமாதானப் படுத்திக்கொண்டிருந்தார். "பாய், நீங்கள் இங்கே சுகமாக உட்கார்ந்திருப்பதற்கு ஆண்டவனுக்கு நன்றி சொல்லுங்கள். அந்தப் பக்கம் சூழ்நிலை மிக மோசமாக இருக்கிறது. ஒருவேளை இங்கே இருந்து வண்டி புறப்பட்டாலும், அது உங்களைப் பாதி வழியில் இறக்கிவிடும். அங்கே நீங்கள் மாட்டிக்கொள்வீர்கள்."

"ஜனாப்... உண்மையான செய்தி என்னவென்றால்..." ஊதா பேண்ட் போட்ட இளைஞன் ஏதோ சொல்ல வந்தான், "நாங்கள் எப்படி இருந்தாலும் இங்கே மாட்டிக்கொண்டிருக்கிறோம்,

அதனால், இங்கேயே எதற்காக மாட்டிக் கொள்ளவேண்டும்? நாங்கள் எங்கே மாட்டிக்கொள்ளவேண்டும் என்று நம் தலை எழுத்து இருக்கிறதோ அங்கேதான் மாட்டிக்கொள்வோம்."

அவன் பத்திரிகை மனிதனிடமிருந்து தன் கவனத்தை சிறிது தொலைவிலிருந்த ஊதா பேண்ட் போட்ட அழகான இளைஞன் பக்கம் திருப்பினான். அவனை ஆர்வத்துடன் பார்த்தான். அந்த இளைஞன் சொன்ன பேச்சை கவனமாகக் கேட்டான். தன் வாதத்தைவிட அவன் பேச்சில் அதிகப் பொருள் இருக்கிறது என்று நினைத்தான்.

அந்த சமயம், ஷேர்வாணி மரியாதைக்குரிய பெரியவர் கைத்தடிப் பிடியில் வைத்திருந்த தன் தாடையை தூக்கினார். பத்திரிகை மனிதனையே நோக்கிச் சொன்னார்: "என் நண்பர்களே நாம் என்னமோ இங்கே மாட்டிக்கொண்டோம். ஆனால், உங்களுக்கு இங்கேயே வீடு இருக்கும்போது எங்களைப்போல நீங்கள் எதற்காக சிரமத்திற்கு ஆளாகவேண்டும்?"

இந்த எதிர்பாராத அறிவுரை பத்திரிகை மனிதனை இக்கட்டில் மாட்டிவிட்டது.

இதற்கு என்ன பதில் சொல்வது என்று யோசித்துக் கொண்டிருக்கையில், சூட்டுப்போட்ட சூட்கேஸ் மனிதன் குறுக்கே நுழைந்தான். "நீங்கள் என்னிடமும் இதே கேள்வியைக் கேட்கலாம். எனக்கு இரயில்வே விசாரணை கௌண்டர் அதிகாரி தவறான செய்தி அளித்தார். இல்லாவிட்டால், நான் இங்கே ஓடி வந்திருப்பேன் என்று நினைத்தீர்களா? – விமானம் ஏறி இருப்பேன்." மற்றொரு முறை சொன்னார்.

அந்த நேரத்தில் செல்வாக்கு நிறைந்த மனிதரைப்போலக் கண்ட ஒருவர், மிடுக்காக நடந்துகொண்டு வந்தார். அவருக்குப் பின்னால் சற்று தொலைவில், அவர் உதவியாளன், ஆம், உதவியாளனாகத்தான் இருக்கவேண்டும், அவரிடம் தன் அடக்க ஒடுக்கத்தைக் காட்டிக்கொண்டு பணிவாக நடந்து வந்தான். அந்த அதிகாரி ஒருமுறை, எல்லாப் பயணிகளையும் கண்ணோட்டம் விட்டார். பயணிகள் மேடை மீது எங்கெங்கே இடம் கிடைத்ததோ அங்கங்கே உட்கார்ந்துகொண்டார்கள். நடைமேடை மீது படுத்துக்கொண்டும், உருண்டுகொண்டும்

இருந்தார்களே அவர்கள் மீது ஒரு விசித்திரமான பார்வையை வீசினார். பிறகு, தன் உதவியாளன் பக்கம் திரும்பிக் கேட்டார்.

“இவர்களில் யாராவது யாத்திரிகர்கள் இருக்கிறார்களா?”

“நாங்கள் அவர்களுக்கு வேறொரு ஏற்பாடு செய்திருக்கிறோம்.”

“அவர்களிடமிருந்து ஏதாவது குற்றச்சாட்டுகள் இருக்கின்றனவா?”

“இல்லை.. சார், இல்லை. அவர்களை சரியாகவே கவனிக்கப்படுகிறது.” எல்லோர் சார்பாக அவனே பதில் சொல்லிவிட்டான். அதிகாரி, மேடை மீது இருந்த பயணிகளை மற்றொரு முறை பார்த்து அதிகாரக் குரலுடன் சொன்னார்.

“வண்டி எப்போது உறுதியாகப் புறப்படும் என்று எங்களால் சொல்லமுடியாது. நீங்கள் உங்கள் வீட்டிற்குப் போகலாம். நீங்கள் இங்கே உணவு, தங்கவசதி இல்லாமல் காத்துக்கொண்டிருக்கத் தேவை இல்லை.”

சூட்டுக்கார சூட்கேஸ்காரன் இந்தப் பரிந்துரையைக் கேட்டு நிமிர்ந்துகொண்டு சொன்னான். “ஆனால்..நான் கராச்சியிலிருந்து வந்திருக்கிறேன்.”

“அப்படி என்றால் நீங்கள் கராச்சிக்குத் திரும்பிப் போகவும்.”

அந்தப் பேச்சால் சூட்டுப்போட்ட சூட்கேஸ்காரன் பொறுமை இழந்தான். “மிஸ்டர் ... நான் இங்கே வருவதற்குப் போதுமான அளவு பணம் செலவாகி இருக்கிறது. மறுபடியும் அதே பணத்தைச் செலவு செய்துகொண்டு கராச்சிக்குப் போகச் சொல்கிறீர்களா?”

“சரி, அதற்கு நான் என்ன செய்யமுடியும்? நீங்கள் கராச்சிக்குப் போக விரும்பாவிட்டால் போகவேண்டாம். உங்களுக்கு லாகூரில் யாராவது உறவினரோ நண்பரோ இருக்கலாம் அல்லவா. லாகூரில் இருப்பவர்களுக்கு எந்தச் சிரமமும் இல்லை. லாகூரிலிருந்து வந்தவர்கள் எதற்காக தங்கள் வீடுகளுக்குப்போகத் தயங்குகிறார்கள்?”

அந்தப் பேச்சைக் கேட்ட பத்திரிகை மனிதன், உடனே எழுந்து நின்றான். ஒரு கூலியை அழைத்தான். அன்புடன் புத்தக மனிதனுக்குக் கை குலுக்கினான். “புரஃபசர் சாகேப்

நான் உங்களிடம் முரட்டுத்தனமாக நடந்துகொண்டிருந்தால் மன்னிக்கவும். உங்களுக்கும் லாகூரில் தெரிந்தவர்கள் யாராவது இருப்பார்கள் என்று நினைக்கிறேன். தாங்களும் அவர்களுடன் தங்கலாமே? தாங்கள் ஏன் என்னுடன் வரக்கூடாது? இங்கே இரவைக் கழிப்பது சிரமம்."

புத்தக மனிதன் புன்னகைத்தான். "எனக்கு இதனால் எந்தச் சிரமமும் கிடையாது. இரயில் மேடையில் விளக்கு இருக்கிறது. அதுமட்டுமல்ல, நீங்களே சொன்னதுபோல, இந்தப் பக்கத்து நடைமேடையில் மக்களே இல்லை. எந்தச் சிரமமும் இருக்காது. நான் நிம்மதியாகப் புத்தகம் படிக்கலாம்."

பத்திரிகை மனிதனுக்கு இதற்கு எப்படி பதில் சொல்வது என்று தெரியவில்லை. அவன் தன் பையிலிருந்து விசிட்டிங் கார்டை எடுத்து, புத்தக மனிதனிடம் கொடுத்து, "உங்களுக்கு ஏதாவது பிரச்சினை ஏற்பட்டால், இந்த எண்ணுக்கு ஃபோன் செய்யுங்கள்" என்று சொல்லி வேகவேகமாக வெளியே நடந்தான்.

பாகிஸ்தான் பயணிகள் கூலிகள் தலை மீது தங்கள் சாமான்களை சுமத்திக்கொண்டு, நடைமேடையிலிருந்து இரயில் நிலையத்திற்கு வெளியே போகத் தொடங்கினார்கள். ஒரு பெரிய பிரச்சினைக்குத் தீர்வு கண்ட நிறைவுடன் மேலதிகாரி மற்ற பயணிகள் பக்கம் தன் கவனத்தைச் செலுத்தினார். "இந்த சூழ்நிலையில் சில நேரமாவது நீங்கள் எங்கெங்கே இருந்து வந்தீர்களோ அங்கங்கே திரும்புவது நல்லது என்பது என் பரிந்துரை" என்றார்.

அந்தப் பேச்சு பயணிகளை மிகவும் கோபத்திற்கு ஆளாக்கியது. "எந்தச் சூழ்நிலை வந்தாலும், நாங்கள் விட்டு வந்த இடத்திற்குத் திரும்பிப் போக முடியாது. நாங்கள் அங்கேதான் போகவேண்டும்" என்று அறிவித்தார்கள்.

"நான் உங்கள் எல்லோருடைய நன்மைக்காக இதைப் பரிந்துரைத்தேன். நீங்கள் திரும்பிப்போக விருப்பப்படாவிட்டால், சரி, இங்கேயே வண்டிக்குக் காத்துக்கொண்டு இருப்பதில் எனக்கு எந்த மறுப்பும் இல்லை. ஆனால் வண்டியைப் பற்றி எங்களால் எதையும் உறுதியாகச் சொல்லமுடியாது."

ஒரு பயணி பொறுமை இழந்து கத்தினான். "இந்த மேடையில் எவ்வளவு நேரம் நாங்கள் காத்திருக்கவேண்டும் என்று சொல்கிறீர்கள்? நாங்கள் மனிதர்கள் அல்லவா? நாங்களும் உங்களைச் சேர்ந்தவர்கள்தான். உங்களுக்குத் தெரியும். இங்கே எப்படி வெக்கையாக இருக்கிறது. எங்களிடம் இருந்த பணத்தை செலவு செய்துகொண்டு இங்கே வந்திருக்கிறோம்."

"ஆம், உங்கள் மீது எனக்குப் பரிதாபமாக இருக்கிறது. ஆனால் நீங்கள் எங்கள் பொறுப்பில் வருவதில்லை." இதைச் சொல்லி பிறகு அந்த வெள்ளைச் சீருடை அதிகாரி தன் உதவியாளருடன் வேகவேகமாக நடந்து விட்டார்.

மேலதிகாரி வந்ததும் எதிர்பார்ப்புடன் உற்சாகமாக எழுந்து நின்ற பயணிகள் இப்போது களைத்துப்போய் மீள கீழே துவண்டு விழுந்தார்கள். வெகு நேரம் யாரும் எதுவும் பேசவில்லை. சிறிது நேரத்தில் மாலை வந்தது. இரயில் நிலையத்து நடைமேடை மீது விழுந்துகொண்டிருந்த சூரியக் கதிர்கள் எங்கேயோ தொலைவில் இரயில்வே தண்டவாளத்தின் மீதும், வெளியே இவை எல்லாவற்றிற்கும் மௌன சாட்சியாக நின்றிருந்த மரங்கள் மீதும் விழுந்து மின்னியது. ஆனால், சில நொடியில் அந்தச் சூரியக் கதிர்களும் மறைந்துவிட்டன.

எல்லாப் பயணிகளும் இயலாமையாலும், நிராசையாலும் கூட்டமாகச் சேர்ந்துகொண்டார்கள். இனி என்ன சற்று நேரத்தில் இரவு அவர்களை முழுங்கிவிடும். ஊதா பேண்ட் இளைஞன், சாயும் இரவின் இருளை உள்வாங்கி, பயந்துகொண்டு, மரியாதைக்குரிய ஷேர்வாணி பெரியவரின் அருகே வந்து மௌனமாக அமர்ந்தான். வெகு நேரத்து மௌனத்திற்குப் பிறகு, சிந்தனையில் மூழ்கியவன் கேட்டான், "அப்பாஜான், என் பொறுப்பு யாரைச் சேர்ந்தது?"

ஏதோ சிந்தனையில் ஆழ்ந்திருந்த மரியாதைக்குரிய ஷேர்வாணிப் பெரியவர், அந்தக் கேள்வியைக் கேட்டு அதிர்ந்து போனார். தன் மகனையே பார்த்தார். என்ன பதில் சொல்வது என்று சிறிது யோசித்தார். பிறகு ஒன்றும் தோன்றாமல், புத்தக மனிதன் பக்கமாகத் திரும்பி, "புரஃபசர் சாகேப், நாங்கள் யார் பொறுப்பு?"

புத்தக மனிதன், வயதான மனிதனை தலைதூக்கி மௌனமாகப் பார்த்தான். பிறகு ஊதாபேண்ட் பையனிடம் தன் பார்வையைப்

பதித்தார். அந்தக் கேள்விக்கு பொருத்தமான பதிலைச் சொல்ல அவனுக்கும் தெரியவில்லை. அவன் புத்தகத்துப் பக்கங்களில் மீண்டும் தலையை நுழைத்தான். ஆனால் ஒருமுனைப்புடனும், அமைதியாகவும் அவனால் படிக்க முடியவில்லை. சற்று நேரத்தில் புத்தகத்தைப் பற்றிய ஆர்வத்தை இழந்தான். அதை தரையில் வீசி எறிந்தான். மீள எடுத்துக்கொண்டான். ஆனால், படிக்கவில்லை. இரவு விழுந்ததைப் பார்த்தான். தொலைவில் மரங்கள் மீது இலைகள் மீது விளையாடிய சூரியக் கிரணங்கள் இப்போது மாயமாயின எல்லாம் இருட்டில் தொலைந்துபோயின. தன் சட்டைப் பையில் இருந்த சிகரெட் பெட்டியை வெளியே எடுத்தான். அது காலியாக இருந்தது. காலிப் பெட்டியை ஒருமுறை விரலால் தட்டினான். பிறகு திறந்தான். இப்படி நான்கைந்து முறை செய்தான். கடைசியாக காலிப் பெட்டியை தூர வீசினான். அதற்குப் பிறகு அந்த இளைஞனை தன் அருகே அழைத்தான். “பேட்டா..இங்கே வா.”

இளைஞன் நடந்து வந்தான். “உட்கார், உன் பெயர் என்ன?”

“மிஸ்பா – உல் – ஹசன்.”

“நீ எங்கேயாவது படிக்கிறாயா.”

“அலிகட் இல். நான் முதலாவது ஆண்டில் இருக்கிறேன்.”

ஷேர்வாணியில் இருந்த மரியாதைக்குரிய பெரியவருக்கு, தன் மகன் அளித்த பதில் பொருத்தமானது என்று தோன்றவில்லை. அவர் மேலும் சொன்னார். “புரஃபசர் சாகேப், என் மகன் மெட்ரிக்கில் முதலாமவனாக வந்தான். நான் அவனை அலகாபாதுக்கு அனுப்ப நினைத்தேன். ஆனால் இந்த அலிகட்காரர்கள் எனக்கு மிகவும் அழுத்தம் கொடுத்தார்கள். அதனால், நான் அவனை அலிகட் இல் சேர்க்கவேண்டியதானது. பல்கலைக் கழகம் அவனுக்கு உதவித் தொகை அளிக்கிறது.”

“மாஷா அல்லா! கடவுள் பெரியவன். பேட்டா, எனக்கொரு உதவி செய்ய முடியுமா?”

அந்த இளைஞனை கேட்டான். பிறகு உடனே பெரியவர் பக்கமாகத் திரும்பிக் கேட்டான், “நான் உங்கள் மகனிடம் ஒரு உதவி கேட்கலாமா?”

“கண்டிப்பாக.”

“ பக்கத்தில் இங்கே ஏதாவது சிகரெட் கிடைக்குமா?”

“கிடைக்கும். அந்தப் பக்கத்து நடைமேடையில் ஒரு பெட்டிக் கடை இருக்கிறது. நான் அங்கே போய் வாங்கி வருகிறேன்.”

“நன்றி.”

“ஏ, பேட்டா” பான்பெட்டி அத்தை, தன் பர்சை எடுத்தாள். “நீ அந்தப் பக்கம் போகிறாயா, எனக்கு நாலு அணாவுக்கு வெத்தலை வாங்கிக்கொண்டு வருகிறாயா பேட்டா?”

அவள் தன் பர்சைத் திறந்தாள். அதில் இருந்த நாணயத்தை எண்ணினாள். பிறகு உள்ளே வைத்தாள். பிறகு மீள எண்ணினாள். பிறகு “இந்தா, வாங்கிக்க... இனி என் பர்ஸ் காலி.”

இளைஞன் புறப்பட இருந்தான். அப்போது மற்றொரு பயணி அங்கே ஏதாவது சாப்பிடக் கிடைக்குமா என்று கேட்டான். “நம் பசியை அடக்க ஏதாவது வேண்டுமல்லவா?”

“நாம் நம்மிடம் இருந்த எல்லாப் பணத்தையும் செலவு செய்துவிட்டோம். எப்படியோ இன்று கடந்துபோனது. ஆனால் நாளை என்ன கதி?”

“நாளை என்ன நடக்குமோ நாளை வரும்போது பார்க்கலாம். இன்று கடக்கவேண்டுமே, சாகேப். நீ எப்படியும் அங்கே போவதால், அந்த நான்- கபாப்வாலாவிடம் இந்தப் பக்கம் வரச் சொல்கிறாயா?”

இளைஞன் புறப்பட்டுப் போன பிறகு, பெரியவர் பெருமையான குரலில் சொன்னார். புரஃபசர் சாகேப், என் மகன் புத்திசாலி. ஆனால், மிகவும் கேள்விகளைக் கேட்பான்.”

“அவனுக்கு அந்த வயது. கேட்காமல் இருப்பானா?”

“நீங்கள் உண்மையைத் தான் சொல்கிறீர்கள். நான் அவன் கேள்வி கேட்பதைத் தடுப்பதில்லை. சில சமயம் எப்படிப்பட்ட கேள்விகளைக் கேட்கிறான் என்றால், என்னைப் போன்றவனால் பதில் சொல்ல முடிவதில்லை. அப்போது நான்

நினைத்துக்கொள்வேன், பரவாயில்லை, அவன் வளர்ந்த பிறகு அவனே பதிலைக் கண்டடைவான் என்று.”

“நீங்கள் சொல்வது கண்டிப்பாக உண்மை. மனிதனுக்கு பதில் கிடைக்காத பல கேள்விகள் இருக்கின்றன. காலம்தான் அவற்றுக்குப் பதிலளிக்க வேண்டும்.”

“அப்படிச் சொல்லாதீர்கள் புரஃபசர் சாகேப். காலத்தாலும் பதில் சொல்ல முடியாத பல கேள்விகள் இருக்கின்றன. நாம் வளர்ந்து பெரியவர்கள் ஆனாலும், சில கேள்விகளுக்குப் பதில் கிடைக்காமல் நம்மிடமே தங்கிவிடுகின்றன.”

புத்தக மனிதன் மீள மௌனத்தில் ஆழ்ந்தான். மறுபடியும் தன் சிந்தனையில் மூழ்கிப்போனான்.

மெல்ல இருள் படர்ந்தது. எல்லோருக்கும் சாப்பாட்டுக் கவலை முக்கியமாக வாட்டியது. பயணிகள் என்ன செய்வது என்று கலங்கி அங்கும் இங்கும் பார்த்தார்கள். சிலர் தங்கள் பைகளை நோண்டி, திங்க ஏதாவது மீதமிருக்கிறதா என்று தேடத் தொடங்கினார்கள். அப்போது, ஊதாபேண்ட் பையன் சொல்லியனுப்பிய நான்- கபாப்வாலா வந்தான்.

பயணிகளால் தங்களைக் கட்டுப்படுத்திக்கொள்ள முடியவில்லை. மதியத்திற்குப் பிறகு எதுவும் சாப்பிடாமல் அவர்களுக்கு மூக்கைத் துளைக்கும் கபாபின் வாசத்தைத் தடுக்கமுடியவில்லை. சிலருக்கு கபாபுடன் குடிக்க பானங்களும் கிடைத்தன. ஒரு வாளி நிறைய இருந்த கோக்கோ கோலா, டீடேம் போத்தல்கள் உடனே காலியாயின.

புத்தக மனிதனும் எதையோ தின்றான். ஒரு கப் தேநீர் அருந்தினான். ஒரு சிகரெட்டைப் பற்றவைத்தான். புத்தகத்தை மீண்டும் திறந்தான். சில கபாப்களைத் தின்ற பிறகு, பான்பெட்டி அத்தை, தன் வாயில் பான் போட்டுக்கொண்டாள். கொஞ்சம் தூங்கி வழிந்தாள். விழித்துக்கொண்டாள். புத்தக மனிதனிடம் கேட்டாள். “பேட்டா, புரஃபசர், இரவு முழுதும் இந்தப் புத்தகத்தைப் படிக்கவேண்டும் என்று இருக்கிறாயா? இந்தப் புத்தகம் உன் பாவங்களிலிருந்து உனக்கு விடுதலை அளிக்காது. அதற்கு பதிலாக அதில் பாதி நேரமாவது குரான்

படித்தால், நம்மை இப்போது வாட்டிவதைக்கும் இந்தச் சிரமத்தைத் தவிர்த்திருக்கலாம்.”

“ஆம், அத்தை... மற்றொரு பனைஓலை விசிறிப் பெண்மணி தலையசைத்தாள். “என் பாட்டன் ஒருமுறை தினமும் படிக்கவேண்டிய பிரார்த்தனை மந்திரத்தை எழுதிக் கொடுத்திருந்தார். அந்த மந்திரத்தை நானும் ஓதி இருந்தால், வண்டி உடனே வந்திருக்கும்.”

‘அப்படி என்றால் நீங்கள் எதற்காக அந்த மந்திரத்தைச் சொல்லவில்லை, பீபி?”

“எப்படிப் படிக்கட்டும், நீங்களே சொல்லுங்கள்? வீட்டை விடுவதற்கு முன், நான் எல்லாவற்றையும் எச்சரிக்கையுடன் கட்டிவைத்தேன். ஆனால், அவசரத்தில், அந்த பிரார்த்தனை எழுதி வைத்திருந்த சிறிய புத்தகத்தை மறந்துவிட்டேன். ஒருவேளை அதனால்தான் இருக்கலாம், என்னால்தான் எல்லாப் பயணிகளும் சிரமத்தை அனுபவிக்கிறார்களோ என்னமோ. அநேகமாக உங்கள் சிரமங்களுக்கு நான்தான் பொறுப்பு.”

சற்று நேரத்திற்குப் பிறகு, அவன் புத்தகத்திலிருந்து தலையைத் தூக்கிப் பார்த்தான். அந்த இரண்டு பெண்களும் தூங்கிக்கொண்டிருந்தார்கள். ஆனாலும் பான்பெட்டி அத்தை தொணதொணத்துக்கொண்டே பான் மென்றுகொண்டிருந்தாள். பனை ஓலை விசிறிக்காரி காற்று வீசிக்கொண்டிருந்தாள். எல்லாப் பயணிகளும் அநேகமாக உறங்கிவிட்டது போலத் தெரிந்தது. ஊதாபேண்ட் இளைஞன், தன் பக்கம் புரண்டு படுத்திருந்தான். அவன் முழங்கால்களை மடித்து மார்புடன் சேர்த்து, கூனிக்குறுகி உறங்கிக்கொண்டிருந்தான். ஆனால், மரியாதைக்குரிய ஷேர்வாணிப் பெரியவர், இன்னும் விழித்துக்கொண்டிருந்தார். தன் கைத்தடிப் பிடியில் தாடை பாரத்தை வைத்து உட்கார்ந்திருந்தார்.

“புரஃபசர் சாகேப்”, மரியாதைக்குரிய பெரியவர், நீண்ட மௌனத்தைக் கலைத்துப் பேசினார்.

“சொல்லுங்கள்!”

“கேள்விகளைக் கேட்கும் வயதைக் கடந்துவிட்டவன் நான் என்று எனக்குத் தெரியும். ஆனால் உங்களிடம் ஒரு கேள்வி கேட்க வேண்டும் என்று மனசு துடிக்கிறது.”

‘கேளுங்கள், என்ன அது?”

“நாம் எல்லோரும் இந்த நடைமேடையில் மாட்டிக்கொண்டிருக்கிறோம். நாம் இங்கேயும் இல்லை, அங்கேயும் இல்லை. நம் பொறுப்பு யாரைச் சேர்ந்தது?”

மறுபடியும் அதே கேள்வி. புத்தக மனிதன் கலவரமடைந்தான். அந்தக் கேள்வியை அங்கேயே விட்டுவிட்டு, அவன் புத்தகத்திற்குத் திரும்ப விரும்பினான். ஆனால், அந்தக் கேள்வி அவன் ஒருமுனைப்பை மீண்டும் பங்கப்படுத்தியது. அமைதியாக இருக்க அவனால் முடியவில்லை.

மரியாதைக்குரிய பெரியவர் பதில் கிடைக்கும் என்று அவனையே பார்த்துக்கொண்டிருந்தார். மறுபடியும் கேட்டார்.

“புரஃபசர் சாகேப், தயவு செய்து என் கேள்விக்கு பதில் சொல்லுங்கள்.”

“பதில்!”

“ஆமா, பதில். நான் என் மகனுக்குப் பதில் சொல்லவேண்டுமே?”

அவன் முன்னும் பின்னும் பார்த்தான். பிறகு சொன்னான். “மௌலானா... இந்தக் கேள்விக்கு என்னிடம் பதில் இல்லை. அநேகமாக காலம்தான் பதில் சொல்லவேண்டும்.”

“காலம்... காலம்...” பெரியவர் முணுமுணுத்தார். “அதுவும் சொல்லாது. அதற்காவது பதில் தெரிந்திருக்க வேண்டுமெல்லவா...?”

- 1990

பேரியம் கார்பனேட்

எங்களில் யார் ஒருவருக்கும், எங்கள் பித்துக் கனவில் இப்படியொன்று நடக்கும் என்ற கற்பனை கூட இல்லை. எங்களுக்கு சந்தேகங்கள் இருந்தது உண்மை. அனுமானங்களும், ஊகங்களும் கூட இருந்தன. ஆனால், அவை வெவ்வேறு விஷயங்களுடன் தொடர்புடையவை. அவை எங்களைத் துன்புறுத்தியது. வெகு காலத்திற்குப் பிறகு – ஒருவனுக்கு இந்த இடத்தில் வீட்டை ஒதுக்கியபோது, அவன் சொர்க்கமே கிடைத்தது போல மகிழ்ச்சியடைந்தான். ஆனால், அங்கே சின்னச் சின்ன முணுமுணுப்புகள், குறைகள், அதிருப்திகள் இல்லாமலில்லை. மின்சாரம் இல்லை. சாலைகள் அமையவில்லை. பேருந்து நிலையத்துற்குப் போக, பிரதானச் சாலையை அடைய, புழுதிப் பாதையில் குறைந்தது முக்கால் மைல்களாவது நடக்கவேண்டும். நின்று, நின்று... காத்துக்காத்து... எங்கள் கால்கள் அய்யோ அம்மா என்று அழுதாலும், அந்தப் பேருந்து என்ற ஒன்று வருவதே கிடையாது. பேருந்து என்ற ஒன்றைப் பார்க்கவே முடியாது.

ஆனால், அன்று அஷ்ரஃப் சாச்சா நல்ல செய்தியையே கொண்டு வந்திருந்தார். வரும் மாதம் சாலை கட்டுமான வேலைகள் தொடங்கிவிடும். பிறகு எங்கள் புறநகருக்கு பேருந்துகள் வரும். அவை பிரதி பதினைந்து நிமிடங்களுக்கு ஒருமுறை ஓடும். இப்படிப்பட்ட விஷயங்களை அஷ்ரஃப் சாச்சாவைவிட அதிகம் தெரிந்தவர்கள் யார் இருக்கிறார்கள்? அவர் சொல்வதை

எல்லாம் நாங்கள் நம்பினோம். அதுமட்டுமல்ல, நகர மேம்பாட்டு கழக உறுப்பினர்களும் மனிதர்கள்தானே. அவர்களுக்கு ஏதாவது அலாவுதீன் மந்திர சக்தியா இருக்கிறது? அப்படி வேகமாக வீட்டைக் கட்டுவது, மின்சாரத் தொடர்பு பூர்த்தி செய்வது, சாலைக் கட்டுமானம் செய்வது, பேருந்து சேவை தொடங்குவது, இந்த எல்லாப் பெரிய வேலைகளும் இரவு முடிவதற்குள் செய்து முடிக்க சாத்தியமா? உண்மையாக, அலாவுதீன் விளக்குக் கூட இதுபோலனா மாய அதிசயங்களைச் செய்திருக்காது. அப்படி இருந்தும் நாம் நமக்காகவே வீடு கட்டுமான வேலைகள் நடப்பதை நம் கண்களால் பார்க்கவில்லையா? தினமும், ஒவ்வொரு நாளும் பொறுமையாக, லயத்துடன் அரசாங்கத் தொழிலாளர்கள் கற்களை உடைத்துப் பொடிப்பொடியாக்கி ஜல்லிக்கற்களை பரப்புவது; செங்கல்களை அடுக்கிக்கொண்டு கழுதைகள் வரிசையாக வருவது; கூலிகள் கூடை கூடையாகக் களிமண் நிறைத்துக்கொண்டு தலைமீது சுமந்துகொண்டு ஒயிலாக நடந்து வருவது; இந்த வேலைகளுக்கு முடிவே இல்லை என்று தோன்றியது. ஒருநாள், எப்படிப்பட்ட நன்னாள் அது, நம் கண் முன்னால் ஒரு வீடு எழுந்து நின்றது. தொடர்ந்து பல வீடுகளும் கூட. பிறகு அதே லயத்துடன், மீண்டும் தோண்டுவது தொடங்கியது. அது கிணறைத் தோண்டுவதற்காக, ஆழமாகத் தோண்டித் தோண்டி முடித்த பிறகு, தண்ணீர் பீச்சிக்கொண்டு வந்தது. சக்கரையால் தயாரித்த இனிப்புப் பலகாரங்கள் பரிமாறி, தீபங்களை ஏற்றி, வண்ண வண்ண ஜமுக்காளங்களை விரித்து, வெள்ளைத் துணிகளால் அலங்காரம் செய்து, ஊதுவத்தி ஏற்றி, மக்கள் எல்லாம் கூடி ஒருவரையொருவர் தழுவிக்கொண்டு பண்டிகை கொண்டாடப்பட்டது. அதற்குப் பிறகுதான் புதுமனை புகுதல். ஆனால் வீடு முழுமையடையும் முன்பே நாங்கள் நுழைந்துவிட்டோம். இன்னும் அதற்கு வெள்ளையடித்து, வண்ணங்கூடப் பூசவில்லை. சில இடங்களில் காரை வேலையும் முழுமை பெறவில்லை. சிகப்பு செங்கல்கள் சுவரில் நிர்வாணமாகத் தெரிந்தன. சில வீடுகளில் வாசல் சட்டத்தை மட்டும் போட்டிருந்தார்கள். கதவுகளை இணைத்திருக்கவில்லை. வராந்தாவில் தச்சர்கள் அல்லும் பகலும், ரம்பத்தால் அறுத்துக்கொண்டிருந்தார்கள். சுத்தியலால் தட்டிக்கொண்டிருந்தார்கள். ஆனால், அந்த வீடுகளுக்குப் போகவேண்டும் என்று அவரவர் விதியில்

எழுதியிருக்கிறது. ஆனால் வீடு முழுமை அடைவதற்கு முன்பே 'வாசம்' என்பதைத் தொடங்கிவிட்டார்கள். இருள் சூழ்வதற்கு முன்பே ஒரு கிராமத்தில் ஒரு விளக்கை ஏற்றியதுபோல. அதைப் பார்த்து "ஓ... இருட்டிவிட்டதே..." என்று நினைத்து மற்றொரு தீபம் ஏற்றி வைத்ததுபோல. அந்த விளக்கைப் பாருங்கள், தூரத்துக் கடையொன்றில் கடுகு எண்ணெயில் எரியும் விளக்கு, சில அரிக்கன் விளக்குகள், இப்படி முழு கிராமத்தில் இருட்டுவதற்கு முன் தீபங்கள் ஒளிர்வது போல. எங்கள் புறநகரிலும்தான், வீடுகள் முழுமையடைவதற்கு முன்னமே மக்கள் வசிக்கத் தொடங்கினார்கள். ஏதேதோ சரக்குகளை நிறைத்துக்கொண்டு வந்த வண்டிகள், அதற்குப் பின்னால் குடும்பத்து உறுப்பினர்களை எல்லாம் ஏற்றிக்கொண்டு ஜட்கா வண்டிகள் வந்தன. ஒருநாள் இந்த வீட்டின் முன்னே, மற்றொருநாள் இன்னொரு குடும்பம், மற்றொரு வீட்டின் முன்னே உள்ளேபோகக் காத்திருந்தன. பிள்ளைகள் கைதட்டிக் குதித்தார்கள்.

இப்படி எங்கள் கண்முன்னால், எங்கள் புறநகர் பெருமையடைந்தது. நாங்கள் எப்போது வந்தோம், எங்கே இருந்து வந்தோம் என்பது சில நாட்களில் எங்களுக்கு மறந்துபோனது. ஆனால், சில சிறப்பான நிகழ்வுகள் நிகழும்போது மட்டும் சில கடந்தகால நினைவுகள் எங்களை வாட்டும். எடுத்துக்காட்டுக்கு, எங்கள் புறநகரில் நடந்த முதல் சண்டை. அதை இப்போதும் யாரும் மறக்கவில்லை. சயித்தானிஜி – அம்பாலா-வாலிக்கும் நடுவே நடந்தது. சயித்தானிஜிதான் முதலில் அம்பாலா-வாலியுடன் தகராறுக்கு நின்றது. பிறகு தில்லிவாலியுடன். ஆனால், துரதிருஷ்டவசமாக, அந்த இருவரும் சேர்ந்து சயித்தானிஜியை தோற்கடித்திருந்தார்கள். சிலநாட்கள் கோபித்துக்கொண்டு பிணக்குடன் இருந்தாலும், பிறகு, சயித்தானிஜி தன் பிடிவாதத்தைத் தளர்த்திச் சொன்னார், "பீபி... பாருங்க... நான் இந்த இடத்தில் எத்தனை நாள் இருப்பேன் நீங்களே சொல்லுங்கள்! மொகசின் படிப்பு முடிந்திருந்தால், எப்போதோ நான் கர்பாலாவுக்கு யாத்திரை போயிருப்பேன். 'அந்த அமெரிக்க, ஸ்காலர்ஷிபுன்னு ஒண்ணு இருக்குல்ல அதை வாங்கிக்கிட்டு எங்க கிட்ட வா, பிறகு நாங்கள் பார்த்துக்கொள்கிறோம்' என்று நம் இந்த அமெரிக்காவாலா அவனை அழைக்கிறான். ஒருமுறை மொகசின் அமெரிக்கா

போய்விட்டால் போதும். நான் இந்த இடத்தில் ஒரு சொட்டுத் தண்ணியும் குடிக்கமாட்டேன்.”

“மொகசினுக்கு எப்படியோ திருமணம் செய்து வைப்பேன். ஒருமுறை ‘நிக்கா’ வின் அந்த இரண்டு எழுத்தை உச்சரித்தால் போதும், பிறகு அவனிடம் சொல்லத்தான் போகிறேன். “இங்கே பார் மகனே, இனி உன் வாழ்க்கையை நீதான் பார்த்துக்கொள்ள வேண்டும். உன் அம்மா அவள் எதிர்காலத்தை அவளே பாதுகாத்துக்கொள்வாள்” இப்படிச் சொல்லி மறுபடியும் அவர்களுக்கு இடையே சமாதானம் செய்து கொண்டார்கள்.

அதிசயம் என்னவென்றால், சயித்தானிஜி புனித கர்பாலாவுக்கு யாத்திரை போவேன் என்று சொன்னதை எல்லோரும் மறந்துவிட்டார்கள். அம்பாலாவாலி, தில்லிவாலி யார் கிடைத்தாலும் சரி, அவர்களை நிறுத்தி, சயித்தானிஜி சொன்ன அந்த இரண்டே வார்த்தை, அது அமெரிக்கா மொகசினை ‘வா, வா’ என்று அழைப்பதைப் பற்றி, பல முறை அழுத்திச் சொன்னார். சயித்தானிஜி மகன் மொகசின், விரைவில் அமெரிக்கா பறந்துவிடுவான் என்ற காற்றுச் செய்தி புறநகர் முழுதும் வாய்வழியாகப் பரவி இருந்தது. சயித்தானிஜியின் மகனும் அமெரிக்கா போவதைப் பற்றி எப்போதும் உற்சாகத்துடன் பேசி அதையே வர்ணித்துக்கொண்டிருந்தான். அவன் அம்மா சொன்ன வேறு எந்தப் பேச்சுக்களும் யார் நினைவிலும் தங்கவில்லை. மொகசின் எங்கள் தெருவின் நிலைமை, பேருந்துகள் இல்லாதது இவைகளைப் பற்றி தீவிரமாக இருப்பவர்களை எல்லாம் பழித்து முனங்கிக் கொண்டிருந்தான். அவன் வயதை ஒத்த சிலர் சைக்கிள் வாங்கி இருந்தாலும், சைக்கிள் வாங்குவது தனக்குக் கௌரவக் குறைச்சல் என்றே நினைத்தான். இவ்வளவு நடந்தாலும், சயித்தானிஜி, தான் கர்பாலாவுக்குப் போய்விடுவேன் என்று சொல்லிக் கொண்டிருந்தாலும், அவள் தன் வீட்டுக்குப் பண்டபாத்திரங்கள்கள் வாங்கி நிறைப்பதை கொஞ்சமும் குறைக்கவில்லை. அவர் இங்கே வந்த பிறகு சில கோழிகளை வாங்கி வந்து தங்கள் குடும்பத்துடன் சேர்த்துக்கொண்டார். பிறகு ஒரு வேப்பமரம் நட்டார். அந்த மரம் வளர்ந்து பெரிதான பிறகு அதன் நிழலில் தந்தூரி ரொட்டி சுட அடுப்பு கட்டுவேன் என்றார்.

அந்த சிறப்பான நிகழ்வு நடந்திருக்கா விட்டால், சயித்தானிஜி கர்பாலாவுக்குப் போகும் விஷயத்தை மறந்திருப்பார் என்று எங்களுக்கு உறுதியாகத் தெரியும். இங்கே வாழ்க்கை நடத்துவது மிகவும் சிரமம். ஆனால், மொகிசின் அல்லவா அதை எதிர்கொள்ளவேண்டும்? சயித்தானிஜிக்கு இங்கே வாழ்க்கை சுகமாக இருந்தது. அவர் என்ன நடந்தாலும் இங்கே இருக்கும் இந்த வாழ்க்கையைப் பற்றி தன் மகனைப்போல முணுமுணுப்பதில்லை. தன் வீட்டுக்குப் பின்னால் இருந்த ராம்கர் பெரிய வயல் தோட்டத்திலிருந்து பசுமையான காய்கறிகளை வாங்கலாம் என்று அவ்வப்போது பெருமை பட்டுக்கொள்வார். அதுவும் தன் வீட்டுக்குப் பின்னால் ஒட்டிக்கொண்டிருக்கும் தோட்டத்திலிருந்து. ஆனால், இங்கே காய்கறிகளுக்கு ஒன்றும் குறைவான விலை கிடையாது. எல்லாப் பொருட்களும் அப்படித்தான்! நல்ல சிறிய அரிசியையே எடுத்துக்கொள்ளுங்கள் – இப்போது அதன் விலை எவ்வளவு அதிகம்! சயித்தானிஜி அரிசி வாங்கி வந்தாலும், அது அவ்வளவு குறைந்த விலைக்குக் கிடைக்கவில்லை.

நடப்பது நடக்கட்டும் என்று கடவுள் மீது பாரத்தைப் போட்டு, அவர் தன் வீட்டுக்குப் பின்னால் இருந்த வயல் விவசாயிடமிருந்தே அரிசியை வாங்கினார். ஆனாலும் மிகவும் ஆலோசனை செய்து இலாப நட்டங்களை கணக்குப் போட்டு, அரிசி வாங்கினார். அதை எச்சரிக்கையுடன் பாதுகாத்தும் வந்தார்.

முதலில், அந்த அரிசியை சமையலறையில் சேகரித்து வைத்தார். ஆனால், ஒருநாள் எதிர்பாராமல், சமையலறையில் ஒரு எலியின் அட்டகாசம் தொடங்கியது. அரிசி மூட்டையை வெளியே எடுத்துவந்து அதை பெரிய மண்பானையில் பத்திரப்படுத்தினார் சயித்தானிஜி. அந்தப் பானையை பெரிய மரப்பெட்டியில் வைத்து உக்கிராண அறையில் வைத்தார். அங்கேதான் பண்டிகை நாட்களில், அல்லது விருந்தாளிகள் வரும்போது உணவு பரிமாற இருக்கட்டும் என்று ஒழுங்காக அடுக்கி வைத்திருந்த பீங்கான் தட்டுகளும் இடம் பிடித்திருந்தன! அந்தப் பெட்டியைப் பூட்டி, அதே பெட்டியின் மீது அழகாகத் தெரியட்டும் என்று ஒரு வண்ணமேசைத் துணியை விரித்திருந்தார்.

எங்கள் புறநகருக்கு எலிகள் எப்படி வந்து சேர்ந்தன. வந்த சில நாட்களிலேயே எப்படித் தங்கள் இனத்து எண்ணிக்கையை

ஏராளமாகப் பெருக்கிக்கொண்டன என்பதே ஒரு பெரிய வரலாறு. இது தொடங்கியது சயித்தானிஜி அடுப்படியில் மாமிசம் வைத்திருந்த இரண்டாவது அடுக்குத் தட்டிலிருந்து. ஒருநாள் அவர் மாமிசத் துண்டுகளை கவனக்குறைவாக அதில் வைத்து மூட மறந்துவிட்டார்.

மறுநாள் காலை சயித்தானிஜி எழுந்து பார்த்தபோது சில சட்டிகளின் மூடிகள் சிதறி தரைமீது விழுந்திருந்தன. சில சட்டி மூடிகள் சரிந்திருந்தன. முதல்நாள் தேநீருக்காகப் பயன்படுத்தி மீதமிருந்த, ஒரு சின்ன தம்ளர் பால் தரை மீது சிந்தி இருந்தது; அதுமட்டுமல்ல டம்ளர் குப்புற விழுந்திருந்தது. சயித்தானிஜி இது அடிக்கடி தன் வீட்டிற்கு திருட்டுத்தனமாக நுழையும் அம்பாலாவாலியின் சாம்பல் நிறப் பூனையின் வேலையாகத்தான் இருக்கும் என்று நினைத்து அன்றிலிருந்து அது தன் வீட்டுக்குள் வருவதை தடுத்துவிட்டார்.

இப்படி இருக்க... ஒருநாள், சயித்தானிஜி பாத்திரத்தில் பால் ஊற்றிக் கொண்டிருந்தார்... என்ன இது சின்னச் சின்னக் கருப்பு ரோமங்கள் மிதக்கின்றனவே...? அவருக்கு வலுவாக சந்தேகம் ஏற்பட்டது. அதை கண்ணுக்கு அருகே கொண்டுவந்து கூர்ந்து கவனித்தபோது அவர் சந்தேகம் உறுதியானது. இது இந்தப் பால்காரன் வேலையாகத்தான் இருக்கும் என்று அவனை அழைத்து, கோபத்தில் திட்டினார்.

"நான் உன்னிடம் வைத்திருந்த நம்பிக்கையை கெடுத்து விட்டாய். எனக்கு துரோகம் செய்துவிட்டாய். இப்படிப் பாலில் கலப்படம் செய்து வாந்திபேதி நோய் பரவச் செய்கிறாயா?" என்று வாய்க்கு வந்தபடி வைதார். தான் நிரபராதி என்று அவன் என்னதான் கெஞ்சினாலும், இவர் ஒத்துக் கொள்ளவில்லை. கெட்டியாக சிமெண்டு பூசிய தரையும், எந்த ஓட்டைகளும் இல்லாத சுவரும் இருக்கும் தன் வீட்டில் எலிகள் நுழைந்து வராது என்ற அவர் நம்பிக்கை வலுவாகவே இருந்தது.

அவ்வப்போது அங்கே ஒரு பச்சோந்தி சுத்தித் திரியும். ஹஜரத் அப்பாஸ் அவருடைய தண்ணீர்ப் பையை பச்சோந்தி கடித்ததால், அதன் இனமே சாபத்துக்கு உள்ளானது. அப்படி ஒரு இனத்தைச் சேர்ந்த பச்சோந்தியைக் கொன்றே போடுவார்கள். ஆனால், அது உடனே பூமியின் ஏதாவது ஒரு ஓட்டையில்

மாயமாகி விடும்! அந்த குணத்துப் பால்காரனின் பேச்சை அவர் எப்படி நம்புவார்.

அன்று சயித்தானிஜி சமையலறைக்குள் நுழைகிறார். பாத்திரங்கள் திடீரென்று அசைய வேண்டுமா? மின்னலைப்போல அவரைத் தாண்டி ஏதோ பாய்ந்து ஓடி, மாமிசம் வைத்திருந்த அடுக்குக் கீழே மாயமானது! சயித்தானிஜி வேகமாக வெளியே வந்தார். ஒரு குச்சியால் மாமிசம் வைத்திருந்த மர அடுக்கைத் தட்டினார். மாமிச அடுக்குக்கு அடியில் ஒருநொடிக்கு முன்னே அவர் பார்த்த நீண்ட வால், வீட்டுக்கு முன்னால் இருந்த சாக்கடைக்குள் ஓடி மறைந்தது. அன்று அவருக்குத் தெரிந்தது, அந்த துஷ்டன் சமையலறைக்கு வெளியே இருந்து வரவில்லை, அது உள்ளேயே இருக்கிறது என்று. ஆனாலும், யோசித்தார், அந்த எலி வெளியே இருந்து எப்போதோ சமையலைறைக்குள் நுழைந்துவிட்டது. அந்த எலியைத் துரத்தினால்தான் சமையலறை பாதுகாப்பாக இருக்கும் என்று, இதுவரை தடை செய்திருந்த அம்பாலாவாலியின் சாம்பல் பூனை வரவேற்கப்பட்டது. அதை அடுப்படியில் அடைத்து கவனமாக வெளியே கதவு சாத்தப்பட்டது.

மறுநாள் சமையலறையைத் திறந்து பார்க்கிறார். அந்த துஷ்டன் இருக்கிறானா இல்லையா என்று தெரியவில்லை. ஆனால், அந்தச் சாம்பல் பூனை மட்டும் அடுப்பறை முழுதும் அடாவடித்தனம் செய்துவிட்டது. ஒழுங்காக அடுக்கி வைத்திருந்த பாத்திரங்கள், சட்டிகள், வாணலிகள் எல்லாம் கீழே உருண்டுகிடந்தன. அடுத்த நாள் அவருக்கு மற்றொரு யோசனை தோன்றியது. சயித்தானிஜி தன் எல்லா பாத்திர பண்டங்களையும் மாமிசம் வைக்கும் மர அடுக்குக்குள் வைத்துப் பத்திரமாக பூட்டிவிட்டார். அன்று இரவு சாம்பல் பூனை அதிகமாக அட்டகாசம் செய்யவில்லை. மறுநாள் காலை, அந்தப் பூனை கூடத்தில் சுதந்திரமாகத் திரிந்து கோழிகளைப் பிடிக்கப்போக, அவை பயந்துபோயின. சயித்தானிஜி சரியான நேரத்தில் பார்க்காவிட்டால் உயிர் போயிருக்கும். ஆனால் கோழிகள் வெகு நேரம் பயத்தால் நடுங்கிக் கொண்டிருந்தன. அதன் பிறகு, சயித்தானிஜி, வெளி உதவியை நாடுவதில் நம்பிக்கை இழந்துவிட்டார்.

மறுநாள், அவர் மொகிசின் கையில் ஒரு ரூபாய் வைத்தார். “பேட்டா, எங்கே இருந்தோ ஒரு எலி வந்து அடுப்படிக்குள் நுழைந்து விட்டது. போ, போய் ஒரு எலிக்கூண்டு வாங்கி வா.” அமெரிக்கா போகும் மொகிசின் எலிக்கூண்டை வாங்கிக்கொண்டு எல்லார் முன்னிலையிலும் வீட்டுக்கு கொண்டுவருவது தனக்கு கௌரவாக் குறைச்சல் என்பதால் விரும்பவில்லை. அந்த நேரத்தில் உதவியாக இருந்த அஷ்ரஃப் சாச்சா, அவரே நேரடியாக நஸ்ரூவின் இரும்புச் சாமான் கடைக்குப் போய் எலிக்கூண்டை சயித்தானிஜிக்கு வாங்கிவந்தார். அதே இரவு சயித்தானிஜி, ரொட்டித் துண்டொன்றை அதில் மாட்டி, சமையலறையில் வைத்தார். மறுநாள் அதில் தடித்த எலி ஒன்று சிக்கியதைப் பார்த்து அவர் மகிழ்ச்சிக்கு எல்லையே இல்லை. அந்தச் செய்தி எல்லா இடங்களிலும் பரவிவிட்டது. தில்லிவாலியின் மகன் அந்த எலிக்கு முடிவுகட்டும் பொறுப்பை ஏற்றுக்கொண்டான். அவன் எலிக் கூண்டை எடுத்துக்கொண்டு வெளியே வந்தபோது – தெருப் பையன்கள், கேட்க வேண்டாம், கூச்சல்போட்டுக்கொண்டு அவனைச் சுற்றி வளைத்தார்கள். அந்தக் கூச்சலைக் கேட்டு வீட்டுக்குள் இருந்த பெண்கள் வெளியே ஓடிவந்தார்கள். சயித்தானிஜி கைது செய்த துஷ்டனைப் பார்க்க வேண்டாமா! பள்ளிவாசல்களில் செருப்புகளைத் திருடியவனைப் பிடித்த கொண்டாட்டம். தெருப் பையன்கள் கூட்டம் வீடுகளைத் தாண்டித் தொலைவில் இருந்த வெளிக்கு வந்தது. அந்த வானரச்சேனை திரும்பியபோது, சயித்தானிஜி தன் கைதியின் கதி என்ன ஆனது என்பது தெரிந்தது உண்மை. ஆனால் எலிக்கூண்டின் கதி என்ன ஆனது என்று தெரியவே இல்லை. அது அவருக்கு மறந்துபோனது.

அதற்குப் பிறகு, சிலநாட்கள் வீட்டில் அமைதி நிலவியது. ஆனாலும், சயித்தானிஜி, மாமிசம் வைக்கும் அடுக்கில் எல்லாப் பொருட்களையும் பாதுகாப்பாக வைப்பதை மறக்கவில்லை. என்றால், அவருக்கு இப்போது எலிகள் பயம் இருக்கவில்லை. ஆனால், அம்பாலாவாலியின் பூனையைப் பற்றிய ஆதங்கம் இருந்தது. ஒருநாள், சயித்தானிஜிக்கு மாமிசம் வைக்கும் அடுக்கில் பாத்திரம் நிறைய இருந்த வேகவைத்த பருப்பை வைத்து மரக் கதவைச் சாத்த மறந்துபோனது. மறுநாள் காலையில் எழுந்து பார்த்தால், பாத்திரத்தின் மூடி கீழே விழுந்திருந்தது. கெட்டியாக இருந்த பருப்பின் மேல்பதரத்தின் மீது குறுக்கும் நெடுக்குமாக அடையாளங்கள் தெரிந்தன.

அநேகமாக மேல் சன்னல் வழியாக குருவி நுழைந்துவந்து, தன் அலகாலும், கால்களாலும் இப்படிப் பிறாண்டிப் போயிருக்கவேண்டும் என்று கொண்டார், சயித்தானிஜி. ஆனால், சற்று நேரத்திற்குப் பிறகு அவருக்குத் தெரிந்தது, மொகசின் சட்டையில் அங்கங்கே ஓட்டைகள் இருப்பது. அந்தச் சட்டையை தோபிக்குப் போடவேண்டும் என்று இருந்தவர், குளியலறையிலேயே மறந்து விட்டுவிட்டார்.

அவருக்குப் புரிந்தது, இது அந்த பிளேக் கொண்டுவரும் மாரியின் வேலைதான் என்று. குளியலறை வழியாக வந்து நுழைந்துவிட்டது. எலியைச் சபித்தார் சயித்தானிஜி. ‘அல்லா உன்னை தண்டிக்கட்டும்’ என்றார்.

மொகரம் சமயம் உண்மை வெளியே வந்தது. கண்ணீருடனும் உணர்ச்சி நிறைந்த குரலுடனும், சயித்தானிஜி அறிவித்து விட்டார், ‘எட்டாவது நாள் புலாவ் சிறப்பு விருந்து இருக்கிறது’. அவர்கள் எல்லோரும் சேர்ந்து பிரார்த்திக்கும் ‘இமாம்பர’* த்தை விட்டுவந்ததை துயரத்துடன் நினைவு கூர்ந்தார். இமாம்பரத்து நினைவுடன் தங்க வெள்ளி ஆலமை, தொங்கும் விளக்குகளை, காகித தீபங்களை, மேற்கூரையை அலங்கரிக்கும் விளக்குகளை எல்லாம் நினைத்துக்கொண்டார். அன்று கூடும் அறச்சபைகள், பத்துநாள் தங்கள் வீட்டில் நடக்கும் நான் – குருமா விருந்துகள் நினைவிற்கு வந்தன. எட்டாவது நாள் எத்தனை பேர் கூடுவார்கள்? எத்தனை பேர் முழுநிறைவு பெறும்வரை ஷீர்மால்நான் - குருமா தின்று மகிழ்ச்சி அடைவார்கள். இங்கு வரும்வரை, அவை எல்லாம் அங்கே தங்கள் வீட்டில், தவறாமல் நடந்துகொண்டிருந்தது.

இத்தனையையும் மகிழ்ச்சியுடன் நினைத்துக் கொண்டிருக்கும் போது, அந்த மஞ்சள் நிறத்து மூலை வீட்டுக்காரி - ‘உணவுப் பொருள் வினியோக முறை தொடங்கிய பிறகு, சயித்தானிஜி வீட்டுக்காரர்கள் அந்த விருந்தை நிறுத்திவிட்டார்கள்.’ என்றாள். அந்த மஞ்சள் வீட்டுக்காரி அங்கே சயித்தானிஜி வீட்டுக்குப் பக்கத்தில் இருந்தாளாம். சயித்தானிஜி அழகாக விவரித்துக்கொண்டே ஹஜாரி**யின் ஷீர்மால் நான்-குருமா

---

* *அறச் சொற்பொழிவு ஆற்றும் இடம்*

** *இமாம் ஹுசைன் நினைவுநாளில் கொடுக்கும் புனித விருந்து*

விருந்தைப்பற்றி சொல்லிவிட்டார்: அப்படி இருக்க, அந்த அம்மா... எனக்குத் தெரிந்தவரை, தான் கொடுக்கும் விருந்தில் வெறும் புலாவ் பரிமாறுவார். இது எனக்கு உறுதியாகத் தெரியும். அவர் மாமா இருந்தபோது – நான்-குருமா பரிமாறுவார்களாம். எனக்குத் தெரியாதப்பா, இப்போது அவள் இப்படி பெருமை பீற்றிக்கொள்வதை ஆண்டவன் மன்னிப்பானா, ஆசீர்வதிப்பானா இல்லை தண்டிப்பானா என்று. என் காதுக்கு விழுந்ததை நான் உண்மையாகச் சொல்கிறேன் அவ்வளவுதான்!"

ஆனால், அந்தப் புறநகருக்கு வந்த பிறகும் சயித்தானிஜி, தன் சக்திக்குத் தக்கபடி திருச்சபைகளை ஏற்படுத்தி, ஜிலேபிகளைப் பரிமாறுவார். ஆனால், இமாம்பரத்தில் அன்று நடந்துகொண்டிருந்தது என்று அவர் சொல்லுமளவுக்கு அந்தச் சபை ஆடம்பரமாக இருக்கவில்லை. இங்கே சிறப்பு என்னவென்றால், அது ஆண்களின் அறச்சபையாக இல்லாமல், அது பெண்களுக்கான, அதுவும் அக்கம்பக்கத்து வீட்டுப் பெண்களுக்காக மட்டுமே நடக்கும் சபையாக இருந்தது. அங்கே தார்மீக சோக நிகழ்வும் மிக எளிமையாக இருக்கும். ஆனாலும், எட்டாவது நாள் அவர்கள் கொண்டாடும் ஹஜாரி புறநகரில் வெகு முக்கியமான செய்தியாகப் பரவியது மட்டுமல்ல, எல்லோரும் புலாவ் விருந்துக்கு ஆர்வத்துடன் காத்திருப்பார்கள். அந்த எட்டாவது நாள் இரவு இப்படியான நிகழ்வுகள் நடந்துவிடும் என்று நாங்கள் யாரும் எண்ணியது கூடக் கிடையாது.

சயித்தானிஜி, பயத்தால் வலுவை இழந்திருந்தார். மாற்று ஏற்பாடு செய்வதில் தோல்வி அடைந்தார். அன்று மாலை, அவர் அஷ்ரஃப் சாச்சாவை அழைத்தார். கொஞ்சம் ஜிலேபிகளை வாங்கி வாருங்கள் என்று பணம் கொடுத்தார். எங்களுக்குக் கிடைத்தது அதுதான். புலாவ் அல்ல. நாங்கள் ஒன்றோ இரண்டோ ஜிலேபிகளை புனித ஹஜாரியின் காரணமாக வேண்டா வெறுப்பாகத் தின்று, இடத்தைக் காலி செய்தோம். நாங்கள் யாரும் வாய்திறக்கவில்லை. உண்மையில் நாங்கள் எல்லாம் அதிர்ச்சியடைந்து போனோம்.

மஞ்சள் வீட்டுக்காரியால் இதை நம்பவே முடியவில்லை. சயித்தானிஜி பொய் சொல்லுகிறாள் என்றே பரப்பினாள்.

அவருக்கு நம்பிக்கை ஏற்படும் வகையில் அம்பாலாவாலி தானே கண்ணாரக் கண்டதை விவரித்தார். “அம்மா! நான் என் கண்ணால் பார்த்தது. அந்த மரப் பெட்டியில் என் கை நுழையுமளவுக்குப் பெரிய ஓட்டை இருந்தது.” அவர் தன் விரல்களை மடித்து, முஷ்டியை வட்டவடிவில் சுற்றிக்காட்டினார்.

“அந்த கெட்டியான மரப்பெட்டியை தங்கள் பற்களால் எப்படிக் குடைய முடியும்?”

“அய்யோ, அவை அந்தப் பெட்டியை எப்படிக் குடைய முடியும்? நீங்கள் நம்பவே மாட்டீர்கள்.”

அம்பாலாவாலி சொன்னார், “அந்தப் பெட்டி மரத்தால் ஆனது. அம்மா, இந்த துஷ்டஜந்துக்கள் நமக்கு அல்லா விதித்த சாபம். அவை தின்பண்டங்களை எங்கே, எப்படி இருந்தாலும் துருவித் தேடி நுழைந்து தின்றுவிடும்.”

தில்லிவாலி அசந்துபோய் நின்றிருந்தார். அவர் வாயிலிருந்து எந்தப் பேச்சும் இல்லை. மஞ்சள் நிறத்து வீட்டுக்காரி சற்று எதையோ ஆழ்ந்து சிந்தித்துக்கொண்டிருந்தார். இன்னும் அவருக்கு நம்பிக்கை வரவில்லை. பிறகு சொன்னார், “அவை செத்து ஒழியட்டும்! அதுகளுக்கு இருப்பது வயிறா இல்லை அடித்தளமே இல்லாத உக்கிராணமா, அத்தனையையும் தின்று தீர்க்க?”

அம்பாலாவாலி அவர் பேச்சைப் பாதியில் தடுத்தார்.

“அம்மா, நான் சயித்தானிஜி சொன்னதை முதலில் நம்பவில்லை. ஆனால் அவர் என் கையைப் பிடித்துக்கொண்டு உள்ளே இழுத்துப் போனார். அந்தப் பெட்டியின் கதவைத் திறந்தார். நீங்களே பாருங்கள் என்று காண்பித்தார். நான் எதற்குப் பொய் சொல்லட்டும் சொல்லுங்கள். பெட்டியில் சில கைப்பிடி அளவே அரிசி மிச்சமிருந்தது. மீதி புளுக்கைகள்” இப்படிச் சொன்னபோது, அவர் உடம்பு பயத்தால் நடுங்கியது.

தில்லிவாலியும் பயத்தால் நடுங்கும் குரலில் சொன்னார், “அல்லாவின் கருணை நம் எல்லோர் மீதும் இருக்கட்டும்.”

மஞ்சள் வீட்டுக்காரி, தில்லிவாலியை கூர்ந்துபார்த்தார். எந்த ஒரு வார்த்தையும் பேசவில்லை.

அந்த இரவு, தொலைவிலிருந்த வீடுகளிலிருந்தும், சயித்தானிஜியின் மஜலி*யில் கலந்துகொள்ள வந்திருந்தார்கள். ஆனால் அதே தருணத்தில், சயித்தானிஜி, தன் அக்கம்பக்கத்து பெண்களிடம் வர இருக்கும் அபாயத்தைப் பற்றி எச்சரித்தார். தன் அரிசிப் பெட்டியின் கதையைப் போதுமான அளவுக்குச் சொல்லி, சிலருக்கு அதைக் காட்டினாரும் கூட.

மறுநாள், தில்லிவாலி தன் மகளின் திருமண ஆடையை வெளியே எடுத்து, வராந்தாவில் சூரிய வெளிச்சத்தில் விரித்தார். அப்பாடா, அவர் மகளுக்குக் கிடைத்த அந்த விலைமதிப்பற்ற பரிசு அப்படியே இருக்கிறது. ஆனால், அவர் துப்பட்டா. கஞ்சி போட்டு அலமாரி அறையில் மடித்துவைத்த அவர் துப்பட்டாவில் அங்கங்கே ஓட்டைகள் இருக்கின்றன. அட... அலமாரி அறையை அவர் முழுமையாகச் சாத்தவில்லை. வீட்டு அறைகளில் முழுமையாக எல்லாவற்றையும் மூடிவைக்கவேண்டிய அவசியமாவது என்ன? மொகரம் கழிந்த பிறகு அந்த துப்பட்டாவின் மீது வெள்ளி நட்சத்திரங்களைத் தைக்கவேண்டும் என்று நினைத்திருந்தார்.

அம்பாலாவாலி கோதுமை மாவை சல்லடையில் போட்டபோது, புளுக்கைகளும், கறுப்பு ரோமங்களும் தெரியவேண்டுமா?

சயித்தானிஜி வீட்டு எலிகள் தங்கள் வீட்டையும் தாக்கிவிட்டன என்று தில்லிவாலியும், அம்பாலவாலியும் பதட்டம் அடைந்தார்கள். அவர்கள் தர்க்கமும், சந்தேகமும் சரியாக இருந்தால், மஞ்சள் நிற வீட்டுக்காரி வீடு வெகு தொலைவில் இருக்கிறதே, அவர் துணிகளையும் எலிகள் தின்றுவிட்டனவே.

ஆனால், அப்பாவி, எல்லோருக்கும் உதவி செய்யும் அஷ்ரஃப் சாச்சாவுக்கு நடக்கக்கூடாதது நடந்துவிட்டது. அது பெரும் வியப்பு. தான் இந்தியாவில் விட்டுவந்திருந்த சொத்துக்கான பரிகாரத் தொகைக்கு அவர் விண்ணப்பம் செய்திருந்தார். அந்த

★ *அறச் சொற்பொழிவைக் கேட்கக்கூடும் சமுதாயம். இமாம் ஹுசைன் நினைவுநாள் கூட்டத்தில் சொற்பொழிவைக் கேட்கக்கூடும் கூட்டம்.*

விண்ணப்பத்திற்கு சாட்சியாக பல ஆவணங்களை சிரமப்பட்டு சேகரித்து வைத்திருந்தார். அந்த ஆவணக் கட்டு மிகப் பெரிதாக இருந்தது. அதை பத்திரமாக அழுத்திப் பிடித்திருந்த கிளிப் வளைந்து இரண்டு துண்டாகி விட்டது. அதனால் அவர் மாவால் பசை தயார் செய்து, எப்படியோ அதை ஒட்டிவிட்டார். ஆனால், மறுநாள் காலை பார்த்தபோது அந்தக் காகிதங்களின் கீழ் ஓரங்கள் மாயமாகி இருந்தன. அவர் மேசை மீது காகிதத் துண்டுகள் கிடந்தன.

அஷ்ரஃப் சாச்சா அதை மளிகைக்கடை நன்வாவிடம் சொன்னார். அப்போது, அங்கே இருந்த பிரம்பு நாற்காலியில் மௌல்வி உஸ்மான் அலியும் உட்கார்ந்திருந்தார். அப்போது முக்கால்வாசித் தாள்களில் சின்னச் சின்னப் பொட்டணங்களைக் கட்ட நன்வா பயன்படுத்தி மக்கிப்போன மீதிப் பக்கப் புத்தகத்தை பெரிய கண்ணாடி போட்டுக்கொண்டு, கம்பீரமாகப் படித்துக்கொண்டிருந்தார். புத்தகத்திலிருந்து தலையைத் தூக்கிச் சொன்னார். "இதற்கு என்ன சொல்வது? டெஹரானில் வெளியான புனிதநூல் 'மஸ்னமி-ஏ-மௌலானா-ருமா'வின் கைப்பிரதி என்னிடமிருந்தது. இந்தக் காஃபீரர்கள் அந்தப் புனித நூலை சின்னா பின்னமாக்கிவிட்டன."

நன்வா கடையிலிருந்து அஷ்ரஃப் சாச்சா, நேராக, நஸ்ரூவின் இரும்புக் கடைக்கு நடந்தார். அங்கே இருந்து ஒரு எலிக்கூண்டை வாங்கிவந்தார்.

நாங்கள் எல்லாம் அவர் செய்ததையே பின்பற்றினோம். எலிக்கூண்டுகளின் விற்பனை அதிகரித்தது. நஸ்ருவின் கடை ஒரே நாளில் பல எலிக்கூண்டுகளை விற்பனை செய்தது. கடைசியாக, சயித்தானிஜி, தில்லிவாலியின் மகனைக் கெஞ்சி தனக்கும் ஒரு எலிக்கூண்டு வாங்கிவரச் சொன்னார். ஆனால், அவர் முதலில் ஒரு ரூபாயிக்கு வாங்கி இருந்த எலிக்கூண்டு விலை ஒண்ணேகால் ரூபாயாக உயர்ந்திருந்தது. சயித்தானிஜி, உடனே அந்த எலிக்கூண்டை நஸ்ருவிடம் திருப்பிக்கொடுத்து, அவன் பேராசையையும், நேர்மையின்மையையும் திட்டித் தீர்த்தார். தில்லிவாலி அவரை சமாதானப்படுத்த முயன்றார்;

"சயித்தானிஜி, எலிக்கூண்டுகளுக்கு இப்போது விலை அதிகம். நானும் கூட ஒன்றுக்கு ஒண்ணேகால் ரூபாய் கொடுத்துத்தான் வாங்கினேன். பீபி... நான் என்ன செய்யமுடியும் நீங்களே

சொல்லுங்கள்...? எல்லா அறைகளுக்கும் வேண்டும் என்று நான்கு கூண்டுகளை வாங்கினேன்.”

சயித்தானிஜி மிகவும் கோபமாக இருந்தார். தில்லிவாலியின் ஆறுதல் பேச்சுகள் அவர் மீது எந்த விளைவையும் ஏற்படுத்தவில்லை. ஆனால் மறுநாள் அவர் கொஞ்சம் அமைதியான பின் மொகிசின் கையில் ஒண்ணே கால் ரூபாய் கொடுத்து நஸ்ருவின் கடைக்கு அனுப்பினார். ஆனால், அப்போது எலிக் கூண்டின் விலை ஒண்ணரை ரூபாயாக உயர்ந்திருந்தது. ஆனால், அந்த விலைக்குக் குறைவாகவே சயித்தானிஜிக்குக் கிடைத்தது. சில மணி நேரங்களில் நிலைமை கெட்டுப்போனது. எலிக் கூண்டின் விலை ஒன்றுக்கு இரண்டரை ரூபாயாகி விட்டது. ஓ, கடவுளே, இந்த மக்கள் கூட்டம்... எலிக் கூண்டின் கடைக்கு முன்னால் கூட்டமோ கூட்டம்! இப்போது நஸ்ருவின் திமிர் அதிகமானது. அவன் கூட்டத்தை மிரட்டினான்.

“ஊம்... வரிசையாக நில்லுங்க. உங்கள் முறைக்குக் காத்திருங்க. எத்தனை தடவை கத்தறது? உங்களுக்கு ஒருதடவை சொன்னாப் புரியாதா?” என்று கத்தினான்.

இப்படி ஒருநாள் வரிசை நீளமாக நீண்டுபோனது. பொறுமை இழந்த மக்கள், வரிசையிலிருந்து விலகி நஸ்ருவின் கடைக்குள் நுழைந்தார்கள். நஸ்ரு போலீசைக் கூப்பிடவேண்டியதானது. போலீஸ் சின்னதாக லத்திசார்ஜ் செய்த பிறகே மக்கள் கலைந்தார்கள்.

அஷ்ரஃப் சாச்சாவைப்போல வெகுளியானவர், நல்லவர். நஸ்ருவின் இந்த சமூக விரோதச் செயலுக்கு வெகுவாக நொந்துபோனார். ஒரு புது எலிக்கூண்டை கண்டுபிடித்து அதில் அவனைப் பிடித்து அடைக்கவேண்டும் என்று சொல்ல ஆரம்பித்தார். அப்படி யோசித்தவர் அன்றே ஒரு புகார் எழுதி, அதற்கு புறநகரின் மக்களிடமிருந்து கையொப்பம் வாங்கி, சம்பந்தப்பட்ட அதிகாரிகளுக்கு அனுப்பிவைத்தார். அதிகாரிகள் உடனே நடவடிக்கை எடுத்து, ஒரு எலிக்கூண்டை ஒரு ரூபாயிக்கு விற்கவேண்டுமென்று நியாயவிலையை நிர்ணயித்தார்கள். ஆனால், அந்த நிர்ணயிக்கப்பட்ட விலையில் எலிக்கூண்டை வாங்கியவர்கள் எங்கள் புறநகரில் வெகு சில அதிரிஷ்டசாலிகள் மட்டுமே. சிறிய எண்ணிக்கையை மட்டும் நியாய விலையில் விற்று, ‘என்னிடம் எலிக்கூண்டு இருப்பு

இல்லை' என்று நஸ்ரு சொல்லிவிட்டான். உண்மையில் நஸ்ரு பொய் சொன்னான். அன்று மாலை அவன் மெல்ல மௌல்வி உஸ்மானிடம் இரண்டரை ரூபாய்க்கு ஒன்றைப்போல இரண்டு எலிக் கூண்டுகளை விற்றானாம். மௌல்வி நேர்மையயானவர், சாது அதனால் குறைந்த விலையில் கொடுத்தேன் என்று அவரை நம்பவைத்திருந்தான். அதற்குப் பிறகு, ஒரு எலிக்கூண்டை மூன்று ரூபாய்க்கு விற்கத் தொடங்கினான்... திருடன்!

நாங்கள் கேட்டோம், "அஷ்ரஃப் சாச்சா, நீங்கள் இவ்வளவு செய்தாலும் அவன் கள்ளச் சந்தையில் எலிக்கூண்டை விற்கிறான்."

அஷ்ரஃப் சாச்சா அப்போதே கோபத்தில் கொதித்துக் கொண்டிருந்தார். அவர் நொந்துபோய் சொன்னார். "நான் என்ன செய்யட்டும் பேட்டா? உள்ளே கள்ளச் சந்தை. வெளியே கள்ளக்கடத்தல் நடந்துகொண்டே இருக்கிறது. நாம் இந்த இரண்டுக்கும் நடுவே மாட்டிக்கொண்டு முழிக்கிறோம். நம் கோரிக்கைகளை நிறைவேற்ற அதிகாரிகளை வேண்டிக்கொண்டேன், அப்பா, ஆண்டவன் குழந்தைகளே! எனக்கு இப்போது எதையும் கொடுக்கவேண்டாம். தயவுசெய்து, அல்லாவின் மீது ஆணை, இந்த விண்ணப்பத்தை வாங்கிக்கொள்ளுங்கள். இல்லாவிட்டால் எங்கள் வீட்டு எலிகள் இதைக் கடத்திவிடும்! ஆனால் அவர்கள் மக்களை கொடுமைப்படுத்தும் பேரோ (எகிப்திய அரசர்களின் பட்டப்பெயர்) அரசர்களைப்போல நடந்துகொண்டார்கள். விண்ணப்பத்தை ஏற்றுக்கொள்வது இருக்கட்டும், என் பேச்சைக் காதில் வாங்கிக்கொள்ளும் பொறுமையும் அவர்களிடமில்லை."

உண்மையில், அஷ்ரஃப் சாச்சா தன் அனுபவத்தைச் சொல்வதற்கு முன்பே, அஷ்ரஃப் சாச்சாவை விட அதிகமாக மொகிசின் அரசாங்க அலுவலகங்களுக்கு அலைந்திருக்கிறான். அவனுக்கு அதைப்பற்றி அதிக அனுபவம் இருந்தது. அமெரிக்காவுக்கு தான் சமர்பித்த உதவித்தொகை விண்ணப்பத்தைப் பற்றி எந்த ஒரு நடவடிக்கையையும் எந்த அதிகாரியும் எடுக்கவில்லை. யாரும் அதை கவனிக்கவும் இல்லை. தினந்தோறும் அவன் அலுவலகத்திற்குப் போய்வந்தான். தன் பெயரை ஒரு துண்டுக் காகிதத்தில் எழுதி, வரவேற்புப் பெண்ணிடம் கொடுத்து, அதிகாரி அறையின் காவலாளியிடம் கெஞ்சி, அதை உள்ளே

அனுப்புவான். சந்திக்க அவனுக்கு அழைப்பு வரும் என்ற நம்பிக்கையில் நாள்முழுதும் காத்து உட்கார்ந்து கிடப்பான். மேசை மீது பல கைப்பிரதிகள் பரவிக்கிடக்கும். அதன் மீது கண்ணாடி பொருத்தி இருக்கும். இவன் அதன் வழியாக ஒரு எழுத்து விடாமல் அந்த கைப்பிரதிகளைப் படிப்பான். தினமும் அதையே மீள மீளப்படிப்பான். அவன் பேச்சிலிருந்து நாம் தெரிந்துகொண்டது, அவன் சம்பந்தப்பட்ட ஒவ்வொரு அதிகாரியிடமும் பேசி இருக்கிறான். ஆனால், அவர்கள் எப்படி எதிர்வினை செய்தார்கள் என்று மட்டும் எங்களிடம் சொல்லவில்லை. ஆனால், அஷ்ரஃப் சாச்சா, கிளைம்ஸ் (உரிமை கோரும்) அலுவலகத்தில் குறைந்தது ஒரு குமாஸ்தாவை சந்திப்பதில் வெற்றி அடைந்திருந்தார். ஆனால், மறுநாள் மட்டும் அவர் திரும்ப அலுவலகத்துக்குப் போனபோது காவல்காரன் நுழையவிடாமல் தடுத்துவிட்டான்.

சொல்லப்போனால், அஷ்ரஃப் சாச்சாவின் இந்த நிலைமைக்கு அவர்தான் காரணம். அவர் அலுவலகத்துக்கு உள்ளேயும், வெளியேயும் பலதடவை அலைந்திருந்தும், அந்தக் காவலாளியின் கையை எட்டணாவுக்கு அதிகமாகச் சூடு செய்யவில்லை.

கிளைம்ஸ் அலுவலகத்திற்குப் பலமுறை போயிருந்ததால், அஷ்ரஃப் சாச்சாவுக்கு ஒரு அனுபவம் ஏற்பட்டிருந்தது. பேருந்துகளைப் பற்றி, பேருந்துக் கால அட்டவணை பற்றி, எங்கள் புறநகரில் எந்தெந்தத் தெருக்கள் சிதிலமடைந்து புழுதி படர்ந்து இருக்கிறது என்பதைப் பற்றி கண்ணைமூடிக்கொண்டு சொல்லிவிடுவார். அதுமட்டுமல்ல, புறநகரில் எந்தெந்த வீடுகள் கட்டுமானம் நடக்கிறது என்றும் தெரிந்து வைத்திருந்தார். எந்த எந்த காண்ட்ராக்டர்கள் சிமெண்டில் பாதிக்குமேல் மணல் கலப்படம் செய்வார்கள் என்பதை கச்சிதமாகச் சொல்லிவிடுவார். தில்லிவாலி அந்த காண்ட்ராக்டர்களைப் பற்றி அத்தனை இரக்கம் காட்டமாட்டார். தன் வீட்டுச் சுவரை விரல்களால் அடித்துச் சொல்வார். "அம்மா... இந்தக் காகிதத்தைப்போல மெல்லிய சுவர் எத்தனை நாள் தாங்கும் என்று நினைக்கிறீர்கள்?" முதல் மழைக்கே சயித்தானிஜியின் மேற்கூரை ஒழுகத் தொடங்கிவிட்டது. சயித்தானிஜி கோபத்தில் கத்திக்கொண்டிருந்தார். "இந்தப் பாழாப்போன பசங்க மேல கூரை போட்டிருக்கானுங்களா, இல்லை, வெறும் தார்ப்பாயைப்

போர்த்தி இருக்கானுங்களா?” தன் மஞ்சள் சுவரிலிருந்து தண்ணீர் சுரப்பதைக் கண்ட மஞ்சள் வீட்டு அம்மா கத்துவார். “அவனுங்க வீடு இடிஞ்சுபோக! அவனுங்க கண்ணு குருடாக!! மூங்கிக் குச்சிகளை நட்டு, அதுக்கு மேலே காற்றாடிக் காகிதத்தை ஒட்டவைச்சு மூடி பூசிமெழுகி சுவத்தை கட்டி இருக்காணுங்க! – பாவிப்பசங்க!!”

அஷ்ரஃப் சாச்சாவுக்கு எப்படி அவர்கள் தில்லுமுல்லு செய்து இதை எல்லாம் செய்கிறார்கள் என்பது தெரியும். ஆனால் அவர் எட்டணாவை விட அதிக லஞ்சம் கொடுக்கத் தயாராக இல்லை. சில சமயம் நாங்கள் அவரிடம் கேட்போம்.

“அஷ்ரஃப் சாச்சா உங்க கிளைம் கதை என்னாச்சு?”

அவர் அதே பதில் சொல்வார். “பேட்டா, நான் எலிக்குக் கூண்டு வைத்திருக்கிறேன். மற்றவை எல்லாம் ஆண்டவன் செயல்.”

வேடிக்கை என்னவென்றால், நம் எல்லா எலிக் கூண்டுகளும், அஷ்ரஃப் சாச்சாவின் எலிக் கூண்டைப்போல பயனில்லாமல் கிடந்தன. முதல் முதலாக நாங்கள் சில எலிகளைப் பிடித்திருக்கலாமோ என்னமோ. ஆனால், வரவர அவை கூண்டுக்குள் தொங்கிக்கொண்டிருந்த, உணவுத் துண்டை தொடுவதில்லை. வெகு சீக்கிரம் ஞானம் அடைந்துவிட்டன இந்த பிரபஞ்ச எலிகள். எலிக் கூண்டுகள் காலியாகவே இருந்தன; எலிகள் எந்த பயமும் இல்லாமல் வீடுகள் முழுதும் திரிந்துகொண்டிருந்தன. அம்பாலாவாலி தீர்வு சொன்னார், “அம்மாடி, இந்த எலிகள் எல்லாம் நம்மைவிட புத்திசாலிகளாக இருக்கின்றன; இப்போது அவை கூண்டுக்குள் போவதை நிறுத்திவிட்டன.”

தில்லிவாலி தொடர்ந்தார், “அட, அம்மாடி, அது... எதற்காக என்றால் நாம் முட்டாள்கள், நமக்கு எது கிடைக்கிறதோ அதை எல்லாம் வாயைப் பொத்திக்கொண்டு ஒத்துக் கொள்கிறோம். நமக்கு வேற வழி இல்லை. மரத் தூளைவிடவும் மோசமான கோதுமை மாவு ரொட்டிக்காக இந்த எலிகள் எதற்காக கூண்டுக்குள் போய் சாகவேண்டும்?”

சயித்தானிஜிக்கு என்னமோ இந்தப் பேச்சு சரியாகப் படவில்லை. அதிக அலைச்சலுக்குப் பிறகு, அவர் எங்கே

இருந்தோ சுத்தமான கோதுமை மாவை வாங்கி வந்திருந்தார். அந்த மாவு ரொட்டிக்காவது எலிகள் மயங்காதா என்ற எண்ணம் அவருக்கு. ஆனால், எலிகள் எத்தனை ஜாக்கிரதையாக இருந்தன என்றால் ரொட்டி வாசம் கூட அதுகளை மோசம் செய்யமுடியவில்லை. மக்கள் வெவ்வேறு பரிசோதனைகளைச் செய்து பார்த்தார்கள். மாவுடன் நீலத்துத்தம் கலந்து, அதைச் சின்ன உருண்டைகளாகப் பிடித்து, மாமிசம் வைக்கும் அடுக்குகள் பக்கம் வைத்தார்கள். அந்தத் தந்திரம் முதல் இரண்டு நாட்கள் வெற்றி பெற்றது. ஆனால், மூன்றாம் நாள் எலிகள் விழித்துக்கொண்டன. எலிகள், சமையலறையின் ஒவ்வொரு பொருளின் வாசத்தையும் கண்டுபிடித்துவிடும். அவை நல்ல உணவுகளை மட்டுமே தின்றன. நீலத்துத்தம் கலந்த உருண்டைகளை அப்படியே விட்டுவிட்டுப் போனன.

எலிகளைக் கொல்லச் செய்யும் இதுபோன்ற வழிகள் பழைய காலத்தைச் சேர்ந்தவை என்று மொகசின் யோசித்தான். அமெரிக்க விவசாய விஞ்ஞானிகள் பரிசோதனை செய்து கண்டுபிடித்த தீர்வை அவன் ஒரு ஜர்னலில் படித்திருந்தான். 'சிகாகோவில் விவாசாயிகளின் வீட்டைத் தாக்கிய எலிகளுக்கு முன்னால் நம் புறநகர் எலிகளின் அட்டகாசம் ஒன்றும் இல்லை' என்று தன் அம்மாவிடம் சொன்னான். விவரம் தெரிந்த அமெரிக்க விவாசயிகள், சில நாட்களில் பேரியம் கார்பனைட் பயன்படுத்தி, அந்த எலிகளின் தொந்தரவை முழுமையாக அழித்துவிட்ட கதையை தன் அம்மாவிடம் சொன்னான்.

சயித்தானிஜி தன் மகன் பேச்சை நம்பவே இல்லை. ஆனால் மொகிசினும், அஷ்ரஃப் சாச்சாவும் ஒருநாள், அரசாங்க அலுவலகத்திலிருந்து ஒன்றாக வீடு திரும்பிக் கொண்டிருந்தார்கள். மொகிசின் தன் விஞ்ஞான கருத்துக்களை அவரிடம் சரியாக விவரித்துச் சொன்னபோது, சாச்சாவுக்கு அது உடனே புரிந்துவிட்டது. அஷ்ரஃப் சாச்சா, பேருந்திலிருந்து இறங்கியதும் வீட்டுக்குப் போனார். அங்கே இருந்து நேராக டாக்டர் முனாவர் மருந்துக் கடைக்கு போனார். சிறிதாகத் தொடங்கிய அந்த மருந்துக் கடை, இப்போது மிகப் பெரிதாக வளர்ந்திருந்தது. இப்போது டாக்டர் முனாவர், தன் கடைக்கு பளபள என்று மின்னும் காரை ஓட்டிக்கொண்டுதான் போகிறார். அஷ்ரஃப் சாச்சா நினைத்துக்கொண்டார். முன்பு, இந்தக் கடையில் சொற்ப மருந்து போத்தல்கள், சில மாத்திரைப்

பொட்டணங்களை விட்டால், மற்ற அடுக்குகள் எல்லாம் வெறுமையாக இருக்கும்.

பேரியம் கார்பனைட் தங்கள் கடையில் இல்லை. நகரத்தில் எந்தக் கடையிலும் கிடைக்காது. அதை இறக்குமதி செய்ய சட்ட விதிகளின் கட்டுப்பாடு இருக்கிறது, என்று அஷ்ரஃப் சாச்சாவுக்கு டாக்டர் முனாவர் தெரியப்படுத்தினார். ஆனால் அதற்கான வேண்டுதல் அதிகமாகிவிட்டது என்றும் விவரித்தார். அதுமட்டுமல்ல, தானும் அதை தருவிக்க ஆணை போட்டிருப்பதாகவும், விரைவில் சரக்கு வந்துவிடும் என்றும் நம்பிக்கை அளித்தார்.

அஷ்ரஃப் சாச்சா அந்த அருமருந்தைப் பற்றிச் சொன்னபோது, எங்களுக்கு புது அமெரிக்காவைக் கண்டு பிடித்ததுபோல மகிழ்ச்சியானது. பேரியம் கார்பனைட் பற்றி புதிய அறிவு, அதுமட்டுமல்ல அது டாக்டர் முனாவர் மருந்துக் கடையில் விரைவில் கிடைக்க இருக்கிறது என்ற செய்தி கேட்ட அந்தக் கணம், எங்கள் வாழ்க்கையின் மகத்துவமான ஒரு நிகழ்வு. அந்தச் செய்தியால் மொகிசின் பெருமை மிக உயர்ந்து, அமெரிக்கா அவனை அழைத்துக்கொள்வது உறுதி என்று மக்கள் பேசத் தொடங்கி விட்டார்கள். அந்தச் செய்தியே வாழ்க்கையைப் பற்றிய புதிய உற்சாகத்தை நிறைத்தது.

அந்த சமயத்திற்கு, எங்கள் மனநிலையும் சயித்தானிஜியின் மனநிலையின் மட்டத்தையே அடைந்திருந்தது. எலிகள் எங்கள் வாழ்க்கையை சர்வநாசமாகிவிட்டன. எங்கள் உணவுகளும், துணிமணிகளும் அவற்றின் வாயில் சிக்கிப் பாதுகாப்பின்றி இருந்தன. பகல் நேரம் எல்லாம் சரியாகவே இருக்கும். மேற்பார்வைக்கு எல்லாம் சுமுகமாகத் தெரியும். ஆனால் இரவு என்னவாகும் என்று யாருக்கும் தெரியாது. அதிகமாக இருப்பவை குறைந்துபோகும். குறைவாக இருப்பவை காணாமல் போகும். சமையலறையில் இருப்பவை கூடத்தில் கிடக்கும். கூடத்தில் இருப்பவை வெளியே வராந்தாவில் விழுந்திருக்கும். இதுவரை நன்றாக இருந்தவைகளில் ஓட்டைகள் தெரியும். சுத்தமாக, நிர்மலமாக இருந்தவை அழுக்குப் படிந்திருக்கும். இரவு இருட்டில் தங்கள் எல்லாத் திருட்டுத்தனங்களையும் நேர்த்தியாக முடித்துவிட்டு, காலை சூரிய ஒளி வருவதற்கு முன்பே மறைந்துவிடும். ஆனால், அவை

தங்கள் அடையாளங்களை விட்டுச் செல்லும். மாவு டப்பாவில் புளுக்கைகள், பிரெட் துகள்கள், துண்டுக் காகிதங்கள், புத்தகம் இருக்கும் அலமாரிக்குக் கீழே காகிதக் கிழிசல்கள். சிலநேரம் நாங்கள் திடீரென்று முழித்துக்கொள்வோம். எங்கள் போர்வைக்குள் ஏதோ குளிர்ச்சியானது நுழைவது போல இருக்கும். நாங்கள் போர்வையை உதறி சட்டென்று குதிப்போம். பயமும், அதிர்ச்சியுமாய் உரத்த குரலில் கத்துவோம். பிறகு மீள மௌனம். எந்தச் சத்தமும் இல்லை. அசைவும் இல்லை. பல்லைக் கடித்துக்கொண்டு நாங்கள் போர்வைக்குள் நுழைந்து கொள்வோம். ஆனால் சில நொடியில், புதிய வகைச் சத்தம். யாரோ வந்து கெட்டியான கொட்டையை முறிக்கும் சத்தம். முதலில் ஒரே கொட்டையை கடிப்பதுபோல. பிறகு ஒன்று, மற்றொன்று, இன்னொன்று என்று கரகரச் சத்தங்களின் தொடர்ச்சி. பிறகு, வெகு தூரத்தில் யாரோ ஒருவர், மெல்ல, மெல்ல பிறகு வேகமாக ஒரு மரத்தை ரம்பத்தால் அறுக்கும் சத்தம்.

இப்படி இருட்டின் பாதுகாப்பில், வராந்தாவில் மரக் கிளைகளை மெல்ல மெல்ல ரம்பத்தால் அறுக்கும் சத்தம். இரவுகளுக்கு முடிவே இல்லை என்பதைப்போல நீண்டுகொண்டே போனன. காலையில் எழுந்ததும் எங்களுக்கு பயங்கரக் கனவு கண்டதுபோல அதிர்ச்சி. ஆனால், நாங்கள் எங்கள் தினசரி வேலைகளில் மூழ்கி இருக்கும்போது, முதல்நாள் இரவின் சங்கதிகள் எல்லாம் மறந்துபோயிருக்கும். ஆனால், இரவு எங்கள் மீது மீள வழுக்கிவிழும்போது, அதே ரம்பச் சத்தம். முன்னால் வாசலில் மரக் கிளைகளை மெல்ல மெல்ல அறுக்கும் சத்தம். நிரந்தரச் சத்தம். ஒவ்வொரு நாளும் எங்கள் வீட்டுக்கு முன் வாசலில், பின்னடுக்கில் புதிய புதிய ஓட்டைகள். சில சமயம், ஒரு ஓட்டையில் இருந்து எட்டிப்பார்க்கும் ஒளிரும் கண்கள். யானை தந்தத்தைப்போல கூர்மையாக, அழுக்கான மீசைகள். உடனே வெளியேவந்து, சரக் என்று சமையலறைக்குள் ஓடி நொடியில் மாயமாகிவிடும்.

ஒருநாள் சயித்தானிஜிக்கு வந்த கோபத்தில் சினம் நெத்திக்கு ஏறியது. ஒரு பெரிய மூங்கில் குச்சியைக் கையில் எடுத்துக்கொண்டார். அங்கே ஒரு எலி துணிச்சலுடன் தான்தான் வீட்டின் எசமானன் என்பதைப்போல திரிந்துகொண்டிருந்தது. மூங்கில் குச்சியால் அடிக்கப்போனால், அது பெட்டியிலிருந்து

பெட்டிக்கு, சந்திலிருந்து பொந்துக்கு பாய்ந்து ஓடியது. அடித்துப் பிடித்து பெட்டிகளை எல்லாம் டபடப என்று தட்டினாலும் கடைசியில் கண்ணுக்குத் தெரிவது அவற்றின் வால்கள் மட்டுமே. என்ன சர்க்கஸ் செய்தாலும் அவை சரக் என்று மறைந்துவிடும். இப்படி போர் செய்தபிறகு சயித்தானிஜி, 'உஸ்ஸப்பா' என்று களைத்துப்போய் பெருமூச்சுவிட்டுத் தரையில் சரிந்து விடுவார். 'பாழாப் போகட்டும்' என்று ரொட்டி தட்டிச் சுடத் தொடங்குவார். ஆனால், ஏதோ பிச்சபிச்ச என்ற சத்தம் கேட்டு, பிறகு வீட்டுக்கு முன்னால் இருக்கும் சாக்கடையைப் பார்ப்பார். அதே மீசை, அதே ஒளிரும் கண்கள். அதே எலிகள். சயித்தானிஜி பார்த்தும் பார்க்காததுபோல வந்து ஞானியைப்போல ரொட்டி சுடத் தொடங்குவார். ஆனால், உடனே பாத்திரங்கள் அசையும் சத்தம் கேட்கும். திரும்பிப் பார்ப்பார், ஒரு ரொட்டியைத் துண்டு பண்ணி அந்தச் சாக்கடைப் பக்கமாக ஒரு எலி தெனாவட்டாக இழுத்துக்கொண்டு போகும். 'செத்து ஒழியட்டும்' என்று சலிப்புடனும், களைப்புடனும் மீத ரொட்டித் துண்டுகளை அவர் தன் கோழிகள் பக்கமாக வீசி எறிவார். சில சமயம் ஒரு எலி, சில நேரம் இரண்டு எலிகள், மற்றொரு முறை வரிசை வரிசையாக எலிகள் தன் வீட்டில் ஒரு அறையிலிருந்து மற்றொரு அறைக்கு ஓடுவதைப் பார்த்தாலும், பாவம் அவரால் என்ன செய்ய முடியும்? இயலாமைப் பார்வையில் அவற்றைப் பார்ப்பதைத் தவிர. வராந்தாவில் சும்மா உட்கார்ந்திருக்கும்போது, ஒருவேளை அவர் பார்வை ஒரு ஓட்டை மீது விழும். ஏதாவது வால் அதற்குள் மறைவதைப் பார்ப்பார், 'ஓ, அது பச்சோந்தி' என்று தனக்குத் தானே ஆறுதல் சொல்லிக்கொள்வார். வீடு என்றாலே ஒரு சலிப்பான எண்ணம் அவர் மனதில் நிறைந்து போனது. ஆனால் என்ன செய்வது? அந்த இடத்திலேயே வேர் விட்டவரைப்போல உட்கார்ந்துவிடுவார். தன் வீடு சபிக்கப்பட்டிருக்கிறது, தன் பண்டபாத்திரங்கள் அசுத்தமாகிவிட்டன என்ற எண்ணம் அவரை வாட்டிவதைக்கும். அதனால், தன் பாத்திரங்களை, தட்டுகளை, வாணலியை நாளுக்கு மூன்று முறை சாம்பல் போட்டுத் தேய்த்துக் கழுவினாலும் அவை இன்னும் அழுக்காகவே இருக்கின்றன என்ற அதிருப்தியும், முழுமையற்ற எண்ணமும் அவரை சூழ்ந்திருக்கும். ஒவ்வொரு வெள்ளிக் கிழமையும் வாளி வாளியாக தண்ணீர் ஊற்றி தன் வீட்டைக் கழுவி சுத்தம் செய்வார். வெறும் காலில் தரைமீது நடப்பதை விட்டுவிட்டார்.

உண்மையாக இது சயித்தானிஜி ஒருவரின் நிலைமையாக மட்டும் இருக்கவில்லை. எல்லோரும் அதே போலக் கலங்கிய மனநிலைக்குத் தள்ளப்பட்டிருந்தார்கள்.

அப்படியான நாட்களில் எங்களுக்கு பைபிள், நபிகள், அவர் தொண்டர்களின் கதைகளைச் சொல்லும் மௌல்வி உஸ்மான் அலி எகிப்தின் கொடுங்கோல் அரசன் பேரோவும் அவன் வம்சமும் எப்படி தண்டனை அடைந்தன என்ற கதையைச் சொன்னார். சர்வ வல்லமை படைத்த அல்லா பேரோவைச் சபித்தார், "உன் இராஜ்ஜியத்தை தவளைகள் ஆக்கிரமிக்கும். உன் நதிகளில் எல்லாம் இந்தத் தவளைகள் நிறைந்திருக்கும். தவளைகள் உங்கள் வீட்டுக்குள் நுழையும். அவை உங்கள் படுக்கைகள் மீது தாவிக் குதிக்கும். உங்கள் அடுப்புகள் பக்கம் போகும். ரொட்டிக்கு மாவு பிசையும் பாத்திரங்களில் வசிக்கும். தவளைகளின் பட்டாளம் உன் மீதும் உன் மக்கள் மீதும், உன் எல்லாச் சேவகர்கள் மீதும் வந்து விழும்!"

அந்தக் கதையை நாங்கள் கேட்டபோது எங்களுக்கு விசித்திரமாகவும் அசிங்கமாகவும் தோன்றியது. இப்போது எலிகள் எங்கள் வாழ்க்கையிலிருந்து விடுபடாத அங்கமாகிவிட்டன. அவை பூமியின் காலி இடங்களிலிருந்தும், பொந்துகளிலிருந்தும், தன் பாவச் செயல்களிலிருந்தும் நாசமடைந்த நகரத்துத் தெருக்களின் ஓட்டைகளிலிருந்தும் முடிவில்லாமல் வெளியே வந்தன. எங்கள் வீடுகளுக்குள் நுழைந்தன. எங்கள் கூடங்களுக்குள் நுழைந்தன. எங்கள் படுக்கைகள் மீது ஏறிக்குதித்தன. எங்கள் அடுப்புகளைத் தேடின. எங்கள் மாவு பிசையும் பாத்திரங்களில் படுத்திருந்தன. எங்கள் வாழ்க்கை எல்லாம் அசிங்கம் நிறைந்திருந்தது.

சயித்தானிஜி அவ்வப்போது தன் மகன் மொகிசின் அமெரிக்கக் கனவைப் பற்றி நச்சரிப்பார். ஆனால், ஒவ்வொருநாளும் தன் ஐந்தாவது தொழுகை முடிந்த பிறகு, 'மொகிசினை அமெரிக்காவுக்கு அனுப்பிவையப்பா, என் கர்பாலா யாத்திரை கைகூடச் செய்யப்பா ஓ அல்லா' என்று ஆண்டவனிடம் வேண்டிக்கொள்வார்.

ஆனால் நாங்கள் மட்டும் பேரியம் கார்பனைட் சரக்கு வந்ததா என்று நாளுக்கு இரண்டுமுறையாவது டாக்டர் முனாவர் மருந்துக் கடைக்கு அலைவோம். ஒவ்வொரு

நாளும் நாங்கள் நிராசையுடன் திரும்புவதை, மௌல்வி உஸ்மான் அலி பரிதாபமாகப் பார்ப்பார். எங்களைப் பார்த்துத் துயரமாகத் தலையசைத்து, 'முஸ்லிம்கள் தங்கள் பழக்கத்தை மாற்றிக்கொள்ளும்வரை இந்த பேரியம் கார்பனைட்டால் எந்தப் பயனுமில்லை' என்பார். புராணங்களிலிருந்து சின்னச் சின்னக் கதைகளை புரியும்படி சொல்வார். விட்டில் பூச்சிகளால் விளைச்சல் பாழான கதை, பிரளயத்தால் நகரங்கள் மூழ்கிப்போன கதை, ஒரு முழு குடியேற்றத்தில் மக்கள் குரங்குகளாக மாறிய கதைகள். நாங்கள் தினமும் அதே கதைகளைக் கேட்டுக்கொண்டிருந்தோம். அதே விஷயத்தை தினமும் சர்ச்சை செய்தோம். வாழ்க்கையில் நாங்கள் மிகவும் ஆர்வமற்றவர்களாக இருந்தோம். எங்களுக்கு, நாள், கிழமை, வாரம், தேதிகள் தெரியவில்லை. விடிந்தால் அது முந்தைய விடியலைப்போலவே தோன்றும். பகல்களின் வெளிச்சத்திற்கும் இரவுகளின் இருட்டுக்கும் நடுவே வித்தியாசமே தெரியவில்லை. பூமி தன் வட்டத்தில் சுற்றுவதை நிறுத்திவிட்டு, எல்லாம் நின்ற இடத்திலேயே ஸ்தம்பித்து விட்டதுபோலத் தோன்றும்.

பேரியம் கார்பனைட்டுக்கான தேவை, மின்சாரம் கிடைக்கும் என்ற உறுதி, கான்கிரீட் தெருக் கட்டுமானம், இவை மட்டுமல்ல எங்கள் தினசரி நடவடிக்கைகள், எண்ணங்கள் எல்லாமே சலனமற்று இருந்தன. பிராதான சாலை, தெருவின் ஒரு பகுதியில் நிர்மாணமானது என்பது உண்மை. ஆனால், மற்றொரு பகுதியை அப்படியே விட்டு விட்டதால் சாக்கடையாக இருந்தது. சில வீடுகளுக்கு மின்சாரம் கிடைத்தது. குண்டும் குழியுமாகத் தெருக்கள், அரைகுறையாகக் கட்டிய வீடுகள், தந்திகள் இல்லாமல் பிசாசுகளைப்போல நின்றிருந்த மின்சாரக் கம்பங்கள் எல்லாம் எங்கள் புறநகரின் திட்டங்களின் நிரந்தர பாகங்களாகவே இருந்தன. அது உலகம் இருக்கும்வரை அப்படியே நிரந்தரமாகிவிடும் என்று தோன்றியது.

எங்கள் வாழ்க்கை மாறிவிடும் என்ற ஆசைக் கண்களுடன் நாங்கள், புறநகருக்கு வெளியே இருந்த தார் போட்ட பிரதானசாலையின் கறுப்பு நிறத்தையும், அதன் மீது அவ்வப்போது சவாரி செய்யும் பேருந்துகளையும் பார்த்து, ஜீவன் தெம்படையும். எங்களைத் தாண்டி ஒலி எழுப்பிக்கொண்டு பேருந்துகள் போகும்போது, வெகு தொலைவில், அநேகமாக வானுக்கு அருகே, அதிக உற்சாகமாகவும், சுறுசுறுப்பாகவும்

வாழும் மக்கள் இருக்கும் மற்றொரு உலகம் இருக்கிறது, அந்த உலகம் நாங்கள் நிறைந்திருக்கும் புறநகரலிருந்து மாறுபட்டது என்ற அறிவு மேலும் வருத்தத்தை ஏற்படுத்தியது.

எங்களிடம் சில சமயம் அதிசயமான சிந்தனைகள் பிறக்கும். ஒருநாள், அஷ்ரஃப் சாச்சா, கிளைம் அலுவலகத்துக்கு தன் தினசரிப் பயணத்தை முடித்துத் திரும்பும்போது அவர் எங்களை அடையாளம் காணமுடியாமல் அதிர்ச்சி அடைவார்.

அப்போது, எங்கள் கண்கள் புளியங்கொட்டையைப் போல சின்னதாகிவிடும். எங்கள் சிறிய மீசைகள் நீளமாக வளர்ந்துவிடும். எங்கள் முகவடிவங்கள் மாறிவிடும். அவருக்கும் அசிங்கமும், அதிர்ச்சியும் ஆகிவிடும். அவர் உடனே ஓடிப்போய், தான் வந்த பேருந்துலேயே மீள ஏறிவிடுவார். அப்போது மற்றொரு யோசனை குடையும். வாழ்க்கைப் பரிணாம வளர்ச்சி வட்டம் பின்சரிந்து, மனிதர்கள் எல்லாம் தங்கள் வீடுகளை விட்டு, மரங்களை ஏறித் தஞ்சம் புகுகிறார்கள் என்றும், மரங்களில் வசிக்கும் ஜந்துக்கள் எல்லாம் இறங்கிவந்து, ஓட்டைகள் வழியாக பூமிக்குக் கீழே நுழைந்து விடுகின்றன என்றும். எங்கள் சிந்தனைகளும், எண்ணங்களும் இப்படி ஒரே வட்டத்துக்குள், அடிக்கடி சுழன்றுக்கொண்டே இருந்தன. சுற்றும் செக்கில் கட்டப்பட்ட நாங்கள், பகல் இரவுகளின், இருள் ஒளிகளின் இயந்திரம்போல நிரந்தரமாகச் சுழலும் சுழற்சிளாக இருந்தோம். இரவுக்கு முடிவே தெரியவில்லை... எங்கேயோ தொலைவில், மெல்ல, மெல்ல, நிதானமாக, வளாகத்தில் இருந்த மரக் கிளைகளை ரம்பத்தால் அறுக்கும் சத்தம், எங்கேயோ மிக அருகில், ஒன்றோ எங்கள் படுக்கைக்குக் கீழே, இல்லை போர்வைக்கு மேலே ஏதோ மெத்த மெதுவான சருமத்தின் நிரந்தரமான கிச்சகிச்சா ஒலிகளாகக் கேட்கும். எங்களை அசிங்கம் சுற்றிக்கொண்டிருந்தது.

எங்களுக்கு மூச்சுத் திணறியதைப்போல இருந்தது. எலிகள் இரவு மெல்ல பாம்பைப்போல ஊர்ந்து வந்து, விடியற்காலையின் முதற்கதிர் தரையைத் தொட்டதும், தங்கள் வால்களைச் சுருட்டிக்கொண்டு, ஆகாயத்துப் பொந்துகளில் மறைந்துவிடும். சூரியன் உதயமாகும்போது, “ஓ, கடவுளே, உன் கருணைக்கு நன்றியப்பா” என்று சொல்வோம். நாங்கள் எங்கள் சந்துபொந்துகளிலிருந்து வெளியே வந்து, இயந்திரமாக எங்கள்

வேலைகளைத் தொடங்குவோம். கான்கிரிட் போட்ட சாலை கான்கிரிட் சாலையைப்போலத் தெரியாது. பழுது பார்த்தத் தெரு மராமத்துச் செய்ததுபோலத் தெரியாது. அவற்றின் மீது புழுதியும், காற்றும் வீசிக்கொண்டே இருக்கும். மழை வரும் முன் ஒளிரிக்கொண்டிருந்த எங்கள் வீடுகள் இப்போது மழையால் இருந்த வண்ணங்களை எல்லாம் இழந்துவிடும். ஒரு இரவு, இந்த வீடுகள் இடிந்து, பூமிக்குள் மறைந்துவிடும். மறுநாள் காலை நாங்கள் சுவர்களில் இருக்கும் ஒளிச்சன்னல்கள் வழியாகவும், காற்றுச்சன்னல்கள் வழியாகவும் கைகால்களை ஊன்றித் தவழ்ந்துகொண்டு வெளியே வரவேண்டி இருக்கும் என்று தோன்றும்.

நாங்கள் இதுபோன்ற சிந்தனைகளின் துர்நாற்றத்து வட்டத்திற்குள் மாட்டிக்கொண்டபோது, அதிலிருந்து விடுபட உதவியது பேரியம் கார்பனைட்.

ஒருநாள், பேரியம் கார்பனைட்டைச் சுமந்துகொண்டு பெட்டிகள் வந்தடைந்தன. அந்தச் செய்தி எங்கள் காதுகளுக்கு எட்டியபோது எங்கள் உற்சாகத்திற்கும், மகிழ்ச்சிக்கும் எல்லையே இல்லை. பூமி மற்றொரு முறை தன் வட்டத்துக்குள் சுழலத் தொடங்கிவிட்டது என்று தோன்றியது. ஒவ்வொரு வீட்டிலிருந்தும் ஒருவர் டாக்டர் முனாவர் மருந்துக்கடைக்கு ஓடிக்கொண்டிருந்தார்கள். நாங்கள் அங்கே சென்றடைந்த நேரத்திற்கு கடை முன்னால் அதிக மக்கள் கூடி இருந்தார்கள். டாக்டர் முனாவர் கூட்டத்திடம் சொல்லிக் கொண்டிருந்தார், "இல்லை, இல்லை... என்று எத்தனை தடவை சொல்வது உங்களுக்கு? எங்களிடம் இப்போது பேரியம் கார்பனைட் இருப்பு இல்லை."

நாங்கள் அஷ்ரஃப் சாச்சா பக்கம் திரும்பிக் கேட்டோம். "பேரியம் கார்பனைட் கூட கள்ளச் சந்தையில் மாயமாகி விட்டதா?"

சினம்கொண்ட, அஷ்ரஃப் சாச்சா, கூட்டத்தை விலக்கிக்கொண்டு, கடைக்குள் நுழைந்தார். உரக்கக் கத்திக் கேட்டார். "அது எப்படி ஒரே நாளில் விற்றுப்போகும்? சரக்கு வந்தது இன்றுதானே. அது எப்படித் தீர்ந்துபோகும்?"

டாக்டர் முனாவர் அமைதியாக பதிலளித்தார். “ஆம், உண்மை என்னவென்றால், ராம்கர் நிலப்பிரபுகள் முன்பே இதை வேண்டி, முன்பணம் கொடுத்திருந்தார்கள்.”

“ராம்கர் ஜமீந்தார்கள்!” அஷ்ரஃப் சாச்சா கோபத்தால் வெகுண்டார். “இந்தக் கடை, புறநகரில் வசிப்பவர்களின் வசதிக்காக இருக்கிறதா, இல்லை அந்த ராம்கர் நிலப்பிரபுகளின் வசதிக்காகவா? எங்களுக்கு இப்படிக் கேடு நிகழ்ந்திருக்கும்போது, அவர்கள் எப்படி முழு சரக்கையும் பறித்துக்கொள்ள முடியும்...”

“அஷ்ரஃப் சாச்சா அவர்களுக்கு இன்னும் அதிமான கொடுமை ஏற்பட்டிருக்கிறது.”

“என்ன அப்படிபட்ட கொடுமை?”

“ராம்கர் வயல்களை... எலிகளின் பெரிய படையே தாக்கி இருக்கிறது.”

அஷ்ரஃப் சாச்சா அதிர்ந்துபோனார். அவர் வாயிலிருந்து பேச்சே வரவில்லை.

டாக்டர் முனாவர் அமைதியாக, தன் நாற்காலி மீது அமர்ந்தார். சட்டைப் பையிலிருந்து பேனாவை எடுத்தார். எதையோ எழுதத் தொடங்கினார். கலவரமடைந்த அஷ்ரஃப் சாச்சா, மௌனமாக அங்கேயே நின்றிருந்தார். பிறகு, வேகமாக நடந்து, கடையை விட்டு வெளியே வந்தார். ஏதோ சிந்தனையில் மூழ்கிப்போனார். மெல்ல, கூட்டம் கலைந்தது. மீண்டும் டாக்டர் முனாவர் மருந்துக் கடைத் தெரு வெறிச்சோடியது.

அஷ்ரஃப் சாச்சா நேராக நன்வனின் கடைக்குப் போனார்.அங்கே அப்போதே செய்தி வந்தடைந்திருந்தது. மௌல்வி உஸ்மான் அலி மௌனமாக ஹுக்கா புகைத்துக் கொண்டிருந்தார். நன்வா சும்மா பார்த்துக் கொண்டிருந்தான். வாயே திறக்காமல், அஷ்ரஃப் சாச்சா அங்கே இருந்த நாற்காலியொன்றை இழுத்துப் போட்டுக்கொண்டு உட்கார்ந்தார்.

நன்வா கேட்டான், “அஷ்ரஃப் சாச்சா, நேற்று ராம்கரிலிருந்து நெய்க்காரன் வந்தப்பச் சொன்னான். ‘நீங்கள், பட்டணத்து சனங்க எங்க கிராமத்துக்கு உங்க நோயைப் பரப்பி இருக்கீங்க’

உடனே நான் நினைத்தேன், ஏதோ புகைந்து கொண்டிருக்கிறது என்று."

அஷ்ரஃப் சாச்சாவைப் பின்தொடர்ந்து, நன்வனின் கடைக்கு வந்திருந்த நஸ்ருவும் கூடப் பேசினான்.

"தங்கள் வயல்களை எலிகள் அதிகமாக ஆக்கிரமித்துவிட்டன என்று அவர்கள் சொன்னார்கள்."

அஷ்ரஃப் சாச்சா எந்த ஒரு பதிலையும் சொல்லவில்லை. மௌல்வி உஸ்மான் அலி, தான் புகைத்துக்கொண்டிருந்த ஹுக்காவை ஒரு பக்கமாக வைத்துவிட்டுச் சொன்னார், "முஸ்லிம்கள் மீது அல்லாவின் கருணை இருக்கட்டும்!" என்று இரண்டு கைகளையும் மேலே தூக்கினார். அதிகமாக எதுவும் சொல்லவில்லை. சில சமயம் ஆகாயத்தை நோக்கிப் பார்த்தார். பிறகு அறிவித்தார்,

"மனிதர்களின் பங்கையும் வேறு ஏதோ ஜந்து திருடிவிடுகிறது என்றால், கொடூரமான நாட்கள் நெருங்கிக் கொண்டிருக்கின்றன என்றே பொருள்."

ஆனால், அஷ்ரஃப் சாச்சா மட்டும் எந்த எதிர்வினையும் இல்லாமல் மௌனமாகவே உட்கார்ந்திருந்தார்.

தரையையே பார்த்துக்கொண்டு மௌல்வி உஸ்மான் அலி அமர்ந்திருந்தார். சற்று பொறுத்து, நின்றுகொண்டு சொன்னார், "நம் மீது அல்லாவின் கருணை இருக்கட்டும்." அதைச் சொல்லி தன் வீட்டை நோக்கி நடந்தார்.

உண்மை என்னவென்றால், அந்தத் தருணத்தில் எப்படி எதிர்வினை செய்யவேண்டும் என்று எங்கள் யாருக்கும் எதுவும் தோன்றவில்லை. வெகு நேரம் நாங்கள் எல்லாம் பேயறைந்தவர்களைப் போலப் பதற்றமடைந்திந்தோம். பிறகு ஒவ்வொருவாக எழுந்து போனோம். அந்த இரவு மிகத் துயரமாக இருந்தது. அந்த இரவு ஏதோ ஒரு பிராணி நீர் நிறைத்து வைக்கும் அண்டாவைக் குடைந்து கொண்டிருந்தது என்று சயித்தானிஜி பயத்துடன் சொன்னார்.

காலை எங்களை விழிப்படையச் செய்தது சயித்தானிஜியின் கூச்சல். "அந்த நன்வனுக்கு பிளேக் வந்து சாகட்டும்! அவன்

பெரிய திருடன். நேற்றுத்தான் அவனிடமிருந்து உளுந்தப்பருப்பு வாங்கிவந்தேன். இரவு கழிவதற்குள் அந்தப் பாழாய்ப்போனவன் விலையை இருமடங்காக்கிவிட்டான்."

சயித்தானிஜியின் கத்தலுக்குப் பிறகும், உளுந்தப்பருப்பு விலை மட்டும் அதிகமாகவில்லை, மற்ற எல்லாப் பருப்புகளின் விலையும் ஆகாயத்தைத் தொட்டுவிட்டது. சயித்தானிஜி மீள அறிவித்தார்,

"இல்லை–அண்ணா–இல்லை, எத்தனை நாள்தான் நான் அந்த அமெரிக்காவாலவுக்காகக் காத்துக் கிடப்பது? நான் இனி இங்கே இருக்க மாட்டேன்."

இப்படி அறிவித்த சயித்தானிஜி இதுவரை புனித கர்பாலாவுக்குப் போகவே இல்லை. பிறகு, மொகிசின் எலிக்கூண்டில் சிக்கிய எலியைப்போல துடித்துக்கொண்டு, தினமும் புறநகரிலிருந்து நகரத்துக்குப் போகிறான். பல நேர்முகத் தேர்வுகளுக்கு ஆஜராகிறான். ஆனால் உதவித்தொகை வந்தபாடில்லை. அதற்கான எந்த அறிகுறியும் தெரியவில்லை.

- 1990

கே.ஈ. இராதாகிருஷ்ணன், 1946இல் தென் கர்நாடகாவின் பரஜே என்ற கிராமத்தில் விவசாயக் குடும்பத்தில் பிறந்தவர். ஆங்கில இலக்கியத்தில் முதுகலைப் பட்டமும், சட்டமும் பயின்றவர். பெங்களூர் சேஷாத்ரிபுரம் கல்லூரியில் ஆங்கில பேராசியராக பணிபுரிந்து, பிறகு சுரணா கல்லூரியின் முதல்வராக பணியாற்றி ஓய்வுபெற்றவர்.

இலக்கியத்தில் அதிக ஈடுபாடுள்ளவர். பல கவிதைத் தொகுப்புகளும், கட்டுரைத் தொகுப்புகளும் வெளியாகி உள்ளன. கன்னடம் மற்றும் துளு மொழியில் எழுதுகிறார். இவருடைய துளு சிறுகதைத் தொகுப்பு 'சத்யப்பே பலேலு' சாகித்ய அகாடெமி விருது பெற்றுள்ளது. 'ப்ரீதம் பட்டர நிந்திலரு' என்ற புனைகதை கன்னடம், துளு மொழிகளில் சிறந்த புனைகதை என்று போற்றப்பட்டது. இதுவரை பதினான்கு படைப்புகள் வெளியாகியுள்ளன. ஆங்கிலத்திலிருந்து கன்னடத்திற்கு நான்கு நூல்களை, மொழிபெயர்த்துள்ளார் – நந்தன் நீலகேணி அவர்களுடைய 'இமேஜிங் இண்டியா' என்ற நூல் மிக முக்கியமானது. சுமார் பதிமூன்று நூல்களைத் தொகுத்து வெளியிட்டுள்ளார் – குறிப்பாக 'ரெமினிசென்ஸ் ஆஃப் ராஜராவ் அண்ட் ஆர்.கே.நாராயண்' என்ற தொகுப்பு.

16 நூற்றாண்டில் பாகவத் ஜினசேனசார்யா மற்றும் குண பத்ராச்சார்யா என்ற முனிவர்கள் சம்ஸ்கிருதத்தில் எழுதிய 'சமண மகாபுராணம்' என்ற 20,000 ஸ்லோகங்களும், 6000 பக்கங்களும் கொண்ட நூலை கன்னடத்தில் 1927இல் எட்றூரு சாந்திராஜா சாஸ்த்ரிகள் கன்னடத்தில் மொழிபெயர்த்துள்ளார். இராதாகிருஷ்ணன் சம்ஸ்கிருதத்திலிருந்து ஆங்கிலத்திற்கு மொழிபெயர்த்துள்ளார்.

தற்போது பல நிறுவனங்களின் தலைவராகவும், உறுப்பினராகவும் சமூக சேவையிலும், அரசியல் ஈடுபாடுடனும் உள்ளவர்.